സോണി വേളൂക്കാരൻ

തൃശൂർ സ്വദേശി. കാലിക്കറ്റ് സർവകലാശാലയിൽ നിന്നും മലയാളത്തിൽ ബിരുദാനന്തര ബിരുദം. ഓപ്പറേഷൻ മാനേജ്മെന്റിൽ MBA. (JNU). ഭാരതീയ വിദ്യാഭവനിൽ നിന്ന് ജേർണലിസം & മാസ് കമ്മ്യൂണിക്കേഷൻ ബിരുദം. നവമലയാളി ഓൺലൈൻ മാസികയുടെ എഡിറ്റർമാരിൽ ഒരാൾ.

ഹൈക്കു കവിതകളുടെ ആദ്യ സമാഹാരം 'മുളം തണ്ടിലെ സംഗീതം' 2016 ൽ പ്രസിദ്ധീകരിച്ചു. രണ്ടാമത്തെ പുസ്തകം, 22 കവികളുടെ ഹൈക്കു കവിതകൾ എഡിറ്റു ചെയ്ത 'ഒറ്റമേഘപ്പെയ്ത്ത്' ഷാർജ ബുക്ക് ഫെയറിൽ 2017ൽ പ്രകാശനം ചെയ്തു. 'ഒറ്റയിതൾ വസന്തം' എന്ന സമാഹാരത്തിൽ അറബ് ചെറുകഥകളുടെ പരിഭാഷകൾ ചെയ്തു. (ഇംഗ്ലീഷിൽ നിന്ന്). ദുബായ് Expo 2020ൽ വോളണ്ടിയർ.

ഒരു സ്വീഡിഷ് കമ്പനിയിൽ റീജിയണൽ ബിസിനസ് ഹെഡ് ആയി ജോലി ചെയ്യുന്നു. പതിനഞ്ചു വർഷത്തോളമായി പ്രവാസി. ദുബായിൽ സ്ഥിരതാമസം.

ഭാര്യ : ദീപ ചിറയിൽ, മകൻ: ആർതർ വില്ല്യം

E-mail : sonyvelukkaran@gmail.com

FB : sony.velukkaran

AF756168

ഡോ. ശിഹാബ് ഗാനെം

ദുബായിൽ താമസിക്കുന്ന എമിറാത്തി പൗരൻ. മെക്കാനിക്കൽ, ഇലക്ട്രിക്കൽ എഞ്ചിനീയറിംഗ് (ഡബിൾ ഡിഗ്രി) (അബർഡീൻ യൂണിവേഴ്സിറ്റി, സ്കോട്ട്ലൻഡ്), 1964. മാസ്റ്റർ ഇൻ വാട്ടർ റിസോഴ്സ് എഞ്ചിനീയറിംഗ് (റൂർക്കി യൂണിവേഴ്സിറ്റി, ഇന്ത്യ), 1975. സാമ്പത്തികശാസ്ത്രത്തിൽ ഡോക്ടറേറ്റ് (കാർഡിഫ്, യൂണിവേഴ്സിറ്റി, വെയിൽസ്) 1989. ടോക്കിയോയിലെ സോക്ക യൂണിവേഴ്സിറ്റിയിൽ നിന്ന് സാഹിത്യത്തിൽ ഓണററി ഡോക്ടറേറ്റ് (2015).

അറബിയിലും ഇംഗ്ലീഷിലുമായി തൊണ്ണൂറിലധികം പുസ്തകങ്ങൾ. അറബിയിൽ ഇരുപതു കാവ്യസമാഹാരങ്ങൾ, മുപ്പതു വിവർത്തന കവിതാസമാഹാരങ്ങൾ. കവിതകൾ 20 ഭാഷകളിലേക്ക് വിവർത്തനം ചെയ്യപ്പെട്ടിട്ടുണ്ട്.

സാമി യൂസഫ്, സുചേത സതീഷ് തുടങ്ങി വിവിധ ഗായകരുടെ 20ലധികം ഗാനങ്ങൾ അദ്ദേഹത്തിന്റെ കവിതകളെ അടിസ്ഥാനമാക്കിയുണ്ട്. യു.എ.ഇ.യിൽ കവിതയ്ക്കുള്ള ഒന്നാം സമ്മാനം (1984), റാഷിദ് ഫോർ സയന്റിഫിക് എക്സലൻസ് (1989); കവിതാ വിവർത്തനത്തിന് ഷാർജ ഭരണാധികാരിയുടെ പുസ്തക സമ്മാനം (2003, 2007); ടാഗോർ പീസ് അവാർഡ് (2012); വേൾഡ് പോയട്രി സൊസൈറ്റി ഇന്റർകോണ്ടിനെന്റൽ പോയട്രി അവാർഡ്, ചെന്നൈ, 2013; യുഎഇ കൾച്ചറൽ പേഴ്സണാലിറ്റി ഓഫ് ദ ഇയർ, അൽഒവൈസ് ക്രിയേറ്റിവിറ്റി അവാർഡുകൾ (2013); ജിദ്ദയിലെ അൽഇത്നൈനിയയുടെ ആദരവ്, (2013); GALA അവാർഡ് (2013) ഉൾപ്പെടെ 30ലധികം അവാർഡുകൾ.

എഞ്ചിനീയറിംഗ് ദുബായ് പോർട്ട് & ജബൽ അലി ഫ്രീ സോൺ ഡയറക്ടർ, പോർട്ട് ആൻഡ് ഫ്രീ സോൺ ചെയർമാന്റെ ഉപദേശകൻ, മുൻ മുഹമ്മദ് ബിൻ റാഷിദ് ടെക്നോളജി പാർക്ക്, ദുബായ്, യുഎഇ മാനേജിംഗ് ഡയറക്ടർ എന്നീ നിലകളിൽ സേവനം അനുഷ്ഠിച്ചിട്ടുണ്ട്.

Malayalam Language
Kathakalude Thuramugham
(Kathakal)
Translated by
Sony Velukkaran

♦

Published in October 2022
by Kairali Books Private Limited
Thalikkavu Road, Kannur.
Ph : 0497-2761200
E-Mail : kairalibooksknr@gmail.com

♦

Cover Photo
Vineeth Edathil

♦

Cover Design
Prasanth Mangad

Price ₹ : 230.00
60/22-23/Sl.No.1368/100/NS 18.6
ISBN 978-93-94472-22-8

കഥകളുടെ തുറമുഖം

Short stories translated from Arabic

സമാഹരണം :

ഡോ. ശിഹാബ് ഗാനെം

നൈമ അൽ ഗംദി

അബ്ദുൾ ഹക്കീം അൽ സുബൈദി

പരിഭാഷ :

സോണി വേളൂക്കാരൻ

കൈരളി ബുക്സ്

ഉള്ളടക്കം

ആമുഖം

2017 മാർച്ചിൽ ഞാൻ സ്ഥാപിച്ച വാട്ട്സ്ആപ്പ് സാഹിത്യ ഗ്രൂപ്പായ 'Literary Muntada' പ്രസിദ്ധീകരിച്ച മൂന്നാമത്തെ പുസ്തകമാണ് ഹാർബർ ഓഫ് ടെയിൽസ്. പ്രസ്തുത കൂട്ടായ്മയിൽ ഇപ്പോൾ 15 അറബ് രാജ്യങ്ങളിൽ നിന്നായി 95 അംഗങ്ങളും, അറബി സംസാരിക്കുന്ന 2 ഇന്ത്യൻ അംഗങ്ങളുമുണ്ട്. അംഗങ്ങളിൽ ഭൂരിഭാഗവും എഴുത്തുകാരാണ്; പകുതിയോളം കവികളും. അറബ് ലോകത്ത് അറിയപ്പെടുന്ന വ്യക്തികളാണ് അംഗങ്ങളിൽ ഭൂരിഭാഗവും. ഒരു കൂട്ടായ്മയിലെ അംഗങ്ങൾ പലരും ചേർന്ന് എഴുതിയ പുസ്തകങ്ങൾ പ്രസിദ്ധീകരിക്കുന്ന ലോകത്തിലെ ആദ്യത്തെ വാട്ട്സ്ആപ്പ് ഗ്രൂപ്പ് എന്ന റെക്കോർഡ് നൽകി ഈ ഗ്രൂപ്പിനെ 'അറേബ്യൻ വേൾഡ് റൊക്കോഡ്സ്' അംഗീകരിച്ചു. www.shihabghanem.com എന്ന വെബ്സൈറ്റിൽ ഇതുവരെ പ്രസിദ്ധീകരിക്കപ്പെട്ട 13 പുസ്തകങ്ങൾ വായനക്കാർക്ക് സൗജന്യമായി ലഭ്യമാണ്. ഇവയിൽ പകുതിയോളം പുസ്തകങ്ങൾ ഹാർഡ് കോപ്പികളായി പ്രസിദ്ധീകരിച്ചു. മിക്ക പുസ്തകങ്ങളും അറബിക് ഭാഷയിൽത്തന്നെ. രണ്ടു പുസ്തകങ്ങൾ അറബിക്ക്, ഇംഗ്ലീഷ് ഭാഷകളിലായും ഉണ്ട്.

മലയാളത്തിലേക്ക് വിവർത്തനം ചെയ്ത് പ്രസിദ്ധീകരിക്കുന്ന ഈ കൂട്ടായ്മയുടെ ആദ്യ പുസ്തകമാണ് 'Harbour of Tales'.

'കഥകളുടെ തുറമുഖം' എന്ന പേരിൽ മലയാളത്തിലേക്ക് ഈ കൃതി പരിഭാഷപ്പെടുത്തിയ ശ്രീ സോണി വേളൂക്കാരനെയും, മലയാളം പതിപ്പ് പ്രസിദ്ധീകരിക്കുന്ന കൈരളി ബുക്സിനെയും, ഏകോപനം ഏറ്റെടുത്ത ശ്രീ വെള്ളിയോടനെയും ഈ കൂട്ടായ്മ നന്ദിയോടെ ഓർക്കുന്നു.

യു.എ.ഇ.യിൽ നിന്നുള്ള 8, ജോർദാൻ, പലസ്തീൻ എന്നിവിടങ്ങളിൽ നിന്നുള്ള 4, യെമനിൽ നിന്ന് 4, സൗദി അറേബ്യയിൽ നിന്ന് 2, സിറിയയിൽ നിന്ന് 2, ബഹ്റൈമിൽ നിന്ന് 1, ഈജിപ്തിൽ നിന്ന് 1, ഇറാഖിൽ നിന്ന് 1, ബഹ്റൈനിൽ നിന്നുള്ള 1 ഉൾപ്പെടെയുള്ള അംഗങ്ങളുടെ 24 ചെറുകഥകൾ ഈ പുസ്തകത്തിൽ ഉൾപ്പെടുന്നു. കഥകളുടെ വിഷയങ്ങൾ വ്യത്യസ്തമാണ്; അതുപോലെ തന്നെ എഴുത്തിന്റെ ശൈലികളും.

ഈ വിവർത്തനം മലയാളം വായനക്കാർക്ക് ആസ്വാദ്യകരമായ വായന സമ്മാനിക്കുമെന്ന് ഞാൻ പ്രതീക്ഷിക്കുന്നു.

ഡോ. ശിഹാബ് ഗാനെം

പാറ്റകളും കുരുവികളും

ലാംഗ്സ്റ്റൺ ഹ്യൂഗ്സിന്റെ ഒരു കവിത മുൻപൊരിക്കൽ വിവർത്തനം ചെയ്തത് വായനയ്ക്കായി അയച്ചു കൊടുത്തപ്പോൾ പ്രിയ സുഹൃത്ത് മുരളി വെട്ടത്ത് പറഞ്ഞു തന്ന ഒരു സൂത്രവാക്യമുണ്ട്, 'ഒരു എഴുത്തുകാരനെ പരിഭാഷപ്പെടുത്തുമ്പോൾ ഏറ്റവും ശ്രദ്ധയോടെ ചെയ്യേണ്ടത് അയാളുടെ ജീവചരിത്രം വിശദമായി പരിശോധിക്കുകയും, സാംസ്കാരികവും സാമൂഹികവുമായി അയാൾ നടന്നു തീർത്ത വഴികൾ അറിയുകയുമാണ്' എന്നത്. ശരിയായ നിരീക്ഷണമായിരുന്നു അത് എന്നതിൽ രണ്ടുപക്ഷം ഉണ്ടാവില്ല. ആ വാക്കുകൾ പൂർണ്ണമായും ഉൾക്കൊണ്ടു തന്നെയാണ് ഈ പരിഭാഷ നിർവഹിക്കാൻ ഞാൻ ഇരുന്നത്. പതിനഞ്ചോളം വർഷം ഈ പ്രവാസ ഭൂമികയെ അടുത്തറിയാൻ ഇടയായി എന്നത് അറബിക്കിൽ നിന്ന് പ്രയാണം ആരംഭിച്ച് വീണ്ടും മറ്റൊരു ഭാഷയിലൂടെ കടന്ന് (ഇംഗ്ലീഷ്) മലയാളത്തിൽ എത്തുമ്പോൾ, 'മിഡിൽ ഈസ്റ്റിന്റെ' സാംസ്കാരികവും സാമൂഹികവും രാഷ്ട്രീയവുമായ ജീവിതം അതിന്റെ ഭംഗിചോരാതെ അവതരിപ്പിക്കപ്പെടണം എന്ന താല്പര്യത്തെ ഒരു പരിധിവരെ സഹായിക്കുകയും ചെയ്തു. അതു തന്നെയാണ് ഞാൻ ആഗ്രഹിച്ചതും.

1985 ഇൽ സോവിയറ്റ് യൂണിയനിൽ അച്ചടിച്ച 'റാദുഗ' പബ്ലിഷേഴ്സിന്റെ (മോസ്കോ) 'ലിയോ ടോൾസ്റ്റോയ് കഥകൾ' ആയിരിക്കണം ഞാൻ ആദ്യം വായിച്ച വിവർത്തന ഗ്രന്ഥം. ഇന്നും ഓർമ്മയിൽ തങ്ങിനിൽക്കുന്ന പരിഭാഷ. ആ പുസ്തകത്തിലായിരുന്നു രണ്ടു ഹുസാറുകൾ, കുടുംബജീവിതത്തിന്റെ സന്തുഷ്ടി, വാരക്കോൽ, ഇവാൻ ഇലിയിച്ചിന്റെ മരണം തുടങ്ങിയ കഥകൾ ഉണ്ടായിരുന്നത്. പത്താംതരം മുതൽ തുടങ്ങി ഇതിനകം വളരെയധികം തവണ വായിച്ചു കഴിഞ്ഞ ആ പുസ്തകം ഇന്നും കൂടെയുണ്ട്. ആ കൃതിയുടെതന്നെ ആവർത്തിച്ചുള്ള വായനകളായിരിക്കാം ഒരുപക്ഷേ ഒരു പുസ്തകം പരിഭാഷപ്പെടുത്തുക എന്ന സാഹസത്തിന് എന്നെ പ്രേരിപ്പിച്ചത്.

ഈ പരിഭാഷയുടെ ആദ്യ വായനക്കാരൻ എന്ന നിലയിൽ വെള്ളിയോടനും ചില അടുത്ത സുഹൃത്തുക്കളും ഏകദേശം ശരി വയ്ക്കുകയും ചെയ്തിട്ടുണ്ട് ഈ പരിഭാഷ മൂലകൃതിയോട് കൂറുപുലർത്തിയിരിക്കുന്നു എന്ന്. പക്ഷെ അതൊന്നും തന്നെ അവസാന വാക്കല്ല താനും.

അതിന്റെ സൂക്ഷ്മാംശങ്ങളിലേക്ക് വായനക്കാർ ഓരോരുത്തരും ചെന്നു ചേരുമെന്നും വിവിധ വായനകൾ ഉണ്ടാകുമെന്നും എന്ന് ഞാൻ കരുതുന്നു.

ആമുഖത്തിൽ ഡോ. ശിഹാബ് ഗാനെം പറഞ്ഞതുപോലെ വിവിധ സംസ്കാരങ്ങളിലെ 24 പേരുടെ കഥകൾ. ഓരോന്നും വ്യത്യസ്ത വായനാനുഭവങ്ങൾ സമ്മാനിച്ചവ. യമനിന്റെയും ഫലസ്തീനി ന്റെയും യുദ്ധക്കെടുതികളുടെ ശേഷിപ്പുകൾ. ജീവിത സന്ധാരണ ഗതിയില്ലാതെ, കുഞ്ഞുങ്ങളുടെ വിശപ്പ്. വിദ്യാഭ്യാസത്തിനും ജോലിക്കുമായി യുവത പെടുന്ന പാടുകൾ. ആത്മാവിനോടുള്ള സംഭാഷണങ്ങൾ. പെൺകുട്ടികളും ഉപ്പമാരും ഉമ്മമാരും ജീവിതത്തിന്റെ വിവിധ തലങ്ങളിൽ നിന്നുകൊണ്ട് നടത്തുന്ന ചെറുത്തുനിൽപ്പുകൾ, പാറ്റകളും കുരുവികളുമായി ജീവിതം ഹോമിക്കപ്പെടാൻ വിധിവന്ന കുഞ്ഞുങ്ങൾ. സ്വന്തം നാട് അന്യമായവർ. പ്രണയ ഭംഗങ്ങൾ... അങ്ങനെയങ്ങനെ തുടരുകയാണ് കഥാസാഗരം. ചില കഥകൾ ഇരുത്തി ചിന്തിപ്പിക്കും; എഴുതി പൂർത്തിയാക്കാൻ കഴിയാത്തവണ്ണം. ചിലത് വളരെ വേഗം അനുഭവവേദ്യമാകും. അവ്യക്തത പല കഥകളുടെയും ഉള്ളിൽ അലിഞ്ഞു ചേർന്നിരിക്കുന്നു.

ഒരു പുസ്തകം മുഴുവനായും പരിഭാഷപ്പെടുത്താൻ സാധിക്കുമെന്ന് ജീവിതത്തിൽ ഒരിക്കലും പ്രതീക്ഷിച്ചതല്ല; ആഗ്രഹമുണ്ടായിരുന്നെങ്കിലും. ഈ ശ്രമം സാധ്യമാക്കുന്നതിന് സഹായിച്ചുകൊണ്ട് ആദ്യന്തം കൂടെ നിന്ന വെള്ളിയോടനോടും കൈരളിയുടെ അശോകേട്ടനോടും അകമഴിഞ്ഞ നന്ദി, സ്നേഹം. ഈ പുസ്തകത്തിന്റെ ആദ്യ പ്രൂഫ് തയ്യാറാക്കാൻ സഹായിച്ച പ്രിയതമ ദീപയോടും കൈരളിയിലെ ലതയോടും, കവർ ഡിസൈൻ ചെയ്ത പ്രശാന്ത് മാങ്ങാടിനോടും സ്നേഹം. അറബിക്കിലും ഇംഗ്ലീഷിലും ഈ കഥകൾ സമാഹരിച്ച ഡോക്ടർ ഗാനെമിനെയും സഹപ്രവർത്തകരെയും ആദരവോടെ ഓർക്കുന്നു. കവർ ചിത്രം തയ്യാറാക്കിത്തന്ന സുഹൃത്ത് വിനീതിനും, ഈ കഥകളുടെ വിവർത്തന സമയങ്ങളിൽ, കഥകൾ വായിച്ചു കേൾപ്പിക്കുന്ന പാതിരകളിൽ, സാകൂതം അവ കേട്ടിരുന്ന ജ്യേഷ്ഠസഹോദരൻ മനു പോറ്റിയ്ക്കും സ്നേഹാലിംഗനം.

ഒരാണ്ടത്തെ പരിശ്രമത്തിനൊടുവിൽ 'കഥകളുടെ തുറമുഖം' വായനക്കാരിലേക്ക് എത്തുകയാണ്. അഭിപ്രായങ്ങൾക്കും, വിമർശനങ്ങൾക്കും, പ്രോത്സാഹനങ്ങൾക്കും കാത്തിരിക്കുന്നു.

സ്നേഹപൂർവ്വം,

സോണി വേളുക്കാരൻ

1

കാർനേഷൻ പൂവ്

കഥ (അറബിക്) - ഇക്ലാസ് ഫ്രാൻസിസ്

ഇംഗ്ലീഷ് പരിഭാഷ - ഡോ. നൈമാ അൽ ഗംദി

എന്നും ഒരു മൺവെട്ടിയും കൊണ്ടാണ് വീട്ടിലേക്കുള്ള അയാളുടെ മടക്കം. കയ്യിൽ ഒരു കാർനേഷൻ പൂവും ഉണ്ടാവും.

അയാൾ ലജ്ജാവിവശനായി, പടിവാതിൽ കടന്ന് ചെന്ന്, നേർത്ത ഒരു പുഞ്ചിരിയോടെ അവളെ അഭിവാദനം ചെയ്തുകൊണ്ട്, കയ്യിൽ കരുതിയ ആ കാർനേഷൻ പൂക്കൾ അവൾക്ക് കൊടുക്കുകയും, പിന്നെ അവളെക്കടന്നു പോവുകയും ചെയ്യും. ഒരു ക്ഷേത്രത്തിനകത്തേക്ക് എന്ന പോലെയായിരുന്നു അയാൾ ആ സ്ഥലത്തേക്ക് പ്രവേശിച്ചിരുന്നത്. ഉഷ സന്ധ്യകളിൽ ഒരു കാമുകിയെ കാണുന്ന പോലെയും, നട്ടുച്ചകൾ അയാളുടെ ഹൃദയത്തിന് ഒരു സ്വർഗ്ഗം പോലെയും ആയിരുന്നു. ഓരോ മാർബിൾ ഫലകങ്ങളിലും എഴുതിവച്ചിരിക്കുന്ന പേരുകളും, ജനന, മരണ തീയതികളും അയാൾ സാകൂതം നോക്കി നിൽക്കും.

നഗരത്തിലെ ഒരു ശ്മശാനത്തിലാണ് അയാൾക്ക് ജോലി. പാതക്കെതിരെയുള്ള ഒരു മാടക്കടയുടെ മുന്നിലൂടെ അയാൾ അങ്ങോട്ട് നടന്നു പോകും. ഗ്രീഷ്മച്ചൂടിൽ അയാളുടെ തൊലി തവിട്ട് നിറം ആയിട്ടുണ്ട് ഇതിനകം. കനത്ത മാംസപേശികൾ. ശാന്തമായ പ്രകൃതം. ഒരു പ്രണയ കവിത ഉരുക്കഴിക്കുന്നത് പോലെയുള്ള കണ്ണുകൾ.

ശ്മശാനത്തിലെ പൂന്തോട്ടം വൃത്തിയാക്കുകയും, ചെടികൾ നടുകയും, ശവക്കുഴികൾ തോണ്ടുകയും, വെളുത്ത കല്ലറകളിലെ മാർബിൾ ഫലകങ്ങൾ വൃത്തിയാക്കുകയും, കൊഴിഞ്ഞ ഇലകൾ അടിച്ചുവാരി ഭംഗിയാക്കുകയും ചെയ്യുകയായിരുന്നു അയാളുടെ ഒരു ദിവസത്തെ ജോലി.

വളരെയധികം സമയം ശ്മശാനത്തിൽ ചെലവിട്ടിരുന്നതുകൊണ്ട് കല്ലറകളുടെ നിശബ്ദത അയാളുടെ കണ്ണുകളിൽ തളംകെട്ടി കിടന്നിരുന്നു. അയാളുമായുള്ള സംസർഗം ദുശ്ശകുനമാണെന്ന് കരുതി ആളുകൾ അയാളിൽനിന്ന് അകന്നുമാറിയാണ് നടന്നിരുന്നത്. ഈ ചെറുപ്പക്കാരൻ എങ്ങ

നെയാണ് ഈ സ്ഥലത്തെത്തിയത്; എനിക്കറിഞ്ഞുകൂടാ. പക്ഷേ അയാൾ ഇവിടെയുണ്ട്. അതാണ് പ്രധാനപ്പെട്ട കാര്യം.

അവളുടെ മനസ്സിലേക്ക് ഈ ചിന്തകൾ ഒരു നൂറുപ്രാവശ്യമെങ്കിലും വന്നുവീണു. ഒരു ഇരുപതു വയസ്സുകാരി പെൺകുട്ടി. ജിപ്സിയുടെ പോലുള്ള പ്രകൃതവും ശാരീരവും. മൃദുവായ പുഞ്ചിരി. പനിനീർപൂക്കളിൽ നിന്ന് വലിച്ചെടുത്ത പോലെയുള്ള മൃദുലത. അഴകും ശോഭയും. അവസാനിക്കാത്ത യാത്രയ്ക്കായി, മറ്റൊരു ലോകത്ത് ചുറ്റി നടക്കുന്ന പോലെയുള്ള കണ്ണുകൾ.

മറ്റുള്ളവർക്ക് എന്നപോലെ അവളെ സംബന്ധിച്ചും ഒരു നിഗൂഢത അയാൾക്കുണ്ടായിരുന്നു. അതിൽ ഏറ്റവും അത്ഭുതാവഹമായത്, അയാൾ ദിവസവും അവൾക്ക് കൊടുത്തിരുന്ന കാർനേഷൻ പൂക്കൾ ആയിരുന്നു.

തന്റെ എല്ലാ ശക്തിയും സംഭരിച്ച് ഇതിനെക്കുറിച്ച് അയാളോട് ചോദിക്കാൻ അവൾ തയ്യാറായി.

'ഞാൻ പനിനീർ പുഷ്പങ്ങളും പച്ചക്കറികളും വിൽക്കുകയാണ്. എല്ലാ ദിവസവും നിങ്ങൾ എനിക്ക് പൂക്കളുമായി വൈകുന്നേരങ്ങൾ വരുന്നു. അത് എന്റെ കൈകളിൽ തരുന്നത് ഞാൻ അറിയുന്നു. ഞാൻ എന്നോടുതന്നെ മന്ത്രിക്കുന്നു. ഇതാ, ഞാൻ തിരികെ എത്തിയിരിക്കുന്നു. നിങ്ങൾക്ക് എന്നിൽ നിന്ന് രക്ഷപ്പെടാനാവില്ല. ആരാണ് നിങ്ങൾ ? ഇതിനു പിന്നിലുള്ള രഹസ്യം എന്താണ് ?

'മറ്റു എല്ലാ പൂക്കളെയും പോലെ കാർനേഷൻ പൂക്കൾക്ക് ആത്മാവിനോട് സംവദിക്കാനുള്ള ശേഷിയുണ്ട്.' അയാൾ പറഞ്ഞു.

'കാർനേഷൻ പൂക്കൾ നിങ്ങൾക്ക് കല്യാണ അലങ്കാരങ്ങൾക്കോ, സെമിത്തേരിയിൽ വരുമ്പോഴോ ഉപയോഗിക്കാം. നിങ്ങൾക്ക് അത് മരിച്ചവർക്ക് വേണ്ടി ചിലവിടാം. അല്ലെങ്കിൽ മുടിയിൽ ചൂടാം. ഒന്നും മിണ്ടാതെ നിങ്ങളുടെ പാതയിലൂടെ നടന്നു പോകാം; മരണം നിങ്ങളുടെ നാവുകളെ പിടിച്ചെടുത്തത് പോലെ.'

അവൾ ഒരു നിമിഷത്തേക്ക് നിശ്ചലമായി നിന്നു. മറ്റുള്ളവരെപ്പോലെതന്നെ അയാളിലും മരണമല്ലാതെ മറ്റൊന്നും കാണുന്നില്ല എന്ന് പറയാൻ സാധിക്കുകയില്ലെന്ന് അവൾ മനസ്സിലാക്കി.

ചിരിക്കുമ്പോൾ അയാൾ എത്ര സുമുഖനാണ്. അയാളുടെ കണ്ണുകളിൽ ജീവന്റെ ഉറവ നിറഞ്ഞുകവിയുന്നു.

എവിടെയാണ് പിന്നെ മരണമെന്ന ദുർഭൂതം? എന്തിനാണ് അവൾ അത് കാണുമ്പോഴെല്ലാം അവളുടെ ഹൃദയത്തിൽ ഭയം ജനിപ്പിക്കുന്നത്?

അയാളിൽ നിന്ന് ആ കാർനേഷൻ പുഷ്പങ്ങൾ സ്വീകരിക്കുമ്പോഴെല്ലാം, ഭയം അവളെ സംശയാലുവാക്കുന്നു. ആന്തരികമായ ഒരു പ്രേരണയാൽ അവൾ അത് തലമുടിയിൽ ചൂടുന്നു. ആ ശബ്ദം ഇങ്ങനെ കേൾക്കുന്നു.

'നിന്റെ സൗന്ദര്യം വർദ്ധിപ്പിക്കാനും, അതിനെ ജീവസ്സുറ്റതാക്കാനുമായി ആ പുഷ്പങ്ങൾ മുടിയിൽ ചൂടൂ.'

അവൾ പറയുന്നു: 'നിങ്ങൾക്ക് എങ്ങനെ ജീവിതത്തെക്കുറിച്ച് സംസാരിക്കാനാകും? നിങ്ങളുടെ വാസം മരിച്ചവരുടെ ഇടയിൽ അല്ലേ? നിങ്ങൾക്ക് എങ്ങനെ ചിരിക്കാൻ ആകും? മരിച്ച ആത്മാക്കൾക്കായി ആളുകൾ കരയുന്നത് നിങ്ങൾ സ്വന്തം കണ്ണുകൊണ്ട് കാണുന്നില്ലേ? മരിച്ചവരോടൊപ്പം എങ്ങനെയാണ് നിങ്ങൾ ദിവസവും ചെലവിടുന്നത്?'

'ഞാൻ നിന്നെ ഒന്ന് തിരുത്തട്ടെ' അയാൾ തുടർന്നു: 'ഞാൻ മരിച്ചവരോടൊപ്പമല്ല താമസിക്കുന്നത്. ഒരു സെമിത്തേരിയിലാണ് എന്റെ വാസം. ആളുകൾ ആ സെമിത്തേരി പൂക്കളാൽ അലങ്കരിക്കാൻ ശ്രമിക്കുന്നത് നീ കാണുന്നില്ലേ? മാർബിൾ ഫലകങ്ങൾക്കായി അവർ വലിയ തുകകൾ ചെലവാക്കുന്നു. അവർക്ക് മരണത്തിനെ പേടിയാണ്. സംഭവങ്ങളുടെയും ജീവിതത്തിന്റെയും അവസാനം മാത്രമേ അവർ മരണത്തിൽ കാണുന്നുള്ളൂ.'

അയാൾക്ക് തുടരണമെന്നുണ്ടായിരുന്നു. പക്ഷേ അയാളുടെ കണ്ണുകൾ നിറഞ്ഞൊഴുകി.

അയാൾ നിശബ്ദനായി നിന്നു. പിന്നെ തന്റെ ഷവൽ കയ്യിലെടുക്കുകയും, തൻറെ ഹൃദയ രഹസ്യങ്ങൾ വെളിപ്പെടുന്നതരത്തിൽ, ഒരു ചിരിയോടു കൂടെ അയാളുടെ വഴിയെ പോവുകയും ചെയ്തു. അതിന്റെ ഒരു ഭാഗം ആ പെൺകുട്ടിയുടെ കൈകളിൽ ആയിരുന്നു, അവൾ ആകട്ടെ ചുവന്ന കാർനേഷൻ പൂക്കൾ കൊണ്ട് കളിക്കുകയും! പൂക്കൾക്ക് ഓരോ ദിവസവും ഓരോ നിറമാണെന്ന് അവൾ കണ്ടു. അതിനെക്കുറിച്ച് അയാളോട് ചോദിക്കണം എന്ന് അവൾക്കുണ്ടായിരുന്നു. പക്ഷേ, അയാൾ ദൃഷ്ടിയിൽ നിന്നും അകന്നു കഴിഞ്ഞിരുന്നു.

പിറ്റേന്ന് ഞാൻ ആകാംക്ഷയോടെ കാത്തിരുന്നു. നിറങ്ങളെക്കുറിച്ചും, സെമിത്തേരിയിലെ മരണത്തെക്കുറിച്ചും ജീവിതത്തെക്കുറിച്ചും ആണ് എനിക്ക് അറിയേണ്ടിയിരുന്നത്.

കൈകളിൽ വെളുത്ത കാർനേഷൻ പൂക്കളുമായി അയാൾ വന്നു. അവൾ അയാളെ അഭിവാദ്യം ചെയ്തു; പ്രകാശം പരത്തുന്ന തരത്തിൽ ചിരിച്ചുകൊണ്ട്. നന്ദി പറഞ്ഞുകൊണ്ട്, അവൾ പൂക്കൾ തലയിൽ ചൂടി.

എന്നിട്ട് അയാളോട് ചോദിച്ചു: 'എന്തു തോന്നുന്നു?'

ഉത്തരം പറയാനാവാതെ അയാൾ നിന്നു. ഈ ചോദ്യം അയാളെ അത്ഭുതപ്പെടുത്തി. മുൻകൂട്ടി ആലോചിക്കാതെ അയാൾക്ക് ഒരു ഉത്തരം പറയാൻ ആവില്ല. അയാൾ എന്തെങ്കിലും പറയുന്നതിനുമുമ്പ് അവൾ കൂട്ടിച്ചേർത്തു. 'മരണം എന്നത് മറ്റുള്ളവരെ മനപ്പൂർവ്വം വേദനിപ്പിക്കൽ അല്ലേ? ഞാൻ താങ്കളുടെ ഇന്നലത്തെ വാക്കുകൾ ഓർക്കുകയാണ്. സ്നേഹത്തെക്കുറിച്ച് അറിയാത്തവർക്ക് മരണമാണ് അവസാനം. സ്നേഹത്തെക്കുറിച്ച് മനസ്സിലാക്കുന്നവർക്ക് അത് തുടക്കവും.

ആദ്യം ഭൂമിയിൽ കുഴിച്ചിട്ടിട്ടില്ല എങ്കിൽ ഒന്നിൽനിന്നും ഫലങ്ങൾ ഉണ്ടാകുന്നില്ല.

ഉദാഹരണത്തിന്, പൂക്കൾക്ക് അവയുടെ വേരുകൾ എവിടെനിന്നാണ്? അവയിൽ ജീവൻ തുടിക്കുന്നത് എവിടെനിന്ന് ? അവൾ മണ്ണിനുള്ളിലാണ് അടക്കം ചെയ്യപ്പെട്ടിരിക്കുന്നത്. പ്രകാശത്തിൽ നിന്ന് മറഞ്ഞുകൊണ്ട്, നിശബ്ദമായി ജോലിചെയ്തുകൊണ്ട്, മണ്ണിൽ നിന്ന് ഭക്ഷണം വലിച്ചെടുത്തുകൊണ്ട്, എല്ലാ ജീവനെയും കാർനേഷൻ പൂക്കളിലേക്ക് ആവാഹിച്ചുകൊണ്ട്.

സ്നേഹം, അതാണു സ്നേഹം, എന്റെ കുഞ്ഞു പെൺകുട്ടി !

ചുവന്ന കാർനേഷൻ തന്നെയാണ് സ്നേഹം; വെളുത്തത് ശുദ്ധിയും. നീ അവ രണ്ടിന്റെയും ചലനമാണ്. ആ സ്നേഹത്തിന്റെ സ്വർഗ്ഗത്തിലേക്ക് ജീവനെ പിടിച്ചുയർത്താൻ ഞാൻ ആഗ്രഹിക്കുന്നു.'

2

വലിയ ഗേറ്റ്*

കഥ (അറബിക്)– തുരായ അൽ ഒറായ്ദ്

ഇംഗ്ലീഷ് പരിഭാഷ – ഡോ.നൈമാ അൽ ഗംദി

മറവിയിലേക്ക് ആണ്ടുപോയ സ്ഥലരാശികൾ അവയുടെ ഓർമ്മകളോടൊപ്പം വന്ന്, നമ്മുടെ അഗാധബോധത്തിലേയ്ക്ക് വേരുകളാഴ്ത്തി, അവയുടെ അദൃശ്യമായ കെണികൾ സ്ഥാപിക്കുന്നു. ബാല്യകാലത്തിന്റെ നിഴലുകളാണ് എന്റെ സ്വപ്നങ്ങളിലും കവിതകളിലും ഒഴുകുന്നത്. ഓർമ്മയുടെ ഇടവേളകളിൽ കൊത്തിവയ്ക്കപ്പെട്ട ചരിത്രം. വഴിപോക്കരോട് ലജ്ജാവിവശമായി കൈകൾ വീശുന്ന അയൽക്കാരന്റെ ജാലകങ്ങളിലെ കർട്ടനുകൾ. കടലിന്റെ വശീകരിക്കുന്ന മണമുള്ള മണൽ. അവിടെ നമ്മൾ പണിത മണൽക്കൊട്ടാരങ്ങൾ. മുത്തച്ഛന്റെ വീട്ടുമുറ്റത്ത് കൂന കൂട്ടിയിട്ടിരിക്കുന്ന മുത്തുച്ചിപ്പികൾ. മുത്ത് കച്ചവടക്കാർ വിളവെടുപ്പ് തുടങ്ങിയിരിക്കുന്നു. വീടിന്റെ ഉമ്മറത്തുതന്നെ ആണും പെണ്ണുമായി മരുമക്കൾ കൂടിയിരിപ്പുണ്ട്. ആ വീടിന്റെ ഗേറ്റുകളും വാതിലുകളും തെരുവുകളിലേക്ക് സൗഹൃദപൂർവം കൈകൾ വിടർത്തിയാലെന്നപോലെ തുറന്നുകിടക്കുന്നു. ഒരു ഒട്ടകത്തിനും വണ്ടിക്കും കയറാൻ പോലും വലിപ്പമുള്ള ഒരു ഗേറ്റ് പൂട്ടിക്കിടപ്പുണ്ട്.

ബാല്യകാലസ്മൃതികൾ നമ്മുടെ മനസ്സിന്റെ ആഴങ്ങളിൽ വേരൂന്നിക്കിടക്കുമെന്ന് എവിടെയോ പറഞ്ഞുകേട്ടിട്ടുണ്ട്. ഫ്രീജ് അൽഹത്താബ് വരെ പരന്നുകിടന്ന പഴയ മനാമയുടെ ഒരു ഭൂപടം പോലും എന്റെ ഓർമ്മയിൽ ഇപ്പോഴുമുണ്ട്. എന്റെ പേടിസ്വപ്നങ്ങളെല്ലാം ഈ ഓർമകളുടെ തെളിവുകളാണുതാനും.

കൂട്ടുകാരെയും, ചിത്രശലഭങ്ങളെയും, കടലിനെയും, ഏഴാം ബഹറിന്റെ അതിരിൽ നിൽക്കുന്ന മുള്ളുകളുള്ള സിദർ മരത്തെയും ഞാൻ സ്വപ്നം കാണുന്നു.

ആദിനാൾ മുതലേ കടലിനും എനിക്കും തമ്മിൽ ഇഴമുറിയാത്ത ഒരു ബന്ധമുണ്ട്.

ഐസ് നിർമാണശാല മറികടന്ന്, ഏറിയാൽ പതിനഞ്ച് നിമിഷങ്ങൾ കാൽനടയായി ചെല്ലാനുള്ള ദൂരമേയുള്ളൂ വീട്ടിൽ നിന്ന് കടൽത്തീരത്തേയ്ക്ക്. എനിക്ക് അവിടേയ്ക്ക് പോകാൻ അനുവാദം ഉണ്ടായിരുന്നില്ല. അതുകൊണ്ടുതന്നെ കടൽത്തീരത്തേയ്ക്കുള്ള എന്റെ രഹസ്യസഞ്ചാരങ്ങൾ ആരോടും ഞാൻ പറഞ്ഞില്ല. ഞാൻ പഠിച്ചിരുന്ന 'ഐഷഉം അൽമുമൈനീൻ' എന്നു പേരുള്ള സ്കൂളിൽ നിന്നും, എന്റെ അമ്മായി നുസ്രയുടെയും, അമ്മാവൻ സലേമിന്റെയും വീടുകളിൽനിന്ന് ദൂരെയായിരുന്നു കടൽ. ഞാൻ ഏഴിലോ എട്ടിലോ മറ്റോ ആയിരുന്നിരിക്കണം.

സലേം അമ്മാവൻ എനിക്ക് ഏറ്റവും പ്രിയപ്പെട്ട ആളായിരുന്നു. സ്കൂളിലേക്ക് പോകാനിറങ്ങവേ, സലാം പറയുമ്പോഴെല്ലാം എനിക്ക് ചില്ലറപ്പൈസ തരുന്ന ശീലമുള്ള അങ്കിൾ സലേം എന്റെ പ്രിയപ്പെട്ട അമ്മാവനായിരുന്നു.

വീട്ടിലേക്ക് തിരികെ വരുന്ന വഴിക്ക്, സ്കൂളിന്റെ മതിലിൽ ചാരി, കറുത്ത് മെലിഞ്ഞു, നീണ്ട കൈകാലുകളോടെ, അർദ്ധനഗ്നനായി നിൽക്കാറുണ്ട് ഒരു ഭിക്ഷക്കാരൻ. വഴിയിൽ വേറെയാരും ഇല്ല എന്നുറപ്പായാൽ അയാൾ വസ്ത്രം മാറ്റി, തന്റെ പുരുഷത്വം വികൃതമായി പ്രദർശിപ്പിച്ച്, എന്റെ പരിഭ്രാന്തിയിൽ ആനന്ദം കണ്ടിരുന്നു. ഞാൻ പേടിച്ചു ചത്തുപോകുമായിരുന്നു. അമ്മായി നുസ്രയുടെ വീട് ഈ ഇടവഴി തീരുന്നിടത്ത് തന്നെയാണല്ലോ എന്ന് ഞാൻ സമാധാനിക്കും. എങ്കിലും ആ ഭിക്ഷക്കാരൻ ചെയ്ത തോന്ന്യാസങ്ങൾ ഞാൻ ഒരിക്കലും അമ്മാവൻ സലേമിനോടോ എന്റെ മാതാപിതാക്കളോടോ പറഞ്ഞില്ല. സ്കൂൾ കഴിഞ്ഞാൽ പിന്നെ ഞാൻ കൂട്ടുകാരുമായി കളിക്കും. ചിലപ്പോൾ ഞാൻ അടുത്ത വീട്ടിലെ നൈമയുടെകൂടെ കളിച്ചു. അവളുടെ മുത്തശ്ശിയ്ക്ക് വീട്ടിൽ ഉണ്ടാക്കിയ അച്ചാർ വിൽപന ഉണ്ടായിരുന്നു. ചിലപ്പോഴൊക്കെ സ്കൂൾ പ്രിൻസിപ്പലിന്റെ മകൾ സൽവയുടെ കൂടെ ഞാൻ കളിച്ചു. രാത്രികാലങ്ങളിൽ അദ്ദേഹം സിനിമാകൊട്ടകയിൽ കാവൽ ജോലിയും ചെയ്തിരുന്നു. ബന്ധത്തിൽപെട്ട ചില കുട്ടികൾക്കൊപ്പമല്ലാതെ മറ്റാരുമായും എനിക്ക് കളിക്കാൻ അനുവാദം ഉണ്ടായിരുന്നില്ല. തിങ്കാളാഴ്ച ഉച്ചയ്ക്കുള്ള സിനിമ കാണാൻ കൂടെ വരാൻ സൽവ എന്നെ പ്രേരിപ്പിക്കുന്നുണ്ടായിരുന്നു. അതിനുകൂടിയാണ് ഞാൻ നുസ്ര അമ്മായിയുടെ വീടുവരെ പോകാറുണ്ടായിരുന്നത്.

അങ്ങനെയൊരു ദിവസം, ആളുകൾ ഇല്ലാത്ത ആ വഴിയിലൂടെ ഞാൻ നടന്നു വരികയായിരുന്നു. പെട്ടന്നാണ് ആരോ എന്നെ പിന്തുടരുന്ന പോലെ എനിക്ക് തോന്നിയത്. വടികുത്തിപ്പിടിച്ചു, അടഞ്ഞ കണ്ണുകളു

മായി അന്ധനെപ്പോലെ തോന്നിച്ച ഒരാൾ. 'ദൈവമേ, നിന്റെ നന്മയിൽ നിന്ന് ഞാൻ നിന്നോട് അപേക്ഷിക്കുന്നു' എന്ന് അയാൾ ഉറക്കെ നിലവിളിച്ചുകൊണ്ടിരുന്നു. അമ്മായി നുസ്രയുടെ വീട്ടിലേയ്ക്ക് പോകുമ്പോൾ കാണാറുള്ള ആ പേടിപ്പെടുത്തുന്ന ഭിക്ഷക്കാരനല്ല ഇയാൾ എന്ന് എനിക്കുറപ്പായി. ഞാൻ വേഗത്തിൽ നടക്കാൻ തുടങ്ങി. അയാളുടെ കാൽപ്പാടുകളുടെ പ്രതിധ്വനികളിൽ നിന്ന് അയാൾ എന്നെ സമീപിക്കുകയാണെന്നു എനിക്ക് ഉറപ്പായി. ഞാൻ ഓടാൻ തുടങ്ങി. ആയാളും പിന്നാലെ ഓടിവരികയാണ്. ഇടയ്ക്ക് ഞാൻ തിരിഞ്ഞു നോക്കി. ഞാൻ അത്ഭുതപ്പെട്ടുപോയി. അയാൾക്ക് ഊന്നുവടിയുടെ ആവശ്യം ഉണ്ടായിരുന്നില്ല. അയാളുടെ കണ്ണുകൾ തുറന്നു തന്നെയിരുന്നു. എന്നെ തുറിച്ചുനോക്കിക്കൊണ്ട്, എന്റെ നേരെ അയാൾ കൈകൾ നീട്ടുന്നുണ്ടായിരുന്നു. ഒടുക്കം എങ്ങനെയോ അമ്മായി നുസ്രയുടെ വീടിന്റെ പടിവാതിൽ ഞാനെത്തി. അയാളുടെ ശ്വാസോഛ്വാസം എനിക്ക് കഴുത്തിനു പിന്നിൽ അനുഭവപ്പെട്ടു. ഞാൻ അക്ഷമയോടെ ആ പടിവാതിലിന്റെ ചെമ്പു കൊണ്ട് ഉണ്ടാക്കിയ കൊളുത്തിൽ ശക്തിയായി തുടരെത്തുടരെ മുട്ടാൻ തുടങ്ങി. ഞാൻ ബോധംകെട്ടു വീഴുമെന്നു തോന്നി. മുന്നിൽ അടഞ്ഞുകിടക്കുന്ന ഈ ഗേറ്റും പുറകിൽ അയാളുടെ ചൂടുള്ള നിശ്വാസവും. ആകെ കുറച്ചു നേരമേ ഞാൻ ഓടിയിട്ടുള്ളൂ, പക്ഷെ ഒരുപാട് നേരമായെന്ന് എനിക്ക് തോന്നി. എന്റെ കാൽമുട്ടുകൾ വിറയ്ക്കുന്നുണ്ട്. വായയാകട്ടെ പൂർണ്ണമായും വരണ്ടുപോയിരിക്കുന്നു. ലോകാവസാനമാണെന്ന് എനിക്ക് തോന്നി. ഞാൻ തുടർച്ചയായി ആ ഗേറ്റിൽ മുട്ടിക്കൊണ്ടേയിരുന്നു.

പെട്ടെന്ന് ഗേറ്റിലെ കമാനാകൃതിയുള്ള ചെറിയ വാതിൽ തുറന്ന് അമ്മായിയുടെ വീട്ടിലെ പ്രായം ചെന്ന ജോലിക്കാരി മറിയം പ്രത്യക്ഷപ്പെട്ടു.

'നീ ഇപ്പോൾ ഈ വാതിൽ പൊളിക്കുമല്ലോ' അവർ ദേഷ്യപ്പെട്ടു. എങ്ങനെ വായ് തുറന്ന് ഞാൻ ഇപ്രകാരം പറഞ്ഞു; ഞാൻ ഓർക്കുന്നില്ല. 'ഈ മനുഷ്യൻ... ഇയാൾ... ഞാൻ പറയുന്നത് കേൾക്കുന്നുണ്ടായിരുന്നില്ല, മറിയം.' തുടർച്ചയായി യാചിച്ചുകൊണ്ട്, പിന്നാലെ വന്ന ആൾ ശബ്ദമുണ്ടാക്കി. 'ദൈവമേ, ദൈവനാമത്തിൽ ഞാൻ യാചിക്കുന്നു.' അത്ഭുതത്തിന്, മുന്നേപോലെ അയാളുടെ കണ്ണുകൾ അടഞ്ഞു തന്നെയിരുന്നു. മറിയം എന്നെ അകത്തേക്ക് കൂട്ടിക്കൊണ്ടുപോയി. പിന്നെ പുറത്തുവന്ന്, അയാൾക്ക് ഭിക്ഷ കൊടുത്തു.

അതിൽപ്പിന്നെ ഉമ്മയുടെ കൂടെ അല്ലാതെ ഞാൻ അമ്മായിയുടെ വീട്ടിൽ പോയിട്ടില്ല. ഒപ്പം സ്കൂളിലേക്ക് പോകുമ്പോഴും, ഞാൻ എന്റെ

മൂത്ത ചേച്ചിയുടെ കൈകളിൽ അമർത്തിപ്പിടിക്കും. ഞാൻ വലുതായപ്പോൾ ആ സംഭവം പൂർണമായും മറന്നു. പക്ഷേ അതുണ്ടാക്കിയ ആഘാതവും ഭിക്ഷക്കാരോട് ഉള്ള ഭയവും എന്റെ മനസ്സിൽ മറിഞ്ഞു തന്നെ കിടന്നു. ഞാൻ ഏതെങ്കിലും സംഘർഷാവസ്ഥയിലൂടെ കടന്നു പോകുമ്പോഴെല്ലാം ആ വലിയ ഗേറ്റിനു ചുറ്റും ഞാൻ കറങ്ങുന്നതായി തോന്നും. ഏതു സമയത്ത് എന്റെ ഭർത്താവ് എന്നെ ഉണർത്തിയാലും പരിചിതനല്ലാത്ത ഒരു ശത്രുവിനോട് പൊരുതുന്നതുപോലെ ആ ഗേറ്റിനു മുന്നിൽ ഞാൻ എന്നെത്തന്നെ കാണും. കണ്ണുനീർ ധാരധാരയായി ഒഴുകുന്നുണ്ടാകും. ഒരു ഏഴു വയസ്സുകാരിക്ക് ഉണ്ടായ ആ സംഭവം ഞാൻ ഓർത്തെടുക്കും. അപ്പോഴാണ് എനിക്ക് മനസ്സിലായത്, കുട്ടിക്കാലത്ത് ഉണ്ടാകുന്ന ഇത്തരം പേടികളിൽ നിന്നുള്ള രക്ഷപ്പെടലുകളാണ് മറ്റൊന്നിനോടും താരതമ്യപ്പെടുത്താൻ ആവാത്ത പേടി സ്വപ്നങ്ങൾ എന്ന്.

** അറബിയിൽ അൽ ദർവാസ. ഇന്ത്യൻ/പേർഷ്യൻ ഭാഷയിൽ നിന്ന് രൂപം കൊണ്ടത്*

3

കല്യാണത്തലേന്നത്തെ സംഭവം

കഥ (അറബിക്) - ജാസിം അൽ സുഹൈഹ്

ഇംഗ്ലീഷ് പരിഭാഷ - ഡോ.നൈമാ അൽ ഗംദി

(പ്രിയപ്പെട്ടവളേ, എന്റെ വിരഹം എന്തുമാത്രമുണ്ടെന്ന് നിനക്ക് ഊഹിക്കാനാവില്ല. ഈ ഫോൺകോൾ നമുക്കിടയിലെ അവസാനത്തേതായിരിക്കുമെന്ന് എനിക്ക് വിശ്വസിക്കാൻ കഴിയില്ല; ഇല്ല, ഒരു തരത്തിലും ഞാനത് വിശ്വസിക്കുന്നില്ല.)

ടെലിഫോൺ വയറുകളിൽനിന്നും പുറത്തേയ്ക്കു നീളുന്ന നഖങ്ങൾ പോലെ ഈ വാക്കുകൾ അവന്റെ ഹൃദയത്തിൽ വന്നു വീണു. അവൾ, (ഹുദ), ക്ഷണനേരം കൊണ്ട് അവളുടെ അവസാനത്തെ സംഭാഷണം അവസാനിപ്പിച്ചു. പ്രത്യാശയൊന്നുമില്ലാതെ, ഒരു ഫോൺ വിളിക്കായി കേഴുന്ന കാമുകനെ അവൾ അകലെ വിട്ടുകഴിഞ്ഞിരുന്നു. മറുവശത്താകട്ടെ, തുടരെത്തുടരെ ഓർമകളുടെ വെളിച്ചം വിതറുന്ന, ഒരു വിളക്ക് തൂങ്ങിയാടുന്ന, വിളക്കുകാലുപോലെയായി രൂപാന്തരപ്പെട്ടുകഴിഞ്ഞിരുന്നു അവൾ.

ആ രാത്രിയുടെ മുഖം (പതിനാറാമത്തെ റബീഅൽആഖിർ/വർഷം...) കാലത്തിന്റെ ബാൽക്കണിയിൽ നിന്നു നോക്കുന്നു. നെറ്റി ചുളിച്ചും ഒറ്റപ്പെട്ടും, സാധാരണ വിവാഹ രാത്രികളോട് യാതൊരു സാദൃശ്യവും ഇല്ലാത്ത ഈ രാത്രിയിൽ, ഹുദ തന്റെ കല്യാണക്കസേരയിൽ വരന്റെ അരികിലായി ഇരിപ്പുണ്ടായിരുന്നു. കസേരയെ പൊതിഞ്ഞിരുന്ന വെൽവെറ്റിനെയും തുളച്ചു കൊണ്ട് സത്യത്തിന്റെ മുള്ളുകൾ വളർന്നു വലുതായി അവളുടെ ദേഹത്തേയ്ക്ക് തുളച്ചു കയറി. എന്നാൽ അപകീർത്തിയെ ഭയന്നു മാത്രം അവൾ ഉറക്കെ നിലവിളിച്ചില്ല. അവൾ പതിഞ്ഞ സ്വരത്തിൽ മന്ത്രിക്കാൻ തുടങ്ങി:

'ഈ ഭൂമിയിലെ തന്റെ വിധി, സ്വർഗ്ഗം വിധിക്കപ്പെടാൻ കഴിയാത്തത്ര ഇരുണ്ടതാണ്. സ്വന്തം ഇഷ്ടത്തിന് ദലങ്ങൾ വിടർത്താൻ കഴിയാത്ത ഒരു പനിനീർപുഷ്പം പോലെയല്ലേ ഒരു സ്ത്രീ ? ഏകാന്തത

യുടെ അർത്ഥമെന്താണ് ? തനിക്ക് മാനസികമായി അടുപ്പമില്ലാത്ത ഒരാളുമായി ബന്ധപ്പെടുന്നതിനേക്കാൾ ?'

വിലപിക്കുന്ന മുത്തുകൾ പോലെ, ചുറ്റും കൂടിയിരുന്ന പെണ്ണുങ്ങളെ അവൾ നോക്കുമ്പോൾ, ക്യാമറകൾ അവളെ ഒപ്പിയെടുത്തുകൊണ്ടേയിരുന്നു. കാലമാകുന്ന കാളകൾ ഉഴുതുമറിച്ച മുഖത്ത് പെട്ടെന്ന് വെളിച്ചം വീണുചിതറി. ചുളിവുകൾ കാണപ്പട്ട ആ മുഖത്ത് ചെയ്തിരുന്ന മേക്കപ്പ് അതിന്റെ ഉള്ളറകളിലേയ്ക്ക് നാണംകെട്ടു മടങ്ങി. അവൾ തന്റെ അമ്മയുടെ നേർപ്പകർപ്പായിരുന്നു എന്ന് ഹുദ കണ്ടു. അമ്മയാകട്ടെ വധുവിന്റെ മുഖത്തെ സങ്കടം തിരിച്ചറിഞ്ഞു കഴിഞ്ഞിരുന്നു. അമ്മയും മകളും നിശബ്ദമായി നോട്ടങ്ങൾ എറിഞ്ഞുകൊണ്ട്, വായുവിൽ ദുഃഖാർത്ഥമായ ഒരു കാരിക്കേച്ചർ വരയ്ക്കാൻ തുടങ്ങി. ചിഹ്നങ്ങളും അടയാളങ്ങളും നാഗരൂപം പ്രാപിച്ചപോലെ. എന്നാലോ, ഒരു സുഹൃത്തിന്റെ ചുംബനമോ, വിവാഹ ചടങ്ങിനിടെ ലഭിച്ച മറ്റു ചിലരുടെ ആലിംഗനമോ കാരണം ആ വരകൾ പൂർണരൂപം പ്രാപിക്കാതെ നിലകൊണ്ടു.

ഹുദയുടെ മുഖത്തിന്റെ വിശദാംശങ്ങൾ പതിയെപ്പതിയെ മങ്ങിക്കൊണ്ടിരുന്നു. അവളുടെ വികാരങ്ങളുടെ അന്തരാളത്തിൽനിന്നും പെട്ടന്ന് ഒരു ഗന്ധം വമിച്ചു. പിന്നീടത് അവളുടെ കാമുകന്റെ ശബ്ദത്തിലേക്ക് നയിക്കുന്ന ഒരു ഭൂപടമായി രൂപം മാറുവാൻ തുടങ്ങി. അവനുമായുള്ള ഒരു സംഭാഷണമാണ് പിന്നെ :

എ : നിന്റെ വീട്ടുകാർ നിന്നെ മറ്റൊരാളെ വിവാഹം കഴിക്കാൻ നിർബന്ധിച്ചാലോ?

ബി : നടക്കില്ല, പുഴ ഒഴുകുമ്പോൾ വെള്ളത്തിന്റെ ഒഴുക്ക് തടയാൻ ആർക്കാണ് കഴിയുക.

എ : ഇങ്ങനെ കാവ്യാത്മകമായി പറയുന്നത് എന്റെ വാദത്തെ സാധൂകരിക്കില്ല.

ബി : പ്രിയപ്പെട്ടവളെ, മാതാപിതാക്കളുടെ പണിയാണ് 'ക്ഷമിക്കുക' എന്നത്. എന്റെ മാതാപിതാക്കൾ ആ പണി നിർത്തുമെന്ന് എനിക്കു തോന്നുന്നില്ല.

പൊന്തിവന്ന ഒരു ഒരു നെടുവീർപ്പിനെ, അത് തൊണ്ടയിൽ നിന്ന് പുറത്തുവരുന്നതിനും മുൻപ് ഹുദ ഒരു വ്യാജമായ ചുമകൊണ്ടു തടഞ്ഞു. എന്നിട്ട് തന്റെ ആത്മഭാഷണത്തിലേയ്ക്ക് അവൾ ഊളിയിട്ടു:

'പ്രിയപ്പെട്ടവളേ നിന്നോട് ഞാൻ എങ്ങനെ വിടചൊല്ലും ? എന്നിൽ അവശേഷിക്കുന്നവയെല്ലാം നിന്നിൽ നിന്നും ഉത്ഭവിച്ചതാണ്. നിന്റെ അസാന്നിധ്യത്താൽ നിന്നെ മറക്കാൻ പരിശീലിപ്പിച്ച എന്റെ മനസ്സിലേ

യ്ക്ക് എങ്ങനെ നിന്നെ ഞാൻ കൊണ്ടുവരും? 'നിന്റെ കുട്ടിക്കാലത്തിന്റെ കളിസ്ഥലം' എന്ന് നീ വിളിച്ച എന്റെ ശരീരം, അവിടെ സ്വതന്ത്രമായി വിഹരിക്കാനാകുമെന്നു നീ സ്വപ്നം കണ്ടിരുന്നോ? ഒരു മന്ദമാരുതൻ വീശിയാൽപ്പോലും നശിച്ചുപോകുന്നത്ര ദുർബലമായ എന്റെ ഈ ദേഹം എങ്ങനെ പീഡകളുടെയും പശ്ചാത്താപത്തിന്റെയും കൊടുങ്കാറ്റുകൾ തടഞ്ഞു നിർത്തും?

'ദൈവമേ... ഈ രാത്രിയിൽ കുറ്റകൃത്യത്തിന്റെ രക്തം മുഴുവൻ ഒഴുകാൻ ഞാൻ അനുവദിക്കില്ല, അടുത്ത ദിവസങ്ങളിലേയ്ക്കായി എനിക്ക് ഒരുപാടു രക്തം കരുതണം. ഈ മുറിവ് വളരെ വലുതാണ്. ഫലദായകമായ വിശുദ്ധ ഖുറാൻ സൂക്തങ്ങൾ ഉരുവിട്ട്, മൂല്യങ്ങളേയും തത്വങ്ങളേയും ഹനിക്കുന്ന സാത്താനെ എനിക്ക് ആട്ടിയോടിക്കണം. പ്രേമത്തിന്റെ ദിശയിലേക്കുള്ള എന്റെ വികാരങ്ങളുടെ ഒഴുക്കിനു തടസ്സമാണ് ഈ വിവാഹ ഉടമ്പടി. ഈ കരാർ കടലാസ്സ് ഒരു തടസ്സമാണ്. കറുത്ത കടലാസ്സിൽ എഴുതിയ ഈ വിവാഹക്കരാർ നരകത്തിൽ വീഴട്ടെ. ഹോ! എന്റെ അമ്മയുടെ മുലപ്പാൽ പോലെ ധവളമായ കടലാസ്സിൽ വിവാഹ ഉടമ്പടി എഴുതപ്പെട്ടിരുന്നെങ്കിൽ എന്നാണല്ലോ ഞാൻ ആഗ്രഹിച്ചിരുന്നത്.'

തന്റെ കല്യാണക്കസേരയിൽ ഇരിക്കവേ ഹുദ അവളുടെ മന്ത്രണങ്ങളിൽ വീണ്ടും ആഴ്ന്നു മുങ്ങി:

'വിവാഹമോചനം! പൈശാചികമായ ഈ പ്രേരണകളുടെ കരാളഹസ്തത്തിൽ നിന്ന് എന്നെ വിടുവിക്കാൻ വിവാഹമോചനത്തിന് മാത്രമേ കഴിയൂ. അല്ല, ഒന്നിൽ നിന്നും രക്ഷപ്പെട്ട്, കൂടുതൽ ക്രൗര്യമുള്ള, വിവാഹമോചനം എന്ന മറ്റൊരു ഭീകരജീവിയാൽ വിഴുങ്ങപ്പെടാൻ ഞാൻ ആഗ്രഹിക്കുന്നില്ല. എന്നെ ഇഞ്ചിഞ്ചായി വിഴുങ്ങുന്ന ഒരു പൈശാചിക പ്രേരണയാണ് വിവാഹമോചനം. ഭഗ്നപ്രണയം എന്റെ മാത്രം ദുരന്തമല്ല. കാരണം എന്റെ സുഹൃത്ത് (വാർദ) അവളുടെ അയൽവാസിയായ ആൺകുട്ടിയോടുള്ള അവളുടെ ആഴത്തിലുള്ള പ്രണയത്തെക്കുറിച്ച് എന്നോട് പറഞ്ഞിരുന്നു. വിവാഹവാർത്തയുടെ കാറ്റ്, ഒരു വിഷക്കാറ്റായിമാറി അവളിലേക്ക് വീശിയെത്തി, അവളെ ഏൽപ്പിച്ചു കൊടുത്തത്, അവൾക്ക് യാതൊരു മുൻപരിചയവും ഇല്ലാത്ത ഒരാളുടെ കരങ്ങളിലേയ്ക്കായിരുന്നു.

അതുപോലെതന്നെ എന്റെ സുഹൃത്ത് (വഫ). ഒരുപക്ഷെ അവളുടെ ജീവിതത്തേക്കാൾ കൂടുതൽ കാലം അവൾ സ്വപ്നം കണ്ട, അയൽവക്കത്തെ ആൺകുട്ടിയെ മറന്ന് വേറൊരാളെ വിവാഹം കഴിക്കേണ്ടി

വന്നു. സമൂഹത്തിൽ മതവിരുദ്ധത കാണിക്കില്ലെന്നും, പാരമ്പര്യങ്ങളേയും ആചാരങ്ങളെയും മറികടക്കുകയില്ലെന്നും എനിക്ക് സമ്മതിച്ചേ പറ്റൂ; തീർത്തും സ്വാഭാവികമായ രീതിയിൽ ജീവിതം നയിക്കുന്ന ഒരു സ്ത്രീ എന്ന നിലയ്ക്ക്.'

കുറെ മാസങ്ങൾക്കു ശേഷം, യാഗത്തിനായി തൊലിയുരിക്കപ്പെട്ട്, തൂങ്ങിക്കിടക്കുന്ന ഒരാടിനെപ്പോലെ വീർത്ത എന്റെ വയർ കാണാൻ കാത്തിരിക്കുകയാണ് അയൽക്കാരി സ്ത്രീകൾ.

എന്റെ മക്കൾ ബഹളം വയ്ക്കുമ്പോഴെല്ലാം വീടിന്റെ ചുവരുകൾ ഏറ്റവും മനോഹരമായ മറ്റൊരു രൂപത്തിലേക്ക് മാറുവാൻ കാത്തിരിക്കുകയാണ്.

ഞാൻ കടന്നു പോകുമ്പോഴെല്ലാം, എന്റെ പിന്നിൽ നിന്ന് ഒഴുകുന്ന കുട്ടികളുടെ നദിയിൽ നിറഞ്ഞു കവിയാനായി തെരുവും കാത്തിരിക്കുന്നു!

അക്ഷമയായി, വീടിന്റെ ഒരു മൂലയിൽ ഉള്ള ഒരു ഗാരേജ് പോലെ, ശരീരത്തിൽ നിന്നും മുറിച്ചു മാറ്റിയ എന്റെ ഹൃദയത്തെ ഞാൻ തൂക്കിയിടും. തെരുവിൽ നിന്നുള്ള തുറിച്ചു നോട്ടങ്ങൾക്കും, വീടിന്റെ ചുമരുകൾക്കും, അയൽക്കാരികൾക്കുമായി ഞാൻ കാത്തിരിക്കും. എന്റെ പുറമെ കാണപ്പെട്ട പകുതി വിവാഹിതയും കാണപ്പെടാത്തത് അവിവാഹിതയുമാണ്. സംശയലേശമന്യേ കുറ്റമാണത്. പക്ഷെ അത് എന്റെ കുടുംബത്തിന്റെ കുറ്റമല്ല; മറിച്ച് സമൂഹത്തിനു മേൽ മുഴുവൻ കുറ്റം ചാർത്തി, ശിക്ഷ സ്വീകരിക്കേണ്ട ഒരു ഫ്ളോട്ടിംഗ് ക്രൈം.

4

വെളുത്ത ക്ലോക്കും നിലക്കണ്ണാടിയും

കഥ (അറബിക്) - ഹരേബ് അൽ ദ്വാഹിരി

ഇംഗ്ലീഷ് പരിഭാഷ - ഡോ. നൈമാ അൽ ഗംദി

രാത്രി വൈകി. ഞാൻ അവളോടൊപ്പം കാപ്പി കുടിച്ചില്ല, എന്നാൽ പിന്നീടത് ചെയ്തു. വൈകുന്നേരങ്ങളിലാണ് എനിക്ക് കാപ്പി കുടിക്കാൻ ഇഷ്ടം. അതങ്ങനെ മതിയെന്ന ആശയം മാറ്റിവയ്ക്കാൻ ശ്രമിച്ചു, പരാജയപ്പെട്ട ശേഷമാണ് ഞാൻ അത് ചെയ്തത്. വൈകുന്നേരങ്ങളിലെ ഒരു അനുഷ്ഠാനം പോലെയായിരുന്നു എനിക്കത്. ആ നിമിഷങ്ങൾ കടന്നുപോയി, പൊള്ളയായി തിരികെയെത്തുന്നു. സമയത്തിന്റെ അനിവാര്യമായ ഒരു ഇടവേള. നിമിഷങ്ങളുടെ ചിതറിത്തെറിക്കലുകൾ. രാക്ഷസകളുടെ ബഹളങ്ങൾ. ഉറങ്ങുന്നവരെ ശല്യപ്പെടുത്തുന്ന ഈ സമയം ഞാൻ ഇഷ്ടപ്പെടുന്നില്ല. കനത്ത ഇരുട്ടിലെ ജനജാഗരം. ജീവിതത്തിന്റെ ശാശ്വതമായ കാഴ്ച ആസ്വദിക്കുന്ന നിമിഷങ്ങൾ മങ്ങുന്നു. ഭിത്തിയിൽ സൂചികൾ ഇല്ലാത്ത ഒരു വെളുത്ത ക്ലോക്ക് പ്രകാശിച്ചു നിൽക്കുന്നു.

അവളുടെ ഉദാത്തമായ നിശബ്ദതയെ ഭഞ്ജിക്കാതിരിക്കാൻ കർട്ടൻ മുഴുവനായും ഉയർത്തേണ്ട എന്നു ഞാൻ തീരുമാനിച്ചു. ഭ്രാന്തുപോലെ സമയം ഘനീഭവിച്ചു നിന്നിരുന്നു. തിളങ്ങുന്ന നെറ്റിയോടെയും വിഡ്ഢിച്ചിരിയോടെയും ആകാശത്തോടു സംവദിച്ചുകൊണ്ടു അവിടെയിരിക്കുന്ന ആ പെൺകുട്ടിയെ ഞാൻ കാണട്ടെ. അയൽക്കാരിയായ അവളെ എനിക്ക് അത്ര നന്നായി അറിഞ്ഞുകൂടാ. എന്നാൽ അവൾക്ക് അസാധാരണമായ ഒരു പ്രഭാപൂരമുണ്ട്. അവളുടെ പേര് എനിക്കറിയാമെന്നു തോന്നുന്നു. അതോ ഞാനത് മറന്നുവോ?

ആദ്യമേ പറയട്ടെ, എന്റെ ഓർമയെയാണ് ഞാൻ കുറ്റപ്പെടുത്തുന്നത്. പതിയെ അർത്ഥശൂന്യമായ നിമിഷങ്ങൾ എനിക്ക് നഷ്ടമായതുപോലെ. സമയം നഷ്ടപ്പെടുന്നതിനെക്കുറിച്ചുള്ള വ്യാകുലതകൾ. അത് വെറും ആവേശമാണെന്ന് തിരിച്ചറിഞ്ഞപ്പോൾ ഞാൻ എല്ലാറ്റിനോടുമുള്ള എതിർപ്പ് ഉപേക്ഷിച്ചു, ഒപ്പം പ്രവർത്തനരഹിതമായ നിമിഷങ്ങൾ വെളു

ത്ത സുതാര്യമായ ഓർമ്മയിൽ നിന്നു ആരംഭിക്കുന്നു. വർത്തമാനനിമിഷങ്ങൾ സാങ്കൽപ്പികമായിത്തീർന്നപോലെ. അത് സുന്ദരവും, തേജസ്സുറ്റതുമായും, എന്നാൽ മൃദുവായും ഒച്ചയുണ്ടാക്കാതെയും കാണപ്പെട്ടു.

എന്റെ ചിന്തകൾ അന്യവത്കരിക്കപ്പെട്ടിരിക്കുന്നു. മധുരമൂറുന്ന ഒരു സായാഹ്ന നിമിഷം, അല്ലെങ്കിൽ ഒരു സാധാരണ നിമിഷം. ഈ നിശബ്ദതയ്ക്കും മനോഹരമായി തോന്നുന്ന വർത്തമാനകാലത്തിന്റെ ധ്യാനത്തിനും ഇടയിൽ ആരും എനിക്ക് ഉത്തരം നൽകുന്നില്ല. ഭ്രമാത്മകമായ ഭാവങ്ങൾ ഞാൻ കാണുകയാണ്. നാളുകൾ വളരെ കഴിഞ്ഞുപോയതു കൊണ്ട് പഴയത് ഒന്നും ഞാൻ ഓർക്കുന്നില്ല. നിറങ്ങളും രൂപങ്ങളും എന്റെ ഓർമയ്ക്ക് എതിരെ നിൽക്കുന്നു. വിരസമായ തെരുവിന്റെ നിശബ്ദതയെ മുറിക്കാതിരിക്കാനും എന്റെതന്നെ അവസാനത്തെ നിശബ്ദതയെ ശാശ്വതമായി നിലനിർത്താനുമായി ഓർമ്മകളിലേയ്ക്ക് കല്ലെറിയാൻ ഞാൻ ആഗ്രഹിച്ചില്ല.

പൂച്ചകളുടെ ബഹളം വർധിച്ചില്ലായിരുന്നുവെങ്കിൽ, ഞാൻ കർട്ടൻ തുറക്കുമായിരുന്നില്ല. രാത്രിയിൽ ഏറെ മുഷിവുതോന്നുന്നത് പൂച്ചകൾക്കാണ്. സമയതാളം അറിയാത്ത സ്വതന്ത്രരാണവർ. ആ സ്വാതന്ത്ര്യത്തിന്റെ വിലയും അവർക്ക് കൊടുക്കേണ്ടതുണ്ട്; ഭവനരഹിതരാണവർ.

അലഞ്ഞു നടന്ന ചിന്തകൾക്ക് വിരാമമിട്ടുകൊണ്ടെന്നപോലെ, പെട്ടെന്ന്, പ്രകാശിക്കുന്ന നെറ്റിയോടുകൂടിയ അയൽക്കാരി എന്നെ അത്ഭുതപ്പെടുത്തിക്കൊണ്ട് എന്റെ നേരെ കൈ വീശി. കാപ്പി കുടിക്കാനുള്ള ക്ഷണമാണത്. രാത്രി അവളോടൊപ്പം ഉണർന്നിരിക്കാനുള്ളത്. കാപ്പി ഉണ്ടാക്കുമ്പോൾ അവൾ കൂടുതൽ സുന്ദരിയായി കാണപ്പെട്ടു. എന്നെ കാത്തിരിക്കുന്ന ആ സമത്ത് തിളങ്ങുന്ന അവളുടെ നെറ്റിയിൽ കുറച്ചു മുടിയിഴകൾ വീണുകിടപ്പുണ്ട്. അവൾ എനിക്കുനേരെ കൈവീശിക്കാണിക്കുന്നത് കാപ്പി കുടിക്കാൻ തന്നെ. കഴിഞ്ഞ കുറെ നിമിഷങ്ങളിലായി അവൾ എന്നെ കാത്തിരിക്കുന്നുണ്ട് .

വ്യസനം നിറഞ്ഞ എന്റെ ചിന്തകളിൽനിന്ന് പുറത്തുകടക്കാൻ ഞാൻ ആഗ്രഹിക്കുന്നു, കാപ്പിയാണ് സമയത്തിന്റെയും കൂടിച്ചേരലുകളുടെയും വൈകാരിക സ്ഫുരണം. എന്റെ മുറിയിൽ താമസിക്കുമ്പോഴെല്ലാം എനിക്കത് പഴക്കം ചെന്ന ഒരു മുറി പോലെ തോന്നിപ്പിച്ചു. അതു സമ്മതിച്ച ഉടനെ കാലത്തിൽ നിന്ന് അതിനു ഒട്ടും മാറ്റമില്ല എന്നുതോന്നുകയും ചെയ്തു.പഴയകാലത്തിൽ നിന്ന് മുറിവേറ്റവനും ദുഃഖിതനുമായി ഞാൻ പുറത്തു കടന്നു, ഒരു പക്ഷെ നരച്ചതും ഇരുളാണ്ടതുമായ ആ കാലത്തെക്കുറിച്ചുള്ള എന്റെ സംശയങ്ങളിലും അനന്തരഫലങ്ങളിലും ഞാൻ

ഊന്നുന്നു..

നിശബ്ദത ഉണ്ടാക്കുന്ന ശാന്തമായ സംഗീതം. എന്റെ പുതിയ ഉടുപ്പ് ഞാൻ ധരിക്കാൻ തുടങ്ങി. ഞാൻ അത് എപ്പോഴാണ് വാങ്ങിയതെന്ന് എനിക്ക് ഓർമയില്ലെന്ന് വേണമെങ്കിൽ ഞാൻ പന്തയം വയ്ക്കാം. ഇനിയുള്ള വർഷങ്ങളിൽ, അതുകൊണ്ടുതന്നെ ഈ ഉടുപ്പ് പുതിയതായി തോന്നും. എനിക്കായി ആകാംക്ഷയോടെ കാത്തിരിക്കുന്ന സുന്ദരിയായ ആ പെൺകുട്ടിയെ ഞാൻ കണ്ടുമുട്ടുന്നത് ഇത്തരമൊരു നിമിഷത്തിലാണ്. എന്റെ ഷൂസ് താളാത്മകമായി ശബ്ദം ഉണ്ടാക്കുന്നുണ്ട്. ഞാൻ അതിനു ചെവികൊടുക്കുന്നില്ലെന്നു മാത്രമല്ല, നാളുകളായി അതിന്റെ ശബ്ദം ഞാൻ കേൾക്കുകയോ, തിളക്കം കാണുകയോ ചെയ്തിട്ടില്ല. റോഡിനെക്കുറിച്ച് ഞാൻ ബോധവാനേയല്ല. ആകാശവിതാനം ഇരുണ്ടതുപോലെ കിടക്കുന്നു.

ഞാൻ വാതിലിൽ മുട്ടിയില്ല. ഉജ്ജ്വലകാന്തിയോടെ, വാതിലിനു പുറകിൽ നിന്ന് അവൾ എന്റെ സാന്നിധ്യം അറിയുന്നുണ്ട് എന്നതിൽ ഞാൻ തൃപ്തനായി.

അവളോടൊപ്പം ഞാൻ നിശബ്ദനായി നടന്നു. ഞങ്ങൾക്കിടയിൽ സ്വാഗതം പറച്ചിലോ നിശബ്ദതയെ ഹനിക്കുന്ന നേർത്ത മന്ത്രണങ്ങളോ ഉണ്ടായില്ല. അത് അനശ്വരതയിൽ ഞങ്ങളുടെ വികാരങ്ങളെ സ്പർശിക്കുന്നപോലെ, അവളുടെ വീടിന്റെ അകത്തളത്തിലേയ്ക്ക് ഞങ്ങളെ കൊണ്ടുപോയി. വീടിന്റെ മറ്റിടങ്ങളിലെല്ലാം ദുഃഖം ഘനീഭവിച്ചു കിടന്നു. ജീവിതസന്തോഷങ്ങളുടെ ചെറുതുടിപ്പുകൾ എങ്ങുമില്ല. അവളെ സംബന്ധിച്ച് വേദനാജനകമായ കഥകളുടെ സുഭഗത സങ്കടകരമായി തോന്നുന്നു.

നാവിൽ കാപ്പിയുടെ കയ്പ്പ് നഷ്ടപ്പെടാൻ തുടങ്ങിയതായി എനിക്ക് തോന്നി. തലച്ചോറിലേക്ക് അവ സന്ദേശങ്ങളൊന്നും അയയ്ക്കുന്നില്ല. വേദനകൊണ്ടു ചുരുണ്ട പോലെ ഒരു ഗന്ധം. ചിന്തകളിലേക്ക് ആ ഗന്ധം പടരുന്നില്ല. നിമിഷങ്ങളെ നഷ്ടപ്പെടുത്തുന്നുമില്ല. സംഭവ വികാസങ്ങളുടെ ശ്രേണിപോലെ വെളുത്ത കുമിളകൾ കാണപ്പെടുന്നുണ്ട്. ഞാൻ രാത്രിയെയും സ്വപ്നത്തെയും ഇടകലർത്തുന്നത് നീ നോക്കിയതേയില്ല. നമ്മുടെ സായാഹ്നത്തിൽ നിന്ന് സമയം നീങ്ങിപ്പോയ്ക്കൊണ്ടിരുന്നു. നമ്മുടെ ഇരിപ്പുകണ്ടാൽ ആ വീട്ടിൽ ഇടയ്ക്കിടെ കണ്ടുമുട്ടാറുണ്ടെന്നും, സോഫയിൽ ഇരിക്കാറുണ്ടെന്നും, ഐസ്ക്രീം കഴിക്കുകയും പകലിൽ ഒരുമിച്ച് സമയം ചെലവിടുകയും ചെയ്യാറുണ്ടെന്നും തോന്നിപ്പോകും. നമ്മൾ ഒരിക്കൽ പൂന്തോട്ടത്തിൽ കണ്ടുമുട്ടി. കട്ടൻ ചായ നുണഞ്ഞു. ഒരിക്കൽ ആ പഴയ ചന്തയുടെ ഗേറ്റിനരുകിൽ ഗോപ്യമായി നമ്മൾ

കണ്ടുമുട്ടി. ആരും നമ്മെ കണ്ടിട്ടില്ലെന്നു പറഞ്ഞു, അല്ലെങ്കിൽ കണ്ടില്ലെന്നു നടിച്ചു. നമ്മുടേത് നിർമലമായ ശരീരങ്ങളായിരുന്നെന്നും ബാല്യത്തിന്റെ അനാഥത്വമാണ് നമുക്കുണ്ടായിരുന്നതെന്നും നമ്മൾ അവകാശപ്പെട്ടു.

അവളുടെ സുഗന്ധദ്രവ്യത്തിന്റെ ഗന്ധം കൊണ്ട് ഞാൻ ശരീരം തടവി. ഞാൻ അത്ഭുതപ്പെട്ടു: ഞാൻ ഇപ്പോൾ എവിടെയാണ്, ചിലപ്പോൾ എന്റെ ശരീരം ആകാശത്ത് പറക്കുന്നതായി എനിക്കു തോന്നി. ചിലപ്പോൾ അവൾ പഴയതുപോലെ മൃദുവായി ചിരിക്കുന്നത് ഞാൻ കാണുന്നില്ല. സമയത്തിന് കീഴടങ്ങൂ എന്നോ അല്ലെങ്കിൽ സമയത്തെയും ദിവസങ്ങളെയും നശിപ്പിക്കുന്ന ഈ ജീവിതം ഉപേക്ഷിക്കുകയെന്നോ, സമയത്തെക്കുറിച്ചു ബോധവാനാകാതെ ജീവിക്കുകയെന്നോ, സന്തോഷങ്ങളെ ഇരയാക്കാത്ത നിമിഷങ്ങളില്ലാതെ ജീവിക്കുകയെന്നോ അവൾ പറയുന്നു. കാപ്പികോപ്പയിലെ പ്രണയം ഇനിയും ആരംഭിച്ചിട്ടില്ല, വൈകി ഉറങ്ങുന്നതിന്റെ നിശബ്ദത നമ്മെ ബാധിക്കുന്നു, രാത്രി നീളുന്നതിനനുസരിച്ചു വേദനയും ക്ഷീണവും വർദ്ധിക്കുന്നു. കാലത്തിന്റെ കംബളം എങ്ങനെ മടക്കിവയ്ക്കുമെന്നും അതിനു കീഴടങ്ങുമെന്നും എനിക്കറിയില്ല.

പക്ഷികൾ എന്റെ ജനാലയിൽ വന്നു കൊത്തിപ്പെറുക്കാൻ തുടങ്ങിയപ്പോൾ എനിക്ക് ദാഹിച്ചു. പക്ഷികൾക്കാണ് സമയത്തെക്കുറിച്ചും അതിന്റെ ദിശയെക്കുറിച്ചും ബോധം ഉള്ളത്. പ്രകാശത്തിന്റെ കിരണങ്ങൾ എന്റെ കൺപോളകൾ ചെറുതായി തുറപ്പിച്ചു. ക്ളോക്ക് ശബ്ദമുണ്ടാക്കി. അത് ധവളമായി കാണപ്പെട്ടതേയില്ല. എനിക്ക് ചുറ്റും കൊട്ടാരങ്ങളോ ബംഗ്ളാവുകളോ ഇല്ല. കുടിച്ചു എന്ന് തോന്നിപ്പിച്ച കാപ്പിയുടെ കയ്പ്പ് എന്റെ കാലങ്ങളെയും എന്റെ അയൽക്കാരിയെയും രണ്ടാക്കിയിരിക്കുന്നു. സുന്ദരിയായ എന്റെ അയൽക്കാരി, അവളുടെ ഉറക്കത്തിൽ നിന്ന് എഴുന്നേറ്റു, ജോലിക്ക് പോകുന്നതിനുമുമ്പ് അൽപനേരം ഇരുന്നു, സമയത്തെ ഓർത്തെടുത്തുകൊണ്ടു വിശ്രമിക്കുന്നുണ്ടാകും. അവളെപ്പോലെ ഞാൻ എന്റെ കണ്ണാടിക്ക് മുന്നിൽ വസ്ത്രം ധരിക്കാൻ ഇഷ്ടപ്പെട്ടില്ല. എന്റെ ഇരുപതാം വയസ്സുമുതൽ സുഭഗതകൾ നൽകുന്ന പ്രലോഭനങ്ങളെ തൂത്തെറിയാൻ ഞാൻ ഇഷ്ടപ്പെട്ടിരുന്നു. ഇന്നാകട്ടെ അവയ്ക്ക് ഞാനുമായി പുലബന്ധമില്ലതാനും.

വേറൊരു ലോകത്ത് എന്നപോലെ ഞാൻ കിടക്കയിൽനിന്നും എണീറ്റു. അയൽക്കാരന് സുപ്രഭാതം പറഞ്ഞുകൊണ്ട് ഒരു സന്ദേശം അയച്ചു, നൈമിഷികമായ ചോദ്യങ്ങളിൽപ്പെട്ടുഴലുന്ന എല്ലാവർക്കും പ്രഭാതത്തിലെ കാപ്പി കുടിക്കുന്നതിനിടയിൽ ഞാൻ ഓരോ പനിനീർപ്പൂവ് തെര

ഞ്ഞെടുത്തു. പക്ഷികൾ കാലത്തിന്റെ ധാന്യമണികൾ കൊത്തിപ്പെറുക്കുകയാണ്. സമയം നമ്മെയോ നമ്മുടെ അസ്തിത്വത്തേയോ, എപ്പോഴും നമ്മൾ അനുഭവിക്കുന്ന വേദനകളെയോ മനസ്സിലാക്കാത്തതു പോലെ അജ്ഞാതമായ സ്ഥലങ്ങളിലേയ്ക്ക് ചിറകടിച്ചു പോകുന്നു.

5

പാറ്റയും കുരുവിയും

കഥ (അറബിക്) – റാഇദ് നാസ്സൻ ആഗാ

ഇംഗ്ലീഷ് പരിഭാഷ – ഡോ. മൂസാ അൽ ഹലൂൽ

തുടക്കത്തിൽ രസകരമായ ഒരു കളി പോലെയായിരുന്നു അത്. ആകാശത്ത് ചുറ്റിക്കറങ്ങിയശേഷം അയൽപക്കത്തെ വീടുകളുടെ മേൽക്കൂരകളിലേക്ക് താഴ്ന്നിറങ്ങുന്നപോലെ ആ വിമാനം കാണപ്പെട്ടു. അതിന്റെ ഒച്ച കുട്ടികളെ ആനന്ദിപ്പിച്ചു. ഒരു കൈകൊണ്ട് വിമാനം പറത്തുകയും മറുകൈ തങ്ങൾക്കു നേരെ വീശിക്കാണിക്കുകയുമാണ് ആ പൈലറ്റ് എന്ന് കുട്ടികൾക്കു തോന്നി. ഭയചകിതയായി അവരുടെ അമ്മ ബാൽക്കണിയിലേക്ക് ഓടിവന്നു.

'ഇതെന്താണ് നിങ്ങൾ കാണിക്കുന്നത്?' അവർ ശബ്ദമുയർത്തി ചോദിച്ചു.

'ആ വിമാനം നോക്കുകയാണ്, നോക്കൂ നമ്മുടെ അയൽവാസിയുടെ മകനല്ലേ ആ പൈലറ്റ് ?'

'അല്ലല്ല, ഇത് അവനൊന്നുമല്ല, ആ വിമാനം നമ്മുടെ വീടുകൾക്ക് മുകളിലേയ്ക്ക് ബോംബുകൾ വർഷിക്കാൻ പോവുകയാണ്. എല്ലാരും വേഗം ഓടി, നമ്മുടെ കുളിമുറിയിൽപ്പോയി ഒളിക്കൂ.' വ്യസനത്തോടെ അവർ ആക്രോശിച്ചു.

ഫാത്തിമയും അകത്തേക്ക് കയറി. അവൾ ഭയന്നു പോയിരുന്നു. അവളുടെ മെലിഞ്ഞ ശരീരത്തിലേക്ക് പേടിയുടെ ഒരു വിറ പടർന്നു കയറി.

'ബോംബുകൾ കുളിമുറിയിൽ വീഴില്ലേ അമ്മേ ?' അവളെ കളിയാക്കിക്കൊണ്ടു അവളുടെ പത്തുവയസ്സുകാരൻ ചോദിച്ചു.

പരിഭ്രാന്തിയോടെ അവൾ തന്റെ മുഖത്ത് തന്റെ കൈകൾകൊണ്ടു അടിക്കുന്നുണ്ടായിരുന്നു.

'അമ്മേ, ബോംബുകളിൽനിന്ന് രക്ഷപ്പെടാൻ പറ്റിയ ഏറ്റവും നല്ല സ്ഥാനം ബാൽക്കണിയാണ്. ഇവിടെയാവുമ്പോൾ നമുക്ക് പറക്കാം, അ

ല്ലെങ്കിൽ കുരുവികളാകാം; കുളിമുറിയിൽപെട്ടാൽ നമ്മൾ കേവലം പാറ്റകളായിപ്പോകും.' അവളുടെ പന്ത്രണ്ടുവയസ്സുകാരൻ ചിരിച്ചുകൊണ്ടു പറഞ്ഞു.

ലക്ഷ്യസ്ഥാനം നോക്കി വിമാനം ഇപ്പോഴും അവരുടെ തലയ്ക്ക് മുകളിലൂടെ ചുറ്റിപ്പറക്കുന്നുണ്ട്. പൈലറ്റ് തന്റെ മക്കളെ കണ്ടുകാണുമെന്നും അവരെയാണ് അയാൾ ലാക്കാക്കുന്നതെന്നും അമ്മയ്ക്കു തോന്നി. അവൾ അയാളുടെ കണ്ണുകളിലേക്ക് നോക്കി, തന്റെ അയൽവാസിയുടെ മകനാണവനെന്ന് മനസ്സിലാക്കി.

'ഹലോ, ഓം അഹമ്മദ്, നിങ്ങളുടെ അയൽവാസിയായ ഓം സുലൈമാന്റെ മകനാണു ഞാൻ, സുലൈമാൻ. നിങ്ങളുടെ മകൻ അഹമ്മദിനൊപ്പം ഞാൻ കളിക്കാറുണ്ടായിരുന്നു. ഞാൻ ഇപ്പോൾ ഒരു ലെഫ്റ്റനന്റാണ്. രണ്ട് വർഷം മുമ്പ് അഹമ്മദ് ഒളിച്ചോടി തീവ്രവാദിയായി എന്ന് കേട്ടല്ലോ സത്യമാണോ?'

ആ പൈലറ്റ് അങ്ങനെ ചോദിക്കുന്നപോലെ അവൾക്കു തോന്നി.

ഓം അഹമ്മദ് വിറയ്ക്കുന്നുണ്ടായിരുന്നു. കർമ്മോദ്യുക്തനായി, യുദ്ധത്തിലേക്ക് ചെല്ലണം എന്ന് പറഞ്ഞു തന്റെ കാലുകളെ അതിലേയ്ക്ക് വലിച്ചിഴച്ചപ്പോൾ, 'ഇല്ലമ്മേ, എനിക്ക് യുദ്ധം ചെയ്യാൻ സാധിക്കുകയില്ല, അവർ ആരെയെങ്കിലുമൊക്കെ കൊല്ലാൻ എന്നോട് പറഞ്ഞേക്കും. ഞാൻ പോവുകയാണ്, പക്ഷെ സത്യം ചെയ്യാം, ഞാൻ തിരികെ വരും.' എന്നതിൽക്കവിഞ്ഞു ഒന്നും പറയാതെ ഓടിപ്പോവുകയാണ് അവൻ ചെയ്തത്. അവനെക്കുറിച്ചു മറ്റൊന്നും അവൾക്കറിയില്ല; അവൻ തിരിച്ചുവന്നതുമില്ല.

വിമാനം ഞെരുങ്ങി നിൽക്കുന്ന വീടുകളുടെ ഇടയിലൂടെ പറന്നു. ടെറസ്സുകളിൽ വരിവരിയായി അലക്കാനിട്ട തുണികൾ. അവയ്ക്കിടയിൽ വെള്ളവും ഡീസലും സൂക്ഷിക്കുന്ന ടാങ്കുകളും, ഡിഷ് ടിവിയുടെ ആന്റിനകളും ഉണ്ടായിരുന്നു.

'അമ്മേ, ഈ വിമാനം നമുക്കുനേരെയോ നമ്മുടെ അയൽക്കാർക്ക് നേരെയോ ബോംബുകൾ ഇടില്ല. അതിന്റെ ക്യാപ്റ്റൻ നമ്മുടെതന്നെ ഒരു അയൽവാസിയുടെ മകനാണ്. അയാൾക്ക് വേണ്ടത് തീവ്രവാദികളെ മാത്രമാണ്.'

അമ്മ പേടിച്ചു വിറയ്ക്കുന്നത് കണ്ട്, മിടുക്കനായ അവളുടെ മകൻ പറഞ്ഞു.

അവന്റെ ഇളയ സഹോദരനാകട്ടെ, ചിത്രശലഭങ്ങളോടൊപ്പം ചാടിക്കളിക്കുന്ന ഒരു പൂച്ചയെപ്പോലെ സന്തോഷവാനായി കാണപ്പെട്ടു.

'അമ്മേ ദേ നോക്കൂ ഒരു ബാരൽ' അവൻ അലറിപ്പറഞ്ഞു.

ആനന്ദനിർഝരിപോലെ, മങ്ങിപ്രകാശിച്ചുകൊണ്ടു തങ്ങളുടെ നേരെ വരുന്ന ആ ബാരൽ കണ്ട് അവന്റെ അമ്മ പ്രജ്ഞയറ്റവളായി.

'ഇത് വെള്ളം ബാരൽ തന്നെ, നമ്മൾ ഇവിടെ വെള്ളം ഇല്ലാതെയാണ് കഴിഞ്ഞുകൂടുന്നതെന്നു നമ്മുടെ അയൽക്കാരന് മനസ്സിലായിട്ടുണ്ട്.'

വീയം സന്തോഷാധിക്യത്താലും പരിഹസിച്ചുകൊണ്ടെന്നോണവും പറഞ്ഞു.

'അല്ലല്ല, ഇത് ഡീസൽ ബാരലാണ്, കണ്ണുകൾ അടച്ചോളൂ, അല്ലെങ്കിൽ അത് നമ്മെ കരിച്ചു കളയും.'

മക്കളിൽ ചെറിയവൻ, ഏങ്കോണിച്ചു നിന്നുകൊണ്ട് ചിരിയോടെ പറഞ്ഞു.

നിലത്തുകൂടെയുള്ള ബാരലിന്റെ ആ വരവുകണ്ട് ഓം അഹമ്മദ് സ്തബ്ദയായിപ്പോയിരുന്നു. അവളുടെ പരിഭ്രമം വിട്ടുപോയിരുന്നു. അത് എവിടെയാണ് വീഴുക ? ഒരു മിനിറ്റിനുശേഷം ആരൊക്കെയാവും മരിക്കുക? ആർക്കൊക്കെയാണ് കൈകളോ കാലുകളോ നഷ്ടപ്പെടുക? സ്വന്തം വീടിന്റെ അവശിഷ്ടങ്ങൾക്കടിയിൽ ആരൊക്കെയാവും ജീവനോടെ കുഴിച്ചുമൂടപ്പെടുക? ബാരൽ അടുത്തുവരികയാണ്. പെട്ടന്ന് ഉച്ചത്തിലുള്ള കരഘോഷം അവൾ കേട്ടു. അവളുടെ മകൻ വിളിച്ചു പറയുകയാണ്. 'ഇതാ മറ്റൊരു ബാരൽ ആകാശത്തുനിന്നു വർഷിക്കപ്പെട്ടിരിക്കുന്നു.'

'ദൈവമേ, എല്ലാവരും വേഗം അകത്തേക്ക് കയറൂ. ഇത് പൊട്ടിത്തെറിക്കുന്ന തരമാണ്.'

ഓം അഹമ്മദ് അലറിവിളിച്ചു.

ബാരൽ അടുത്തേയ്ക്കു വരുംതോറും അവൾ തന്റെ മക്കളെ തന്നിലേക്ക് ചേർത്തണച്ചു.

'അമ്മേ ബാൽക്കണി തന്നെയാണ് സുരക്ഷിതമായ സ്ഥലം.'

വീയം കുറച്ചുറക്കെ പറഞ്ഞു. ഓം അഹമ്മദ് കോപത്തോടെ അവളുടെ പല്ലിറുമ്മി. വിറയ്ക്കുന്ന കൈകളോടെ രണ്ട് ആൺകുട്ടികളെയും അവൾ കുളിമുറിയിലേക്ക് വലിച്ചുകൊണ്ടുപോയി. കുഞ്ഞു ഫാത്തിമ എവിടെയാണ് ഒളിച്ചിരിക്കുന്നതെന്നു അവൾക്ക് ഒരു പിടിയുമില്ലായിരുന്നു. വീയം ബാൽക്കണിയിൽത്തന്നെ തുടരാൻ തീരുമാനിച്ചു.

'എനിക്ക് ഒരു പാറ്റയെപ്പോലെ ചാവണ്ട.' അവളുടെ പിടുത്തത്തിൽ നിന്നു കുതറിമാറാൻ ശ്രമിച്ചുകൊണ്ട് മൂത്തവൻ പറഞ്ഞു.

'ഞാൻ കുരുവിയാകും, നീ പാറ്റയും.' കളിയാക്കിക്കൊണ്ടു ഇളയവൻ പറഞ്ഞു.

ഓം അഹമ്മദ് അവളുടെ ആൺകുട്ടികളെ നോക്കി. കണ്ണുനീർ അവളുടെ ഹൃദയത്തിൽ എരിയുന്ന ചോദ്യശരങ്ങളെ നശിപ്പിച്ചുകഴിഞ്ഞിരുന്നു.

'സുലൈമാൻ എന്തുകൊണ്ടാണ് ഈ കോളനിയെ നിലംപരിശാക്കി തങ്ങളുടെ മേൽ പതിപ്പിച്ചു നമ്മളെ കൊല്ലാൻ ശ്രമിക്കുന്നത്? എന്റെ മക്കൾ ഈ കലാപങ്ങളിൽ ഒന്നിലും പങ്കെടുത്തിട്ടില്ലല്ലോ. അഹമ്മദ് ഓടിപ്പോവുകയും ചെയ്തു. അവൻ ചെയ്ത ഒരേയൊരു കുറ്റം അയൽവാസികളെ കൊല്ലാൻ അവൻ ആഗ്രഹിച്ചില്ല എന്നതുമാത്രമാണ്.'

ബാരൽ താഴെ വീഴാൻ പോവുകയാണ് എന്ന് അവൾ മറന്നിരുന്നു. സ്ഫോടനം കേൾക്കുന്നതിന് മുൻപുതന്നെ അവളുടെ കുട്ടികൾ അവളുടെ കൈയിൽനിന്നും വഴുതിപ്പോയിരുന്നു. വീണ്ടും സ്ഫോടനം. അതിന്റെ പ്രതിധ്വനികൾ കേൾക്കാവുന്നതിലും വേഗത്തിലായിരുന്നു. അവളുടെ മക്കളിൽ ഒരാൾ ഒരു കുരുവിയായും മറ്റൊരാൾ പാറ്റയെയും മാറിക്കഴിഞ്ഞിരുന്നു. ഫാത്തിമയ്ക്ക് എന്ത് സംഭവിച്ചുവെന്ന് ആരും അറിഞ്ഞുമില്ല.

6

അമൃതം ഒരുപക്ഷേ...

കഥ (അറബിക്) – ഷാക്കിർ നോരി

ഇംഗ്ലീഷ് പരിഭാഷ – അമൽ അൽ അഹ്മാദി

എനിക്ക് വല്ലാത്ത സങ്കടം തോന്നി! പൊടുന്നനെ ഒരു കഴുകൻ എന്റെ മൂക്കിനു മുകളിൽ ചിറകു വിരിച്ച് എന്റെ ശ്വാസം മുട്ടിച്ചതു പോലെ. ഒരു വൈകുന്നേരമായിരുന്നു അത്. ബാഗ്ദാദിന്റെ ഹൃദയത്തിൽ നിന്ന് ഊറിവരുന്നപോലെ ആകാശം നിറങ്ങൾ കലർന്ന് സുന്ദരമായിരുന്നു. കയ്പ് നിറഞ്ഞ ഓക്കാനം വായിൽ നിറഞ്ഞു നിൽക്കുന്നുണ്ടായിരുന്നു എനിക്ക്.

എന്റെ മുറിയുടെ ചുമരുകളാൽ ചുറ്റപ്പെട്ട് ഞാൻ തീർത്തും നിസ്സഹായനായിരുന്നു. തികട്ടി വരുന്ന ഓക്കാനത്തെ തടയാൻ, പുറത്തു കടന്ന്, സ്വർണ്ണവും വെള്ളിയും വിൽക്കുന്ന, ടൈഗ്രിസ് നദിക്ക് അഭിമുഖമായുള്ള തെരുവിൽ ചുറ്റിത്തിരിയാൻ ഞാൻ തീരുമാനിച്ചു.

വളകളുടേയും, കമ്മലുകളുടേയും, മോതിരങ്ങളുടേയും പണിച്ചന്തം കണ്ടു ഞാൻ സന്തോഷിച്ചു. അവയുടെ കൊത്തുപണികളുടെയും ലോക്കറ്റുകളുടെയും മടക്കുകളിൽ ആകാംഷ ഉളവാക്കുന്ന രഹസ്യവാക്കുകൾ ആലേഖനം ചെയ്യപ്പെട്ടിരിക്കുന്നു എന്ന് എനിക്ക് തോന്നി.

'ഈ ഓക്കാനത്തിനു പകരം ഉത്കണ്ഠ ഉണ്ടായിട്ടെന്തു കാര്യം?' ഞാൻ ആശ്ചര്യപ്പെട്ടു.

'ഞാൻ ഇവിടെയോ അവിടെയോ... എന്റെ മുറിയിലോ തെരുവിലോ ഉണ്ടായിരിക്കണം !'

മറുപടിയും എന്റെ വകയായിരുന്നു.

ആഭരണങ്ങളിൽ കൊത്തുപണികളുടെ തിളക്കം കണ്ട് ഉല്ലസിച്ചുകൊണ്ട് ഞാൻ പാത മുറിച്ചു കടന്നു.

എനിക്ക് എപ്പോഴും സ്വർണ്ണത്തിന്റെ തിളക്കം ഇഷ്ടമായിരുന്നു, എന്റെ ബാല്യകാലം മുതൽ. ഇതേ തെരുവിലുള്ള തന്റെ കടയിലേക്ക് എന്റെ അപ്പൂപ്പൻ എന്നെ അനുഗമിക്കുമായിരുന്നു.

തീപ്പെട്ടിക്കൂടുകൾപോലെ, മരം കൊണ്ടുണ്ടാക്കിയ, നിറം മങ്ങിയ ജ നാലകളുള്ള ബാഗ്ദാദിലെ പഴയ വീടുകൾക്ക് പകരം ഇപ്പോൾ ബഹു നിലക്കെട്ടിടങ്ങൾ സ്ഥാനം പിടിച്ചിരിക്കുന്നു.

ഒറ്റപ്പെട്ടുനിന്ന ഒരു ചെറിയ കടയുടെ മുന്നിൽ ഞാൻ എങ്ങനെ നിന്നു വെന്നറിയില്ല. അവിടെ പ്രദർശിപ്പിച്ചിരുന്ന ആഭരണങ്ങളിലേയ്ക്ക് ഞാൻ ആകർഷിക്കപ്പെട്ടു. സത്യത്തിൽ, തീജ്വാലകൾ ഉയർത്തുന്ന ഒരു ബ്ലോ വർ ഉപയോഗിച്ച് ഒരു ചെറിയ സ്വർണവള മിനുക്കിയെടുക്കാനായി തന്റെ നേർത്ത ശരീരം വളച്ചു നിൽക്കുന്ന പ്രായമായ കടയുടമയാണ് എന്നെ ആകർഷിച്ചത്. തറയോളം നീണ്ടുകിടന്ന അയാളുടെ താടിയിൽ ഇപ്പോൾ തീ കത്തിപ്പിടിക്കുമെന്നു എനിക്ക് തോന്നി.

തീർത്തും ദുർബലമായ ആ മരവാതിൽ തള്ളിത്തുറന്ന് അകത്തു കയറി, ബ്ലോവറിനു നേരെ കുനിഞ്ഞിരിക്കുന്ന അയാൾക്കു മുന്നിൽ എങ്ങനെയാണ് ഞാൻ പ്രത്യക്ഷപ്പെട്ടത് എന്ന് ഞാനോർക്കുന്നില്ല.

എന്തായാലും, വിലകുറഞ്ഞ ലോഹങ്ങളെ വിലയേറിയവയാക്കി മാറ്റുന്ന ഒരു 'അമൃത'ത്തിനായി അയാൾ ആകാംഷയോടെ തിരയുക യായിരുന്നു, അയാളുടെ മുഷിഞ്ഞ വേഷവും, ശോച്യമായ ആ കടയും, തീർത്തും ലളിതമായ ഉപകരണങ്ങളും ഇങ്ങനെ അപകടകരമായ ഒരു രസതന്ത്രത്തിന്റെ സാഹസികത കാണിക്കാൻ അയാൾക്ക് ധൈര്യമു ണ്ടാകുമെന്നു തോന്നിപ്പിച്ചില്ല !

വയസ്സൻ കടയുടമ തല ഉയർത്തുകയോ എന്റെ സാന്നിധ്യം അനുഭ വിക്കുകയോ ചെയ്തില്ല. വിറയ്ക്കുന്ന നേർത്ത വിരലുകളിൽ കിടന്ന ഒരു മോതിരം അയാൾ ഒരു പാത്രത്തിലെ പാൽനിറമുള്ള ദ്രാവകത്തി ലേയ്ക്ക് മുക്കി. പൊട്ടലോടെ ബ്ലോവർ തീജ്വാലയുണ്ടാക്കുകയും അ ണയുകയും ചെയ്തു. ആ ശബ്ദം അപ്രത്യക്ഷമായപ്പോൾ, അയാൾ തല ഉയർത്തി എന്നെ സംശയാലുവായി നോക്കുകയും, മുഖം ചുളിച്ച് 'എന്ത് വേണം' എന്ന് ചോദിക്കുകയും ചെയ്തു.

അയാളുടെ ഏകാന്തതയിൽ ഞാൻ നുഴഞ്ഞുകയറിയതുപോലെ എനി ക്കു തോന്നി. ഞാൻ പറഞ്ഞു:

'ഏതു ലോഹത്തിൽ നിന്നാണ് നിങ്ങൾ ഈ ആഭരണങ്ങൾ നിർമ്മി ക്കുന്നത്?'

ആശ്ചര്യപ്പെട്ടുകൊണ്ടും മുഖം വീണ്ടും ചുളിച്ചുകൊണ്ടും അയാൾ എന്നെ നോക്കി :

'നീയെന്തു കരുതുന്നു?'

'തങ്കം കൊണ്ടുള്ളതാണോ നിങ്ങളുടെ ആഭരണങ്ങൾ ?'

'അതെ, തങ്കം തന്നെ !'

അയാൾ പണിയുപകരണം മാറ്റിവെച്ചു, പോക്കറ്റിൽ നിന്ന് ഒരു പെട്ടി പുറത്തെടുത്തു. അൽപ്പം പുകയിലയെടുത്തു ഒരു നേർത്ത സിഗരറ്റു പേപ്പറിൽ നിരത്തി, അത് മടക്കി, അറ്റം ഉമിനീർ കൊണ്ട് നനച്ചു ഒട്ടിച്ചു. എന്നിട്ട് ആഹ്ളാദത്തോടെ പുകവലിക്കാൻ തുടങ്ങി. എന്നിട്ട് പറഞ്ഞു:

'എന്റെ മകനേ, ധാതുക്കൾ ശരീരങ്ങളും ആത്മാക്കളുമാണ്.'

കൃത്യമായ ഒരുത്തരം കണ്ടെത്താനുള്ള ശ്രമത്തിൽ എന്റെ ശ്രദ്ധ കുറച്ചൊന്നു പാളി. എന്റെ അപ്പൂപ്പനോടാണു ഞാൻ സംസാരിക്കുന്നതെന്ന് എനിക്ക് തോന്നി.

'ധാതുക്കൾക്ക് എങ്ങനെയാണ് ആത്മാക്കൾ ഉണ്ടാവുക.' ഞാൻ ചോദിച്ചു.

'അവയുടെ ശരീരങ്ങളിൽ: സ്വർണ്ണം, വെള്ളി, ഇരുമ്പ്, ചെമ്പ്, ഈയം, നാകം.' അയാൾ വിദഗ്ധനായ രസതന്ത്രജ്ഞനെപ്പോലെ ഉറപ്പിച്ചു പറഞ്ഞു.

അയാളുടെ ശക്തമായ സിഗരറ്റ് പുക എന്റെ മൂക്കിൽ നിന്ന് വകഞ്ഞു മാറ്റി, ഞാൻ ഇടയിൽക്കയറി.

'ആത്മാക്കളുടെ..?' ഞാൻ ചോദിച്ചു.

'ആത്മാക്കളുടെ സൾഫറും ആർസെനിക്കും, മെർക്കുറിയും.' അയാൾ പറഞ്ഞു.

എന്റെ ചിന്തകളെ രസതന്ത്രത്തിന്റെ രാവണൻകോട്ടയിൽ അലയാൻ വിട്ടിട്ട് അയാൾ കൂട്ടിച്ചേർത്തു:

'ഉപ്പ്, അമോണിയ, ബോറാക്സ്, വിട്രിയോലൈറ്റുകൾ, കല്ലുകൾ ഇങ്ങനെയുള്ള ചില സംയുക്തങ്ങളേയും നമുക്കു പരാമർശിക്കാം.'

പെട്ടെന്ന് നിശ്ശബ്ദത പരന്നു, ആ വയസ്സൻ ജ്വല്ലറിയുടമയോട് എന്തു പറയണം എന്നാലോചിച്ചു ഞാൻ നിന്നു.

ഞാൻ ചിന്താകുലനായി എന്നയാൾക്ക് മനസ്സിലായി. എന്നെ സമാധാനിപ്പിച്ചുകൊണ്ട് അയാൾ പറഞ്ഞു:

'ഓരോ ലോഹത്തിനും അതിന്റേതായ ഗുണമുണ്ട്. അവയിൽ ചിലത് ദൃശ്യമാണ്, മറ്റുള്ളവ അദൃശ്യവും.'

തുടർന്ന് അയാൾ ധാതുക്കളുടെ ഗുണഗണങ്ങൾ വിവരിക്കാൻ തുടങ്ങി.

'ഈയം തണുത്തതും ഖരരൂപവുമായാണ് കാണപ്പെടുക, എന്നാൽ അത് മൃദുവും അടിച്ചു പരത്താവുന്നതും ചൂടുള്ളതുമാണ്. ഇരുമ്പ് ഘനമുള്ളതും ചൂടുള്ളതുമായി കാണപ്പെടുന്നു, എന്നാലതും അടിച്ചു പരത്താവുന്നതും, വള്ളികൾ പോലെ വലിച്ചു നീട്ടാവുന്നതുമാണ്. സ്വർണ്ണം

ചൂടുള്ളതും മൃദുവായതുമാണെന്ന് തോന്നുമെങ്കിലും അത് തണുത്ത തും കാഠിന്യമുള്ളതുമാണ്. എന്നാൽ മെർക്കുറിയാവട്ടെ തണുത്തതും അടിച്ചു പരത്താവുന്നതും മൃദുവുമാണ്. എന്നാലത് ഒരേസമയം ചൂടും കാഠിന്യവും ഉള്ളതും ഘനമുള്ളതുമാണ്. വെള്ളി തണുത്തതും കട്ടിയു ള്ളതുമാണെന്ന് തോന്നും, പക്ഷേ അത് ചൂടുള്ളതും വലിച്ചു നീട്ടാവു ന്നതുമാണ്.

'നിങ്ങൾക്ക് എല്ലാ വിലകുറഞ്ഞ ധാതുക്കളും സ്വർണ്ണമാക്കി മാറ്റി, സമ്പന്നനായിക്കൂടേ ? ഞാൻ ശബ്ദമുയർത്തി ചോദിച്ചു.

അദ്ദേഹം വലിയ ഖേദത്തോടെ തല കുലുക്കി, പിന്നീട് സങ്കടത്തോടെ പറഞ്ഞു:

'നിന്നെപ്പോലെ ജിജ്ഞാസുവായ ഒരുത്തനിൽനിന്ന് ഞാൻ ഒരിക്ക ലും ഇത്തരമൊരു വിഡ്ഢിത്തം പ്രതീക്ഷിച്ചില്ല.'

ഞാൻ നാണത്തോടെ തല കുനിച്ചു!

വീണ്ടും ഞങ്ങൾക്കിടയിൽ നിശ്ശബ്ദത തളംകെട്ടി. തുരുമ്പിച്ച ഉപകര ണങ്ങൾ എടുത്ത്, ബ്ലോവറിന്റെ റബ്ബർ ബാഗിൽ കാൽ അമർത്തി, അതിൽനിന്നു തീജ്വാലകൾ ഉണ്ടാക്കി. എന്നിട്ട് അദ്ദേഹം പറഞ്ഞു:

'ഒരു ലോഹത്തെ അതിന്റെ യഥാർത്ഥ പദാർത്ഥം ഇരിക്കെത്തന്നെ രൂപം മറച്ചുവെച്ച് എങ്ങനെ മറ്റൊന്നിലേക്ക് മാറ്റാൻ കഴിയും? ഒരു ലോഹ ത്തിന്റെ ഭാരം മറ്റൊന്നിലേക്ക് എങ്ങനെ മാറ്റാം?'

അദ്ദേഹം സിഗരറ്റ് വലിച്ചുകൊണ്ട് കടയുടെ ഇടുങ്ങിയ മുറ്റത്ത് കുറ ച്ചു നേരം നിന്നു. എന്നിട്ട് കൂട്ടിച്ചേർത്തു:

'ഇടയ്ക്കുള്ള ഒരു പരിണാമ ഘട്ടത്തിലൂടെ കടന്നുപോകാതെ ഒരു മൂലകത്തെ അടുത്തപടിയിലേയ്ക്ക് മാറ്റാൻ പറ്റില്ല. ഉദാഹരണത്തിന് ചെമ്പിനെ സ്വർണ്ണമാക്കുന്നതിന് മുമ്പ് അതിനെ വെള്ളിയാക്കണം.'

മെലിഞ്ഞുണങ്ങി, ക്ഷീണിച്ച ശരീരവുമായി അയാൾ എഴുന്നേറ്റു, ഒരു മരപ്പെട്ടിയുടെ മുകളിൽ കയറി, കടയുടെ മേൽക്കൂരയിലെ ഒരു ഷെൽ ഫിലേക്ക് ഏന്തിവലിഞ്ഞു. ആഭരണങ്ങൾ, വാളുകൾ, സുഗന്ധദ്രവ്യങ്ങൾ ഒക്കെ അതിലോലമായി തുകലിൽ കൊത്തുപണി ചെയ്ത ഒരുകെട്ടു കത്തുകൾ പുറത്തെടുത്തു.

എന്റെ മുന്നിൽ അവ വിടർത്തിയിട്ടുകൊണ്ടു പറഞ്ഞു.

'നോക്കൂ! ഒരു അളവ് മെർക്കുറിയിൽ ഇരുപതു അളവ് ചെമ്പ് പൊതി ഞ്ഞാൽ അത് വെള്ള നിറമാകും. ഒരു അളവ് സൾഫർ അതിന്റെ സ്വാ ഭാവിക നിറത്തിൽ നിന്ന് പരിവർത്തനം ചെയ്യപ്പെടാൻ രണ്ട് അളവ് ചെമ്പും, ഇരുപത് അളവ് സ്വാഭാവിക നീലയും കത്തിയ്ക്കുന്നു.

എന്നിട്ട് എന്നോട് ചോദിച്ചു:

'മിശ്രിതവും സങ്കരവുമായ ഘടകങ്ങൾ ഒന്നുതന്നെയാണെന്ന് നീ കരുതുന്നുണ്ടോ?'

അയാളുടെ ചോദ്യം എനിക്ക് മനസ്സിലായില്ല, കാരണം കടയിൽ കയറുമ്പോൾ അവൻ എന്നോടു പറഞ്ഞതിനെക്കുറിച്ചാണ് ഞാൻ ഇപ്പോഴും ആലോചിക്കുന്നത്. ഞാൻ ക്ഷമാപണം നടത്തി ചോദിച്ചു:

'ധാതുക്കൾ ശരീരങ്ങളും, ആത്മാവുമാണ് എന്നതുകൊണ്ട് എന്താണ് അർത്ഥമാക്കുന്നത് എന്ന് പറയാമോ?'

തെരുവിനെ അഭിമുഖീകരിക്കുന്ന കടയുടെ ചില്ലുജനാലകളെ പൊട്ടിച്ചുകളയുന്ന പോലെ, തന്റെ കടയിലെ 'ആത്മാക്കളെ' ഒട്ടും ശ്രദ്ധിക്കാതെ, കടന്നു പോകുന്ന പുറത്തെ ആൾക്കൂട്ടത്തെ നോക്കിക്കൊണ്ടു അയാൾ അലറിച്ചിരിച്ചു.

'വാസ്തവത്തിൽ, ധാതുക്കൾ ആത്മാക്കളും ശരീരങ്ങളും കല്ലുകളും വിട്രിയളുകളും ഇടിമിന്നലുകളും ലവണങ്ങളും മാത്രമാണ്. മെർക്കുറി, അമോണിയ, സൾഫർ തുടങ്ങിയവപോലെ അഗ്നിയിൽ ചേർന്നു നിൽക്കാത്ത വസ്തുക്കളാണ് ആത്മാക്കൾ. ശരീരങ്ങളെ സംബന്ധിച്ചിടത്തോളം, അവ തീയിൽ ചേർന്നു നിൽക്കുന്ന ധാതുക്കളാണ്, അവ സ്വർണ്ണം, വെള്ളി, ചെമ്പ്, ഇരുമ്പ്, ടിൻ, ഈയം, സിങ്ക് തുടങ്ങിയവയെപ്പോലെ അടിച്ചു പരത്താവുന്നതുമാണ്.

അയാൾ കുറച്ചു നേരം മൗനം പാലിച്ചു, പിന്നെ കൂട്ടിച്ചേർത്തു:

'കല്ലുകൾ ചിലപ്പോൾ ലാപിസ് ലസുലിയോ അല്ലെങ്കിൽ കോളോ (ഐലൈനർ) ആയിരിക്കാം, വിട്രിയോളുകൾ കറുപ്പും പച്ചയും വിട്രിയോളും ആലവും ഉൾപ്പെടെയുള്ള പരലുകളാണ്. ബോറാക്സ് അടങ്ങിയ ലവണങ്ങളാണ് ബോറേറ്റുകൾ.

മധുരമുള്ള ഉപ്പ്, കയ്പുള്ള ഉപ്പ്, ഭക്ഷണ ഉപ്പ്, തുടങ്ങിയ സംയുക്തങ്ങളുടെ ഒരു കൂട്ടമാണ് ലവണങ്ങൾ.

അയാൾ പറയുന്നത് ഇനിയും എനിക്ക് സഹിക്കാൻ കഴിയില്ല, അയാൾ പറയുന്നത് എനിക്ക് മനസ്സിലായില്ലെന്ന് അയാൾക്കും തോന്നി.

ഡബിൾ പാൻ ബാലൻസ് ചട്ടികളിൽ നിന്ന് അടിഞ്ഞുകൂടിയ പൊടി നീക്കം ചെയ്യുമ്പോൾ അയാൾ പുഞ്ചിരിച്ചുകൊണ്ട് പറഞ്ഞു:

'നോക്കൂ.'

അയാൾ ഒരു വലിയ ലോഹം എടുത്ത് ഒരു ത്രാസിൽ വെച്ചു, മറ്റൊന്നിൽ ഒരു കുറച്ച് അരിയും. തൂക്കം രണ്ടു ത്രാസുകളിലും തുല്യമായിരുന്നു. അയാൾ പറഞ്ഞു:

'ഒരളവ് ഒരിക്കലും ഒരളവേയല്ല.'

'എങ്ങനെ?' ഞാൻ അത്ഭുതത്തോടെ ചോദിച്ചു

'ഒരു ഭാരം, 1/6 ദിർഹത്തിന് (ഫിൽസ്) തുല്യമാണ്, അത് 8 ഫിൽസിന് തുല്യമാണ്.' അയാൾ പറഞ്ഞു.

മാണിക്യം, മരതകം, ലാപിസ് ലസുലി, അഗേറ്റ്, പരലുകൾ, ടർക്കോയ്സ്, ഫറോണിക് ഗ്ലാസ്, ഇരുമ്പ്, സിങ്ക് , സൾഫർ ക്യാനുകൾ, ആർസെനിക്, മെർക്കുറി, അമോണിയ, ബോറാക്സ്, മാർബിൾ കല്ലുകൾ, വാളുകൾ, സുഗന്ധദ്രവ്യങ്ങൾ, ചിത്രക്കൊത്തുപണികൾ, തുകൽ, ഐലൈനർ എന്നിവയുടെ നേർക്കു നിന്നിരുന്ന ത്രാസിൽ നിന്നു ഞാൻ കണ്ണുകൾ പിൻവലിച്ചു.

'എന്തുകൊണ്ടാണ് നിങ്ങൾ മറ്റുള്ള വസ്തുക്കളെപ്പോലെ സ്വർണ്ണം പ്രദർശിപ്പിക്കാത്തത്?' ഞാൻ ചോദിച്ചു.

അയാൾ മറുപടി പറഞ്ഞില്ല.

വെല്ലുവിളിച്ചാലെന്നവണ്ണം ഞാൻ കൂട്ടിച്ചേർത്തു:

'നിങ്ങളുടെ കടയുടെ ചില്ലു ജനാലയിൽ പ്രദർശിപ്പിച്ചിരിക്കുന്ന ആഭരണങ്ങളിൽ സ്വർണ്ണം ഇല്ലല്ലോ.'

'സ്വർണ്ണം പൂശിയ തകരം കൊണ്ടല്ലേ ഇത് നിർമ്മിച്ചിരിക്കുന്നത്?'

അയാൾ വലുതായി പല്ലിളിച്ചു. അയാളുടെ കട്ടിയേറിയ ഉമിനീർ എന്റെ മുഖത്ത് തെറിച്ചു. പരിഹാസപൂർവ്വം അയാൾ പറഞ്ഞു:

'നിന്റെ ചോദ്യത്തിൽത്തന്നെ അതിനുള്ള ഉത്തരമുണ്ട്.' എന്നിട്ട് കൗശലത്തോടെ കൂട്ടിച്ചേർത്തു:

'സർ, കള്ളപ്പണത്തിന് സ്വർണം വിൽക്കാൻ ഞാൻ ആഗ്രഹിക്കുന്നില്ല!'

'കള്ളപ്പണം!'

'അതെ, എല്ലാം കള്ളപ്പണമാണ്.'

എനിക്ക് തലകറക്കം അനുഭവപ്പെട്ടു. ഞാൻ എന്നോടു തന്നെ ചോദിച്ചു:

'ഞാൻ ഒരു ഭ്രാന്തന്റെ മുന്നിലാണോ അതോ ഒരു ബുദ്ധിമാനായ രസതന്ത്രജ്ഞന്റെ മുന്നിലാണോ?'

സ്വർണ്ണത്തോടുള്ള അഭിനിവേശമാണ് ഈ വയസ്സൻ കടയുടമയെ തനിക്കു വേണ്ടി ഒരു സ്വർണ്ണ ശവപ്പെട്ടി നിർമ്മിക്കുന്നതിൽ ശ്രദ്ധ കേന്ദ്രീകരിപ്പിക്കാൻ പ്രേരിപ്പിച്ചതെന്ന് ഞാൻ എങ്ങനെ ആലോചിച്ചു എന്നെനിക്കുതന്നെ മനസ്സിലായില്ല.

അയാൾ ഏതുനിമിഷവും മരിച്ചേക്കാം... ഒരു പക്ഷെ അയാളെ

അടക്കം ചെയ്യാൻ ആരെങ്കിലും ഉണ്ടായേക്കാം!

ക്ലോക്ക് ശബ്ദമുണ്ടാക്കിയപ്പോഴാണ് ആ വയസ്സനുമായി ഒരുപാടുനേരം ചെലവിട്ടുവെന്നും കട അടയ്ക്കാറായി എന്നും ഞാൻ മനസ്സിലാക്കിയത്. ഞാൻ അയാളോട് തന്ത്രപൂർവം യാത്ര പറഞ്ഞു.

ഞാൻ തെരുവിലേക്ക് ഇറങ്ങിയ ഉടനെ, ഇനി ഒരിക്കലും ഉപേക്ഷിക്കാൻ കഴിയാത്തവണ്ണം ആ രഹസ്യസ്വർണ്ണശവപ്പെട്ടിയിൽ നിന്ന് എന്നെ പുറത്തെടുത്തപ്പോലെ എനിക്ക് തോന്നി.

അയാളുടെ ഈ വെളിപ്പെടുത്തലുകൾക്ക് നന്ദി പറയാൻ ഞാൻ കടയുടെ മുന്നിൽ അല്പനേരം നിന്നു. വിലകുറഞ്ഞ ലോഹങ്ങളെ വിലയേറിയവയാക്കി മാറ്റാൻ ഒരു 'അമൃതം' കണ്ടെത്താനുള്ള എന്റെ അപ്പൂപ്പന്റെ സ്വപ്നത്തെ ഞാൻ ഓർത്തെടുത്തു.

എന്റെ അപ്പൂപ്പന്റെ രഹസ്യക്കൂട്ട് തട്ടിയെടുത്ത് ഞങ്ങളെ ദരിദ്രരാക്കിയത് ഈ വയസ്സൻ കടക്കാരനാണോ ? ഞാൻ പിറുപിറുത്തു.

പിന്നീട്, വയസ്സൻ കടയുടമ സുന്ദരമായ ഒരു സൂട്ടും ധരിച്ചുകൊണ്ട് പുറത്തു വന്നു, എനിക്ക് അയാളെ തിരിച്ചറിയാൻ കഴിഞ്ഞതേയില്ല. ഈയം, ചെമ്പ്, സ്വർണ്ണം, വെള്ളി എന്നിവയാൽ മുഷിഞ്ഞ തന്റെ വസ്ത്രങ്ങൾ മാറ്റി ഭംഗിയുള്ള പട്ടുകൊണ്ടുള്ള ഈ സൂട്ടിലേയ്ക്ക് അയാൾ മാറിയതെങ്ങനെയെന്ന് എനിക്ക് മനസ്സിലായില്ല. അയാളോട് സംസാരിക്കാൻ വേണ്ടി ഞാൻ അയാളുടെ അടുത്തേയ്ക്കു നീങ്ങി. ആശ്ചര്യപ്പെട്ടെന്ന പോലെ, ഇതിനു മുൻപ് എന്നെ കണ്ടിട്ടില്ലെന്നോ അറിയില്ലെന്നോ അയാൾ നടിച്ചു.

എനിക്ക് ദേഷ്യം ആളിക്കത്താൻ തുടങ്ങുന്നുണ്ടായിരുന്നു. എന്നെ ഗൗനിക്കാതെ അയാൾ നേരെ നടന്നു പോയി.

'നശിച്ച അമൃത് കള്ളൻ.' ഞാൻ എന്നോട് തന്നെ പറഞ്ഞു.

മരണത്തിനു മുമ്പ് എന്റെ അപ്പൂപ്പന്റെ പക്കൽനിന്നും ആ കട വാങ്ങിയപ്പോൾ, രഹസ്യ പുസ്തകത്തോടൊപ്പം നിലവറയിൽ ഒളിപ്പിച്ച സ്വർണ്ണത്തിന്റെ നിധിയും ആ വയസ്സൻ കടയുടമ പിടിച്ചെടുക്കുകയായിരുന്നു എന്ന് എനിക്ക് സംശയലേശമന്യേ മനസ്സിലായി.

എന്നാലും ആ കടയുടമ ഉയർത്തിയ പ്രത്യാശയുടെ കിരണം എന്റെ സങ്കടത്തിൽനിന്നും മ്ലാനതയിൽ നിന്നും എന്നെ മോചിപ്പിച്ചു.

വർഷങ്ങളായി ഞാൻ മറന്നുപോയ സ്വർണ്ണത്തിന്റെ പ്രഭാപൂരം സങ്കൽപ്പിക്കാൻ അതെന്നെ പ്രേരിപ്പിച്ചു. ഒപ്പം എന്റെ അപ്പൂപ്പന്റെ 'അമൃത' ത്തിന്റെ ഗതകാല സ്മരണകൾ ഓർമയിലേക്ക് കൊണ്ടുവരികയും ചെയ്തു. കാലത്തിന്റെ പുരാവൃത്തം. !

7

ശമ്പളം

കഥ (അറബിക്) – ഡോ. ശിഹാബ് ഗാനെം

ഇംഗ്ലീഷ് പരിഭാഷ – ഡോ. ഇഫാത്ത് ജമീൽ ഖോഗീർ

ജോലി കഴിഞ്ഞ്, കടുത്ത വിഷാദാവസ്ഥയോടെ വൈകിയാണ് ഫറാ അന്ന് വീട്ടിലെത്തിയത്. വീട്ടിലെ സ്വീകരണമുറിയിൽ എത്തിയപ്പോൾ അവളുടെ ഉപ്പ അവളെ കണ്ടു, ടെലിവിഷൻ ഉണ്ടായിരുന്നു ആ മുറിയിൽ. അയാൾ അവളെ ഹ്രസ്വമായി അഭിവാദ്യം ചെയ്തു. തലേന്നു കണ്ടതിനേക്കാൾ എത്ര വ്യത്യസ്തമാണ് ഇന്ന് അവളുടെ മുഖമെന്ന് അയാൾ ശ്രദ്ധിച്ചു. 'ഇന്ന് എന്റെ മകളുടെ മുഖത്ത് ഒരു സന്തോഷവും ഇല്ലല്ലോ?' അയാൾ അനുകമ്പയോടെ ചോദിച്ചു. നിറഞ്ഞൊഴുകുന്ന കണ്ണുകളുമായി, മറുപടിയൊന്നും പറയാതെ ഫറ അവളുടെ മുറിയിലേക്ക് കയറി.

അയാൾ അവളുടെ പിന്നാലെ ചെല്ലാൻ ആലോചിച്ചു. പിന്നീട് മടിച്ചുകൊണ്ട് സ്വയം പറഞ്ഞു:

'കുറച്ച് നേരത്തേയ്ക്ക് അവളെ വെറുതെ വിടാം, എന്താണുണ്ടായതെന്നു പിന്നീട് നോക്കാം.'

മൂന്ന് മാസങ്ങൾക്കുമുമ്പ്, കോളജ് ഓഫ് എജ്യുക്കേഷനിൽ നിന്ന് മികച്ച മാർക്കോടെ ഫറ ബിരുദം നേടിയിരുന്നു. അവൾ ഒരു മാസം മുമ്പ് അയൽപക്കത്തെ പ്രാഥമിക വിദ്യാലയത്തിൽ, വിദ്യാഭ്യാസ മന്ത്രാലയത്തിനു കീഴിൽ ജോലി ചെയ്യാനും തുടങ്ങിയിരുന്നു. അവളുടെ ജീവിതത്തിലെ ആദ്യത്തെ ശമ്പളം കിട്ടിയ ദിവസമായിരുന്നു ഇന്ന്. വർഷങ്ങളോളമായി പകർന്നു നൽകിയ സ്നേഹത്തിനും പരിചരണത്തിനും വിദ്യാഭ്യാസത്തിനും നന്ദി സൂചകമായി ആ ശമ്പളം ഉമ്മയ്ക്ക് സമ്മാനമായി സമർപ്പിക്കാനും അവളുടെ പ്രാർത്ഥനകളും അനുഗ്രഹങ്ങളും നേടാനും ഫറ തീരുമാനിച്ചു. അവളുടെ ഉപ്പയ്ക്ക് വിലകൂടിയ ഒരു പെർഫ്യൂം, അവളുടെ വിദ്യാർത്ഥികൾക്കായി പഠന സഹായത്തിനുള്ള ചില സാധനങ്ങൾ, തനിക്കായി അല്ലറചില്ലറ മേക്കപ്പിനും മറ്റുമുള്ള സാ

ധനങ്ങൾ എന്നിവ വാങ്ങാൻ അവൾ വിചാരിച്ചു. തന്റെ നെറ്റിയിലെ വിയർപ്പ് കൊണ്ട് നേടിയ ആദ്യത്തെ ശമ്പളം ഉമ്മയ്ക്ക് നൽകാൻ ജോലിയിൽ പ്രവേശിക്കുന്നതിന് മുമ്പു തന്നെ അവൾ ചിന്തിച്ചിരുന്നു.

അന്ന് ബാങ്കിലെ ജോലി കഴിഞ്ഞ്, ശമ്പളം കവറിലാക്കി വാങ്ങിയ ശേഷം അവളത് തോളിലെ ബാഗിൽ വച്ചു. അവൾ ബാങ്കിനടുത്തുള്ള മാളിൽ പോയി, പെർഫ്യൂം കടയിൽ നിന്ന് ഉപ്പയ്ക്കായി ഒരു വലിയ കുപ്പി പെർഫ്യൂം തെരഞ്ഞെടുത്തു, പണം നൽകാനായി ബാഗിൽ തെരഞ്ഞപ്പോഴാണ് അവൾക്കു മനസ്സിലായത്, പണം വച്ച കവർ നഷ്ടപ്പെട്ടിരിക്കുന്നു!

അവളുടെ മനസ്സിടിഞ്ഞു പോയി. തലകറങ്ങുന്ന പോലെ. അവളുടെ കൈകൾ വിയർക്കുകയും കാലുകൾ തളരുകയും ചെയ്തു. ശപിക്കപ്പെട്ട സാത്താനിൽ നിന്ന് വിടുതൽ തേടി, അവൾ മാളിലെ സന്ദർശകരുടെ ഇരിപ്പിടങ്ങളുടെ അടുത്തുള്ള നീളമുള്ള തടി ബെഞ്ചിൽ ഇരുന്ന് വിശുദ്ധ ഖുറാനിലെ വാക്യങ്ങൾ ഉരുവിടാൻ തുടങ്ങി. ആരായിരിക്കും ആ കവർ തട്ടിയെടുത്തതെന്ന് ഓർമ്മിക്കുവാനോ സങ്കൽപ്പിക്കാനോ ശ്രമിച്ചു.

ശമ്പളം വാങ്ങുമ്പോൾ ബാങ്കിൽ ആരെങ്കിലും തന്നെ നോക്കിയിരുന്നോ? അതോ അറിയാതെ തന്നെ സമീപിച്ചിരുന്നോ? എന്നവൾ ഓർമിക്കാൻ ശ്രമിച്ചു, ഓർമ്മ കിട്ടുന്നില്ല. തോൾബാഗിൽ ആ കവർ വച്ചതിനു അവൾ സ്വയം കുറ്റപ്പെടുത്തി. ഒരു മാസത്തെ തന്റെ പ്രയത്നം ഒരു കള്ളന്റെ കൈകൊണ്ടു ആവിയായിപ്പോയല്ലോ എന്നും അതോടൊപ്പം ഉമ്മയുടെയും ഉപ്പയുടേയും സന്തോഷങ്ങൾക്കായുള്ള തന്റെ പദ്ധതികൾ ആ മാസത്തേയ്ക്കെങ്കിലും നശിച്ചല്ലോ എന്നും അവൾ ചിന്തിച്ചു.

ഉമ്മ അടുക്കളയിൽ ഉച്ചഭക്ഷണം തയ്യാറാക്കി കൊണ്ടിരിക്കുകയായിരുന്നു, ഫറാ വീട്ടിലേക്ക് കയറുന്നത് അവർ കണ്ടില്ല, അവൾ അവളുടെ മുറിയിലേയ്ക്ക് കയറിപ്പോകുന്നത് ഉപ്പ കണ്ടിരുന്നു. കുറച്ചു കഴിഞ്ഞപ്പോൾ ഉപ്പ ഫറയുടെ വാതിലിൽ മുട്ടുകയും, അവൾ വാതിൽ തുറക്കുകയും ചെയ്തു. അവളുടെ മുഖം മ്ലാനമായിരുന്നു. ഉപ്പ ആകാംഷയോടെ അവളോട് ചോദിച്ചു,

'എന്താ? എന്തെങ്കിലും കുഴപ്പം പറ്റിയോ?'

താൻ മോഷണത്തിന് ഇരയായ കാര്യം അവൾ ഉപ്പയോടു പറഞ്ഞു. അലോസരപ്പെട്ടുകൊണ്ട്, കള്ളന്മാരെ സൂക്ഷിക്കാത്തതിന് അയാൾ അവളോട് ചെറുതായൊന്നു പരിഭവിച്ചു. എന്നിട്ടു പറഞ്ഞു:

'ജീവനക്കാർക്ക് ശമ്പളം നൽകുന്ന സമയം ആകുമ്പോൾ, ചില

ബാങ്കുകളെ ചുറ്റിപ്പറ്റിനിന്ന് കള്ളന്മാർ ആളുകളെ നിരീക്ഷിക്കുകയും അവർ ശമ്പളമായി കിട്ടുന്ന പണം എവിടെ വയ്ക്കുന്നുവെന്ന് ശ്രദ്ധിക്കുകയും ചെയ്യും. എളുപ്പമുള്ള ഇരകളെ തെരഞ്ഞെടുത്ത്, ബാങ്കിന് പുറത്തേയ്ക്ക് വന്ന്, കവർ തട്ടിയെടുക്കാൻ എളുപ്പമുള്ള സ്ഥലം വരെ പിന്തുടരും. അതിനാൽ, പണം ഇനിമുതൽ ആരെങ്കിലും തട്ടിയെടുക്കാൻ പ്രയാസമുള്ള സ്ഥലത്ത് നീ സൂക്ഷിക്കണം, ഒപ്പം നമ്മളെ നിരീക്ഷിക്കുന്നവരെ ശ്രദ്ധിക്കുകയും വേണം.'

അപ്പോഴാണ് അവളുടെ ഉപ്പ രണ്ടു കഥകൾ ഓർത്തത്. ആദ്യത്തെ സംഭവം ലണ്ടനിലെ അയാളുടെ ഇളയ സഹോദരന് ഉണ്ടായതാണ്. ലണ്ടനിൽ അയാളുടെ സഹോദരൻ ബിരുദാനന്തരബിരുദത്തിന് പഠിക്കാൻ പോയതായിരുന്നു. വളരെയടുത്ത് കല്യാണം കഴിഞ്ഞു, ഭാര്യയോടൊപ്പമായിരുന്നു സഹോദരന്റെ താമസം. കോളേജ് തുടങ്ങിയ ദിവസങ്ങളിലൊന്നിൽ, പാഡിംഗ്ടൺ സ്റ്റേഷനിലെ ഒരു ബാങ്ക് ശാഖയിൽ നിന്ന് തന്റെ പ്രതിമാസ വിദ്യാർത്ഥി അലവൻസിന്റെ തുക വാങ്ങാൻ പോയതാണ്. മാസത്തിലെ ആദ്യ ഞായറാഴ്ചയായിരുന്നു. പണം കിട്ടിയപാടെ അത് കോട്ടിന്റെ പോക്കറ്റിൽ ഇട്ട്, അവൻ ബാങ്കിനു പുറത്തേക്കിറങ്ങി. ഒരു അറബ് വംശജൻ പെട്ടന്ന് അവന്റെ അടുക്കൽ വന്ന്, അറബ് രാജ്യങ്ങളിലൊന്നിൽ നിന്നുള്ള ഉച്ചാരണച്ചുവയോടെയും സ്നേഹത്തോടെയും അവനെ അഭിവാദ്യം ചെയ്തു.

'സഹോദരൻ അറബ് വംശജനാണോ ?'

'അതെ', ഇതു കേട്ടയുടെനെ, അയാൾ പെട്ടന്ന് അവനെ സമീപിച്ചു. ചിരിച്ചുകൊണ്ട് അവനെ അമർത്തി ആലിംഗനം ചെയ്തു.

'നിനക്ക് ദൈവം നല്ലതു വരുത്തട്ടെ, അറബ് രാഷ്ട്രത്തിനായി ഞാൻ ആശിക്കുന്നു, അറബ് ഐക്യത്തിനും.' എന്നിട്ട് അയാൾ വേഗത്തിൽ നടന്നകന്നു.

ഏതാനും നിമിഷങ്ങൾ കഴിഞ്ഞു, സഹോദരൻ വീട്ടാവശ്യങ്ങൾക്ക് സാധനങ്ങൾ വാങ്ങുന്നതിനായി പാഡിംഗ്ടൺ സ്റ്റേഷനിലെ ഒരു കടയിൽ കയറി. പണത്തിന്റെ കവർ നോക്കിയപ്പോഴാണ് അത് നഷ്ടപ്പെട്ടതായിക്കണ്ടത്. ആ സങ്കടകഥ തന്റെ വീട്ടുകാരോട് പറഞ്ഞപ്പോൾ 'അമ്മാവൻ കുറച്ചുകൂടി ശ്രദ്ധിക്കണമായിരുന്നു'വെന്ന് അന്നു മകൾ പ്രതികരിച്ചതും ഉപ്പ ഓർത്തു.

ഉപ്പ പറഞ്ഞ രണ്ടാമത്തെ കഥ ഇങ്ങനെയായിരുന്നു. ഒരു ടെലികമ്യൂണിക്കേഷൻ കമ്പനിയിലെ ജോലിയിൽ ഒരു മാസം പൂർത്തിയാക്കിയ ശേഷം, ആദ്യത്തെ ശമ്പളം ലഭിച്ചപ്പോൾ, അയാൾ, ശമ്പളം ലഭിച്ച അതേ

കവറിൽ മുഴുവൻ ശമ്പളവും വച്ച്, തന്റെ ജോലിയിൽ അനുഗ്രഹം നേടാനുള്ള സമ്മാനമാണെന്നും പറഞ്ഞു ഉമ്മയ്ക്ക് കൊടുത്തു. ഉമ്മ അവനോട് നന്ദി പറയുകയും അവനുവേണ്ടി പ്രാർത്ഥിക്കുകയും ചെയ്തു, പക്ഷേ ശമ്പളത്തിൽനിന്നു അല്പം പോലും എടുക്കാൻ അവൾ തയ്യാറായില്ല. അവൾ അവനോടു പറഞ്ഞു:

'ദൈവം നിന്നെ അനുഗ്രഹിക്കട്ടെ, നീ നിന്റെ സമ്പാദ്യം വർദ്ധിപ്പിക്കുക, നിന്റെ സ്ഥാനം ഉയർത്തുക, പണം ആവശ്യമെങ്കിൽ ഞാൻ നിന്നോട് പറയാം.'

ഉപ്പ എന്തൊക്കെയോ ആലോചിച്ചു കൊണ്ട് ഓഫീസിലേക്ക് പോയി. പിന്നീട് അയാൾ ഒരു കവർ എടുത്തു, അതിൽ മകളുടെ ശമ്പളത്തിന്റെ നേർ പകുതി നിക്ഷേപിച്ചു. അത് അടച്ച്, മകളുടെ മുറിയിലേക്ക് ചെന്ന് വാതിലിൽ മുട്ടി. വാതിൽ തുറന്നപ്പോഴും അവളുടെ മുഖത്തു വിഷാദഭാവം നിഴലിട്ടിരുന്നു. ഉപ്പ അവൾക്ക് കവർ സമ്മാനിച്ച് പറഞ്ഞു:

'ഇത് ഈ നഷ്ടപരിഹാരത്തിന്റെ പകുതിയാണ്, രണ്ടാം പകുതി നീ മനസ്സിലാക്കിയ പാഠവുമാണ്.'

8

എല്ലാം ശരിയാകും

കഥ (അറബിക്) – ഷൈമ അൽ മർസൂക്കി

ഇംഗ്ലീഷ് പരിഭാഷ – അബ്ദുൽ ഹക്കീം അൽ സുബൈദി

ക്ഷീണത്തിന്റെയും തളർച്ചയുടെയും എല്ലാ അടയാളങ്ങളും മുഖത്തു നിറച്ചാണ് അദ്ദേഹം വന്നത്. ക്ഷീണം അദ്ദേഹത്തെ പരമാവധി ബാധിച്ചിരുന്നു.

അദ്ദേഹം എന്റെ കിടക്കയുടെ അടുത്തെത്തി, എന്റെ മുഖം തുടച്ചു കൊണ്ട് പറഞ്ഞു :

നാളെ നിനക്ക് സ്കൂൾ ഉണ്ട്. നീ ഹോംവർക്ക് എല്ലാം ചെയ്തുകഴിഞ്ഞോ ?

കിടക്കയിൽ എഴുന്നേറ്റിരുന്നുകൊണ്ടു ഞാൻ അദ്ദേഹത്തോട് ഉത്തരം പറഞ്ഞു:

'ഉവ്വ്'

അദ്ദേഹം ചിരിച്ചുകൊണ്ട് പറഞ്ഞു.

'നീ മിടുക്കനാണ്, നീ മികവ് പുലർത്തും.'

തന്റെ അസ്തിത്വത്തേയും ജീവിതത്തേയും ബാധിച്ചിരിക്കുന്ന ദുരിതങ്ങൾ മറയ്ക്കാൻ ശ്രമിച്ചുകൊണ്ട് അദ്ദേഹം വീണ്ടും പുഞ്ചിരിച്ചു.

ഒട്ടു നിശബ്ദതയ്ക്ക് ശേഷം, അദ്ദേഹം പോകാൻ എഴുന്നേറ്റു; ഞാൻ ചോദിച്ചു :

'ഉപ്പാ, സുഖമാണോ?'

കണ്ണുകളിലെ സങ്കടം മറയ്ക്കാനുള്ള ശ്രമത്തിൽ അദ്ദേഹം എന്നെ നോക്കി ഒന്നുകൂടി വിടർന്നു ചിരിച്ചു. പക്ഷേ ആ കൃത്രിമസന്തോഷത്തിന്റെ വികാസത്തോടെ, അദ്ദേഹത്തെ സ്പർശിച്ചിരിക്കുന്ന ജീവിതശരത്കാലത്തിന്റെ വിടവുകൾ പ്രത്യക്ഷപ്പെട്ടു. അറിഞ്ഞും അറിയാതെയും കടന്നുപോകുന്ന സമയനഷ്ടം.

ഭിത്തിയിൽ ചാരികൊണ്ട് അദ്ദേഹം പറഞ്ഞു:

'ഇന്നു നല്ല സുഖം തോന്നുന്നുണ്ട്.'

തല കുലുക്കികൊണ്ട് അദ്ദേഹം എന്റെ നേർക്കും, കണ്ണുകളിലേയ്ക്കും നോക്കി

എല്ലാം ശരിയാണ്.

പ്രഭാതമായി. ഞാൻ എന്റെ സ്കൂളിലേക്ക് പോയി.മടങ്ങിവരുമ്പോൾ എല്ലാം വിറങ്ങലിച്ചും, വരണ്ടും, ക്രൂരവുമായി കാണപ്പെട്ടു. അമ്മയുടെ വിഷാദവും, മുഖത്ത് തളംകെട്ടിയ ദുഖവും കണ്ട് ഞാൻ അത്ഭുതപ്പെട്ടു. ഉപ്പ ഇരുന്നു പത്രം വായിക്കുന്നത് കണ്ടു.

ഞാൻ വാതിൽക്കൽ നിൽക്കുന്നത് കണ്ടപ്പോൾ, അദ്ദേഹം എന്നെ സ്വാഗതം ചെയ്ത് അടുത്തു പിടിച്ചിരുത്തി, സ്കൂളിലെ അന്നത്തെ വിശേഷങ്ങൾ തിരക്കുവാൻ തുടങ്ങി. സ്കൂൾ വിശേഷങ്ങളും എന്റെ പഠിത്തത്തിൽ അധ്യാപകർക്കുള്ള ആരാധനയും പറഞ്ഞശേഷം ഞാൻ ചോദിച്ചു:

'ഉപ്പയ്ക്ക് ഇന്നവധിയാണോ ?'

അദ്ദേഹം എന്നെ നോക്കി പുഞ്ചിരിച്ചു, ആ പുഞ്ചിരിയെ തടഞ്ഞുകൊണ്ട് ഞാൻ പറഞ്ഞു :

'ഉപ്പയ്ക്ക് അവധിയെടുക്കുന്നത് ഇഷ്ടമല്ലല്ലോ.'

അദ്ദേഹം കുറച്ചുനേരത്തേയ്ക്ക് മൗനിയായി. മുറിയിലേയ്ക്ക് പോകുന്നതാണ് നല്ലതെന്നു എനിക്ക് തോന്നി. പക്ഷെ എന്നെനോക്കിക്കൊണ്ട് അദ്ദേഹം പറഞ്ഞു:

'ഞാനിന്ന് എന്റെ ജോലി രാജി വച്ചു ; തീർച്ചയായും അവർ അതിൽ ഖേദിക്കുകയും ജോലിയിലേക്ക് മടങ്ങിവരാൻ എന്നോട് ആവശ്യപ്പെടുകയും ചെയ്യും.'

ഞാൻ തലകുലുക്കി. അദ്ദേഹത്തിന്റെ കണ്ണുകളിൽ നിന്ന് ദുഃഖം അണപൊട്ടിയിരുന്നു. കഠിനവും ദോഷകരവുമായ വേദന. അവരുടെ മോശം ചെയ്തികളെ പരാമർശിച്ചതുമൂലം, കമ്പനി തന്നെയാണ് അദ്ദേഹത്തെ പിരിച്ചുവിട്ടതെന്ന് വ്യക്തമായിരുന്നു.

സമയം കടന്നുപോയി. ഉപ്പയുടെ ശാരീരികാവസ്ഥ മോശമായിക്കൊണ്ടിരുന്നു. ഞാനും എന്റെ സഹോദരങ്ങളും സ്കൂളിൽ പോകുമ്പോൾ ഉപ്പ എല്ലാ ദിവസവും രാവിലെ ജോലി അന്വേഷിക്കാൻ പോകും. ഞങ്ങൾ മടങ്ങിയെത്തിയതിനു ശേഷമാണ് അദ്ദേഹം വരിക. ജോലിയൊന്നും ശരിയായിട്ടില്ല. തളർന്നാണ് അദ്ദേഹം മടങ്ങി വരുന്നത്. ചെലവുകൾ കാരണം കീശ കാലിയായിക്കൊണ്ടേയിരുന്നു. അതായത് കുറച്ച് ദിവസങ്ങൾക്കുള്ളിൽ താൻ പാപ്പരാവുമെന്നും മക്കൾക്ക് ഭക്ഷണം ഉണ്ടാവില്ലെന്നുമാണ് അതിനർത്ഥം. ഈ സമ്മർദത്തിൽ, സ്ഥിരമായ ചുമയുടെ കഷ്ടപ്പാട് കലർന്നുള്ള ഉപ്പയുടെ വിങ്ങിപ്പൊട്ടൽ ഞാൻ കേൾക്കാൻ

തുടങ്ങി. അദ്ദേഹത്തിന്റെ വേദന ദിനംപ്രതി വർദ്ധിക്കുകയാണ്. അതിൽ നിന്ന് പുറത്തുകടക്കാനുള്ള വഴികൾ ഒന്നുമില്ലാതെ അടഞ്ഞിരിക്കുന്നു. തങ്ങളുടെ വീട്ടുവാടക കൊടുക്കേണ്ട ദിവസം അടുത്തുവരുന്നതാണ് അദ്ദേഹത്തെ ഏറ്റവും ആശങ്കാകുലനാക്കുന്നത്. കയ്യിൽ നയാപൈസ ഇല്ലെന്നിരിക്കെ തങ്ങൾ ഏതുനിമിഷവും തെരുവിലേയ്ക്ക് വലിച്ചെറിയപ്പെട്ടേക്കാം.

ചതുപ്പിൽ വീണുകിടക്കുന്ന ഉപ്പയെ സഹായിക്കാൻ ഒരു പരിഹാരം ഞാൻ ആലോചിക്കേണ്ടിയിരിക്കുന്നു. അദ്ദേഹം കയറാൻ ശ്രമിക്കുന്നതിനനുസൃതമായി കൂടുതൽ താഴുകയാണ്. അദ്ദേഹത്തിന് ഒരു കൈ കൊടുത്ത് സുരക്ഷിതത്വത്തിലേക്ക് വലിച്ചു കയറ്റണം. പക്ഷേ എങ്ങനെ?

എന്താണൊരു പോംവഴി? എന്റെ സുഹൃത്ത് ഖാലിദ് ഒഴികെ ആരും എന്റെ മനസ്സിലേക്ക് വന്നില്ല, കാരണം അവൻ എപ്പോഴും എന്നോട് പറയാറുണ്ട് അവന്റെ ഉപ്പ ഒരു കമ്പനിയിലെ മാനേജരാണെന്ന്. ഞാൻ അവനോട് സംസാരിക്കാൻ തീരുമാനിച്ചു, എന്റെ ഉപ്പയ്ക്ക് അനുയോജ്യമായ ഒരു ജോലി കണ്ടെത്താൻ അവൻ അവന്റെ ഉപ്പയോട് പറഞ്ഞെങ്കിലോ.

പിറ്റേന്നു രാവിലെ, 'ഖാലിദ്' സ്കൂളിൽ വന്നപ്പോൾ, അവന്റെ ഉപ്പയെ ഞാൻ ആദ്യമായി കണ്ടു, കാറിൽ നിന്ന് ഇറങ്ങി, സ്കൂൾ പ്രിൻസിപ്പലിന്റെ ഓഫീസിലേക്ക് പോകുകയായിരുന്നു അദ്ദേഹം. ഞാൻ സുഹൃത്ത് ഖാലിദിനോടു ചോദിച്ചു:

'എന്തിനാ നിന്റെ ഉപ്പ സ്കൂളിൽ വന്നത്? അദ്ദേഹം അഡ്മിനിസ്ട്രേഷനിലേക്കാണല്ലോ പോയത്, എന്തെങ്കിലും പ്രശ്നമുണ്ടോ, ഖാലിദ്?'

'ഇല്ല; അദ്ദേഹം എല്ലാ മാസവും സ്കൂളിൽ വരും. എന്റെ പഠനകാര്യങ്ങളെക്കുറിച്ചും പുരോഗതിയെക്കുറിച്ചും അധ്യാപകരോട് അന്വേഷിക്കാൻ.'

'ഓഹോ, എനിക്കൊന്നു നിന്റെ ഉപ്പയെ കാണണം.'

ശരി, പോകുന്നതിനുമുമ്പ് നിന്നെ ഞാൻ പരിചയപ്പെടുത്താം.

ഞാനവനെ സന്തോഷത്തോടെ നോക്കി, എന്നിട്ടു പറഞ്ഞു.

'നന്ദി ഖാലിദ്, ഇതൊരു നല്ല അവസരമാണ്.'

'എന്തിനുള്ള അവസരം? എന്റെ ഉപ്പയെക്കുറിച്ച് അറിയാൻ നിനക്ക് ഇത്ര താല്പര്യം ഉണ്ടെന്ന് ഞാൻ അറിഞ്ഞിരുന്നെങ്കിൽ, നിന്നെ ഞാൻ വീട്ടിലേയ്ക്ക് ക്ഷണിക്കുമായിരുന്നല്ലോ.'

'ഇതും നല്ലതാണ്' അവനെ നോക്കിക്കൊണ്ടു ഞാൻ പറഞ്ഞു.

ഞാൻ ഖാലിദുമായി സംസാരിച്ചു കൊണ്ടിരിക്കുമ്പോൾ, അവന്റെ ഉപ്പ പുറത്തേക്ക് വന്നു. ഖാലിദ് അവന്റെ ഉപ്പയുടെ അടുത്തേക്ക് ഓടി. എന്നിട്ട് എന്റെ നേരെ ചൂണ്ടിക്കാണിച്ചു. ഞാൻ ഓടി അടുത്തു ചെന്ന

യുടനെ അബു ഖാലിദ് എന്നെ ആവേശത്തോടെ എന്നെ സ്വാഗതം ചെയ്തു. അവൻ എന്റെ കൈ പിടിച്ച് പറഞ്ഞു :

'ഖാലിദ് എപ്പോഴും നിന്നെക്കുറിച്ച് പറയും. നീ പഠനത്തിലും കഠിനാധ്വാനത്തിലും മിടുക്കനാണ്. അദ്ദേഹത്തിന്റെ പ്രശംസ എനിക്കിഷ്ടമായി. ഞാൻ അവസരം നഷ്ടപ്പെടുത്തിയില്ല,' ഞാൻ അദ്ദേഹത്തോട് പറഞ്ഞു:

'നന്ദി സർ. ഖാലിദ് എനിക്ക് ഒരു സഹോദരനെപ്പോലെയാണ്, ഞാൻ അവനെ വളരെയധികം സ്നേഹിക്കുന്നു. എനിക്ക് നിങ്ങളോട് ഒരു കാര്യം സംസാരിക്കാനുണ്ട്, ദയവായി കേൾക്കൂ.'

എന്റെ ഗൗരവസ്വരത്തിൽ അദ്ദേഹം ഒന്ന് പകച്ചെങ്കിലും ചിരിച്ചുകൊണ്ട് പറഞ്ഞു:

'പറയൂ മോനെ, ഒരു കുഴപ്പവുമില്ല, ദൈവം അനുഗ്രഹിക്കട്ടെ.'

'കുഴപ്പമൊന്നുമില്ല, അങ്കിൾ, എന്റെ ഉപ്പയെക്കുറിച്ചാണ്.'

അദ്ദേഹം എന്നെ തടഞ്ഞുകൊണ്ട്, ഉത്കണ്ഠയോടെ ചോദിച്ചു :

'ഉപ്പയ്ക്കെന്തുപറ്റി ? എന്തെങ്കിലും മോശമായി സംഭവിച്ചോ ?'

'ഇന്നേക്ക് ഏകദേശം ഇരുപത് ദിവസം മുമ്പ് അദ്ദേഹത്തെ ജോലിയിൽ നിന്ന് പുറത്താക്കി, പുതിയ ജോലി അന്വേഷിച്ച് അദ്ദേഹം എല്ലാ ദിവസവും പോകുന്നുണ്ട്. പക്ഷേ ഫലമുണ്ടായിട്ടില്ല. ആരോഗ്യവും വഷളാകാൻ തുടങ്ങിയിരിക്കുന്നു'.

'അബു ഖാലിദ്' ഒന്നു ഞെട്ടുകയും അമ്പരക്കുകയും ചെയ്തു. ഞാൻ പറഞ്ഞു:

'ഉപ്പയ്ക്ക് ഒരു പുതിയ ജോലി കണ്ടെത്താൻ താങ്കൾ സഹായിച്ചാൽ ഞാൻ താങ്കളോട് വളരെ നന്ദിയുള്ളവനായിരിക്കും.'

അദ്ദേഹം തലയാട്ടികൊണ്ട് വാച്ചിലേക്ക് നോക്കി. എന്നിട്ടു പറഞ്ഞു.

'ദൈവം തയ്യാറാണെങ്കിൽ നടക്കട്ടെ. ഞാൻ നോക്കാം, എന്നിട്ടു ഫലം ഖാലിദിനെ അറിയിക്കാം.'

അദ്ദേഹം സ്കൂളിൽനിന്നും പോയി.

ഒന്നാം പീരിയഡ് ആരംഭിച്ചു, പക്ഷേ സത്യത്തിൽ ഞാൻ അബു ഖാലിദിനെക്കുറിച്ചാണ് ആലോചിച്ചത്. അദ്ദേഹം ഇക്കാര്യം ഗൗരവത്തോടെ എടുത്തതായി എനിക്ക് തോന്നിയില്ല. ആത്മവിശ്വാസം വരുന്ന രീതിയിൽ എനിക്ക് വാഗ്ദാനം തരികയോ ഉത്സാഹം കാണിക്കുകയോ ചെയ്തില്ല. ക്ലാസിനിടയിലും എന്റെ ഉപ്പയ്ക്ക് ജോലിക്കായി ഒരു വഴി കണ്ടെത്തുന്നതിനെക്കുറിച്ചുള്ള ചിന്തയിൽ ഞാൻ പൂർണ്ണമായും മുഴുകി. കൂട്ടുകാരെല്ലാം പ്രഭാതഭക്ഷണത്തിനായി പുറത്തുപോയപ്പോഴും ഒരു പരിഹാരത്തെക്കുറിച്ച് ആലോചിച്ചുകൊണ്ട് ഞാൻ ക്ലാസിൽ ഇരിക്കുകയാ

യിരുന്നു.

ഈ സമയത്ത്, സ്കൂൾ പ്രിൻസിപ്പൽ ചില അധ്യാപകരോടൊപ്പം ക്ലാസ് മുറിയിലേക്ക് കയറിവന്നു. ക്ലാസിലെ ചില മാറ്റങ്ങൾ അവർക്ക് വിശദീകരിക്കുന്നുണ്ടായിരുന്നു അദ്ദേഹം. എന്നെ കണ്ടതും ആശ്ചര്യപ്പെട്ടുകൊണ്ട് അദ്ദേഹം ചോദിച്ചു:

'എന്താ നീ കൂട്ടുകാരോടൊപ്പം പ്രഭാതഭക്ഷണത്തിന് പോയില്ലേ ?'

ഞാൻ എഴുന്നേറ്റു. അദ്ദേഹത്തിനടുത്തേയ്ക്ക് ചെന്ന് പറഞ്ഞു:

'ഞങ്ങളുടെ വീട്ടിലെ ഒരു പ്രശ്നത്തെക്കുറിച്ച് ആലോചിക്കുകയാണു സർ ഞാൻ.'

അദ്ദേഹം തന്റെ കൂടെയുണ്ടായിരുന്ന ഒരു സാമൂഹ്യ പ്രവർത്തകനെ നോക്കിക്കൊണ്ട് എന്നോടു പറഞ്ഞു.

'പ്രശ്നമോ ? വിഷമിക്കേണ്ട, ഇതാണ് മിസ്റ്റർ അഹമ്മദ്. അദ്ദേഹം ആ സാമൂഹിക പ്രവർത്തകനെ ചൂണ്ടിക്കാണിച്ചു. 'നീ നേരിടുന്ന പ്രശ്നം പരിഹരിക്കുക എന്നതാണ് ഇദ്ദേഹത്തിന്റെ ജോലി. നീ ഇപ്പോൾ പ്രഭാതഭക്ഷണം കഴിയ്ക്ക്. എന്നിട്ടു ഇദ്ദേഹത്തിന്റെ ഓഫീസിലേക്ക് ചെല്ലൂ.'

ഞാൻ ഈ അവസരം ശരിക്കും ഉപയോഗിച്ചു :

'ഇല്ല, ആർക്കെങ്കിലും എന്റെ പ്രശ്നം പരിഹരിക്കാൻ കഴിയുമെങ്കിൽ, അത് താങ്കൾക്കു മാത്രമാണ്; മിസ്റ്റർ അഹമ്മദ്' ഞങ്ങളെ സഹായിക്കുമെങ്കിലും !'

പ്രിൻസിപ്പലും അധ്യാപകരും ചിരിച്ചുകൊണ്ട് പറഞ്ഞു:

'ദൈവം നിന്നെ അനുഗ്രഹിക്കട്ടെ, നിന്റെ വാക്സാമർഥ്യം ഈ പ്രായത്തിനും പഠനത്തിനും ചേർന്നതല്ല. നിന്റെ പേരെന്താണ്?'

'എന്റെ പേര് താരിഖ് എന്നാണു സർ.'

'ശരി, താരിഖ്, പ്രഭാതഭക്ഷണത്തിന് പോകൂ ആദ്യം. എന്നിട്ട് എന്റെ ഓഫീസിലേക്ക് വരൂ.'

ഞാൻ അദ്ദേഹത്തോടു നന്ദി പറഞ്ഞു. എന്റെ കണ്ണുകളിൽ ആനന്ദാശ്രുക്കൾ നിറഞ്ഞു .

'ശരി, തീർച്ചയായും.'

ഞാൻ പിന്നീട് അദ്ദേഹത്തിന്റെ ഓഫീസിലേയ്ക്ക് പോയി. ഓഫീസിൽ എത്തിയപ്പോൾ പ്രിൻസിപ്പൽ എന്നെ കണ്ടു, അദ്ദേഹം എന്റെ നേരെ കൈ ചൂണ്ടി. ഞാൻ അദ്ദേഹത്തിന്റെ അടുത്തേക്ക് ഓടി. അദ്ദേഹം എന്നോട് ഇരിക്കാൻ ആവശ്യപ്പെട്ടു, എന്നിട്ട് പുഞ്ചിരിച്ചുകൊണ്ട് പറഞ്ഞു:

'ശരി, എന്താണ് നിന്റെ പ്രശ്നം?'

'എന്റെ ഉപ്പയെക്കുറിച്ചാണു സർ.'

അദ്ദേഹം ഇടയിൽക്കയറി.

'അദ്ദേഹത്തിനു മോശമായി ഒന്നും സംഭവിച്ചില്ലെന്നു ഞാൻ കരുതുന്നു?'

'ഉപ്പയെ ജോലിയിൽ നിന്ന് പിരിച്ചുവിട്ടു, അദ്ദേഹത്തിന് ജോലിയില്ലാതെയായിട്ടു കുറച്ചായി. ദിവസേന അന്വേഷിക്കുന്നുണ്ടെങ്കിലും ജോലി കണ്ടെത്താൻ കഴിഞ്ഞിട്ടില്ല. അദ്ദേഹത്തിന്റെ ശാരീരികാവസ്ഥയും വഷളാകാൻ തുടങ്ങിയിട്ടുണ്ട്. ഉപ്പയ്ക്ക് എന്തെങ്കിലും മോശം സംഭവിക്കുമെന്ന് ഞാൻ ഭയപ്പെടുന്നു. അദ്ദേഹത്തിന് ഒരു ജോലി കണ്ടെത്താൻ ഞങ്ങളെ സഹായിക്കാമോ?

പ്രിൻസിപ്പൽ അത്ഭുതം കൂറി. ഒരു പുഞ്ചിരിയോടെ പറഞ്ഞു:

'ഇവിടെ നമുക്ക് ഒരൊഴിവുണ്ടെന്ന് ഏതെങ്കിലും അധ്യാപകർ നിന്നോട് പറഞ്ഞിട്ടുണ്ടോ?'

'ഇല്ല, സർ, അദ്ദേഹത്തിനു സ്കൂളിൽ ജോലി വേണമെന്നല്ല ഞാൻ ഉദ്ദേശിച്ചത്. ഉപ്പയ്ക്ക് ജോലി കണ്ടെത്താൻ പറ്റിയ ഏതെങ്കിലും സ്ഥലം താങ്കൾക്കറിയാമെങ്കിൽ...'

അദ്ദേഹം ചിരിച്ചുകൊണ്ട് പറഞ്ഞു:

'താരിഖ്, നിന്റെ ഉപ്പയ്ക്കു പറ്റിയ ഒരു ഒഴിവുണ്ടിവിടെ.'

'സത്യമാണോ സർ ?'

'അതെ സത്യമാണ്; അതിനെക്കുറിച്ച് ഞാൻ നിന്റെ ഉപ്പയെ വിളിച്ചു അറിയിക്കണോ, അതോ നീ പറയുമോ ?'

'താങ്കൾ വിളിക്കുന്നതാണ് നല്ലത് സർ.'

'നിന്റെ ബുദ്ധിയും വാഗ്ചാതുര്യവും നിന്റെ പ്രായത്തേക്കാൾ മികച്ചതാണെന്ന് ഞാൻ നിന്നോട് പറഞ്ഞില്ലേ? താരിഖ്, നിന്നെപ്പോലെ ഒരു മകനെ വളർത്തിയെടുക്കുന്ന ഒരുപ്പ ഏറെ ബഹുമാനം അർഹിക്കുന്നു.'

ഈ സമയത്ത് ഞാൻ പൊട്ടിക്കരഞ്ഞത് എന്തുകൊണ്ടാണെന്ന് എനിക്ക് മനസ്സിലായില്ല. പ്രിൻസിപ്പൽ എണീറ്റു വന്ന് എന്റെ മുതുകിൽ തലോടി. തുടർന്ന് ഞാൻ അദ്ദേഹത്തിന്റെ ഓഫീസിൽനിന്നും ഇറങ്ങി.

ഞാൻ വീട്ടിലെത്തിയപ്പോൾ അമ്മയ്ക്കും സഹോദരങ്ങൾക്കും ഒപ്പം ഉപ്പ ഇരിക്കുകയായിരുന്നു. അദ്ദേഹം എന്നെ ഊഷ്മളമായി സ്വീകരിച്ചു, ഞാൻ ഇരുന്ന ഉടൻ അദ്ദേഹം പറഞ്ഞു:

'നീ ഒട്ടും പ്രതീക്ഷിക്കാത്ത ഒരു സർപ്രൈസ് ഉണ്ട് താരിഖ്'

ഞാൻ അദ്ദേഹത്തോട് ചോദിച്ചു:

'എന്താണ് ?'

‘ഇന്നെനിക്ക് ഒരാളിൽ നിന്നും ഒരു ഫോൺകോൾ ഉണ്ടായിരുന്നു, അവർക്കുവേണ്ടി ജോലി ചെയ്യാൻ ആരെയെങ്കിലും ശുപാർശ ചെയ്യാമോ എന്നാണു ചോദിച്ചത്. എന്നെ വിളിച്ചത് ആരാണെന്ന് പറഞ്ഞാൽ നീ വിശ്വസിക്കുമോ?’

‘ആരാണ് ഉപ്പയെ വിളിച്ചത്?’

‘നിങ്ങളുടെ സ്കൂളിലെ പ്രിൻസിപ്പലാണ് വിളിച്ചത്. അവിടെ ഒരു ഒഴിവുണ്ടെന്നും ജോലി അന്വേഷിക്കുന്ന ആരെയെങ്കിലും അറിയുമോ എന്നും ചോദിച്ചു, നല്ല ശമ്പളവും കുറഞ്ഞ ജോലി സമയവും.’

‘അസ്സലായി, എന്നിട്ട് എന്ത് പറഞ്ഞു ?’

‘നിനക്കെന്തു തോന്നുന്നു?’ ഞാൻ എന്നെത്തന്നെ നാമനിർദ്ദേശം ചെയ്തു.

‘ മികച്ചത്, അപ്പോൾ ഇനി നമ്മൾ ഒരുമിച്ച് സ്കൂളിലേക്ക് പോകും.’

‘നിൽക്ക്, താരിഖ്, അത്ഭുതം ഇനിയുമുണ്ട്.’

‘എന്ത്? ദയവായി എന്നോട് പറയൂ.’

‘നിനക്ക് വിശ്വസിക്കാനാകുമോ, ഈ ജോലിക്ക് സ്കൂളിനോട് ചേർന്ന് ഒരു താമസസ്ഥലവും ഉണ്ട്.’

‘അത് സാധ്യമാണോ ഉപ്പാ?’

‘അതെ, ഞാൻ സ്കൂളിന്റെ വാച്ച്മാൻ ജോലിയിലാണ് കയറുന്നത്. അവിടെ സൗജന്യവും വിശാലവുമായ താമസസൗകര്യമുണ്ട്, അതായത് ഇനി മുതൽ നമുക്ക് അവിടെ താമസിക്കാം, വാടക നൽകാതെ തന്നെ.’

എനിക്ക് എന്നെ നിയന്ത്രിക്കാനായില്ല, ഞാൻ കരഞ്ഞു, പക്ഷേ എന്റെ ഉമ്മയും സഹോദരങ്ങളും സന്തോഷത്തോടെയും അതിരറ്റ ആഹ്ലാദത്തോടെയും ചിരിച്ചുകൊണ്ടിരുന്നു. ഉപ്പ എഴുന്നേൽക്കുകയും എന്നെ കെട്ടിപ്പിടിച്ച് ഇങ്ങനെ പറയുകയും ചെയ്തു.:

‘സന്തോഷക്കൂടുതൽ കൊണ്ട് ഞാനും കുറേ നേരം കരഞ്ഞു, എല്ലാം ശരിയാകും, താരിഖ്, എല്ലാം ശരിയാകും.’

ഞാൻ ഉപ്പയെ നോക്കി പറഞ്ഞു:

‘ഉപ്പയ്ക്കറിയാമോ, ‘എല്ലാം ശരിയാകും’ എന്ന ഈ വാചകം ഉപ്പയുടെ നാവിൽ നിന്ന് അപ്രത്യക്ഷമായപ്പോൾ മുതൽ, ഇനിയത് കേൾക്കില്ലല്ലോ എന്നോർത്ത് എനിക്ക് ഉപ്പയെക്കുറിച്ച് ആധിയായിരുന്നു.

ഉപ്പ പുഞ്ചിരിച്ചു. എന്നെ സംബന്ധിച്ചിടത്തോളം എന്റെ ചിരി കണ്ണുനീരിൽ ഇടകലർന്നു, അത് എന്റെ സന്തോഷകരമായ ജീവിതത്തിലെ ഒരു പുതിയ താൾ ആയിരുന്നു.

9

ഉദാരമനസ്കനായ മനുഷ്യൻ

കഥ (അറബിക്)– അബ്ദുൽ ഹക്കീം അൽ സുബൈദി

ഇംഗ്ലീഷ് പരിഭാഷ– അബ്ദുൽ ഹക്കീം അൽ സുബൈദി

റഷീദ് സോഫയിൽ കിടന്ന് ടിവി കാണുമ്പോഴാണ് മൊബൈൽ ഫോൺ ശബ്ദിച്ചത്. അടുത്ത സുഹൃത്തായ സലീമിന്റെ പേര് സ്ക്രീനിൽ തെളിഞ്ഞു. തിരക്കിലാണെന്നു കാണിക്കാൻ ഫോൺ അൽപ്പനേരം ശബ്ദിക്കാൻ റഷീദ് അനുവദിച്ചു. അവന്റെ സംഭാഷണം ഇഷ്ടമായതു കൊണ്ടുതന്നെ, ഇങ്ങനെ കളിയാക്കുന്നത്, അവൻ വിളിക്കുമ്പോഴെല്ലാം റഷീദിനു പതിവാണ്.

'നീ എവിടെയായിരുന്നു? മറുപടിയില്ലാതെ ഒരു മണിക്കൂറായല്ലോ ഫോൺ റിംഗ് ചെയ്യുന്നു.'

'ഇരുപതു സെക്കൻഡിനുശേഷം ആരും മറുപടി നൽകിയില്ലെങ്കിൽ എന്റെ ഫോൺ കോളുകൾ കട്ട് ചെയ്താൽ അത് എങ്ങനെ നടക്കും.'

റഷീദ് പുഞ്ചിരിച്ചുകൊണ്ടു പറയും. സലീമിന്റെ നർമം ഇഷ്ടപ്പെടുന്നതുകൊണ്ട് അവനോടു ഇടയ്ക്കിടെ സംസാരിക്കാൻ റഷീദിന് താല്പര്യമാണ്. ബാല്യകാല സുഹൃത്തും, അൽഐൻ നഗരത്തിലെ, അൽ കുവൈറ്റത്ത് ഗ്രാമവാസിയുമാണ് അവൻ.

തങ്ങളുടെ പതിവ് അഭിവാദ്യങ്ങൾക്കു ശേഷം സലിം പറഞ്ഞു.

'നോക്ക്, ഈ പുതിയ വാർത്ത നീ കേട്ടോ?'

പുതിയ എന്തോ തമാശ കേൾക്കാൻ പ്രതീക്ഷിച്ചിരുന്നതിനാൽ റഷീദ് പുഞ്ചിരിയോടെ മറുപടി പറഞ്ഞു:

'ഇല്ല'.

സലിം പറഞ്ഞു:

'ജാസ്മിനെക്കുറിച്ച്.'

അൽഐൻ നഗരവാസിയും അബുധാബിയിൽ താമസക്കാരനുമായ അവൻ അറബ് എമിരേറ്റ്സ് യൂണിവേഴ്സിറ്റിയിലാണ് പഠിക്കുന്നത്. അവരുടെ സഹപാഠി. റഷീദ് ആശങ്കയോടെ ചോദിച്ചു :

'അവനു എന്ത് പറ്റി'?

സലിം ഉറക്കെ ചിരിച്ചുകൊണ്ട് പറഞ്ഞു:

'അവൻ ഇന്ന് രാത്രി നമ്മളെ അത്താഴത്തിന് ക്ഷണിക്കുകയാണ്'

റഷീദ് ഒരു ദീർഘമായി നിശ്വസിച്ചു, എന്നിട്ടു പറഞ്ഞു.

'നീയെന്നെ പേടിപ്പിച്ചു കളഞ്ഞല്ലോ. അവന് എന്തോ മോശമായി സംഭവിച്ചുവെന്ന് ഞാൻ കരുതി. അത്താഴത്തിനു വിളിക്കുന്നതിൽ എന്താണു തെറ്റ്'?

'നിനക്കതെങ്ങനെ പറയാൻ കഴിയും: അതിൽ എന്താണ് തെറ്റ്? ഞാൻ പറഞ്ഞു. അവൻ ഇന്ന് രാത്രി അത്താഴത്തിന് നമ്മളെ ക്ഷണിക്കുന്നു, അതിൽ എന്താണ് തെറ്റ് '?

റഷീദ് മറുപടി പറഞ്ഞു: 'ഞാൻ അതിൽ ഒരു കുഴപ്പവും കാണുന്നില്ല. അവൻ വളരെ കരുണയുള്ളവനാണ്. അവൻ നമ്മളെ അവസാനമായി അത്താഴത്തിനു വിളിച്ചത് നീ ഓർക്കുന്നുണ്ടോ?'

സലീം പറഞ്ഞു. 'ഇല്ലല്ലോ, ഞാൻ ഓർക്കുന്നില്ല.'

'അഞ്ചു കൊല്ലം മുൻപ് അവൻ യൂണിവേഴ്സിറ്റിയിൽ നിന്ന് ബിരുദം നേടിയപ്പോൾ,'

റഷീദ് ചിരിച്ചുകൊണ്ടു ചോദിച്ചു :

'ഇന്ന് രാത്രി എന്താ സംഭവം? നമ്മളെ അറിയിക്കാതെ അവൻ മാസ്റ്റർ ബിരുദം നേടിയോ ?'

കള്ളച്ചിരിയോടെ സലിം പറഞ്ഞു:

'അവൻ മാസ്റ്റർ ബിരുദത്തിനു പഠിക്കുന്നുണ്ടോ ?'

'പിന്നെന്താ ?'

'എനിക്കറിയില്ല.'

'അതല്ല പ്രശ്നം, അവൻ നമ്മളെ വിളിക്കുന്ന സ്ഥാനം ഓർത്താണ്.'

'അതൊരു വിലകുറഞ്ഞ ഇന്ത്യൻ റെസ്റ്റോറന്റ് ആയിരിക്കുമോ.'

'അത് അൽ ഐൻ ഹിൽട്ടൺ ആണ്.', സലിം വിശദീകരിച്ചു.

'എനിക്ക് വിശ്വസിക്കാൻ കഴിയുന്നില്ല, ഈ ലോകത്തിനു എന്തുപറ്റി?' റഷീദ് ആശ്ചര്യത്തോടെ പറഞ്ഞു.

'വിചിത്രമായ എന്തോ നടക്കുന്നുണ്ടെന്ന് ഞാൻ നിന്നോട് പറഞ്ഞിട്ടില്ലേ?'

റഷീദ് ചോദിച്ചു. 'അവൻ എപ്പോഴാണ് അൽ ഐനിൽ എത്തിയത്?'

'എനിക്കറിയില്ല, നമുക്ക് ഇന്ന് കണ്ടുപിടിക്കാം അത്. ഞാൻ ഒരു പത്തു മിനിറ്റ് കഴിയുമ്പോൾ നിന്റെ വീട്ടിലെത്താം, നമുക്ക് ഒരുമിച്ചു പോകാം.' സലിം പറഞ്ഞു.

എന്നാൽ ഞാൻ കാത്തിരിക്കാം, നന്ദി പറഞ്ഞുകൊണ്ട് റഷീദ് ഫോൺ സംഭാഷണം അവസാനിപ്പിച്ചു.

പത്തുമിനിറ്റായില്ല, സലീം റഷീദിന്റെ വീട്ടിലെത്തി. അവർ താമസിക്കുന്ന അൽകുവൈറ്റത്ത്നു സമീപമുള്ള അൽഐൻ ഹിൽട്ടണിലേക്ക് അവർ ഒരുമിച്ചു നടന്നു. യാത്രയിലുടനീളം അവർ ജാസിമിന്റെ പിശുക്കിനെപ്പറ്റി പറഞ്ഞുകൊണ്ടേയിരുന്നു. ജാസിം അൽഐനിൽ തങ്ങളെ കാണാൻ വരുമ്പോഴെല്ലാം അവർ അവനെ ഒരു റെസ്റ്റോറന്റിൽ അത്താഴത്തിനു ക്ഷണിക്കാറുണ്ടായിരുന്നു. ബില്ലടയ്ക്കുന്നതിനെക്കുറിച്ചു സലീമും റഷീദും തർക്കിക്കുമ്പോഴും ജാസിം മിണ്ടാതെയാവും ഇരിക്കുക. ഒരിക്കലും അവൻ പണം അടച്ചിട്ടില്ല. ജാസിം അതിഥിയാണെന്നും അതിനാൽ പണം നൽകേണ്ടതില്ലെന്നും അവനുവേണ്ടി റഷീദ് വാദിക്കാറുണ്ടായിരുന്നു. ഒന്നില്ലെങ്കിലും അവൻ പണം അടയ്ക്കാൻ സന്നദ്ധനാണ് എന്ന് അവനു നടിക്കുകയെങ്കിലും ചെയ്തുകൂടേ എന്നായിരുന്നു സലീമിന്റെ വാദം.

ഹോട്ടലിലെത്തിയപ്പോൾ അവർ റിസിപ്ഷനിൽ ചെന്ന് ജാസിമിന്റെ മുറി ചോദിക്കുകയും അങ്ങോട്ട് നടക്കുകയും ചെയ്തു. എഞ്ചിനീയർ ഹമദ് എന്ന് പരിചയപ്പെടുത്തിയ ഒരാളോടൊപ്പം ജാസിം ഇരിക്കുന്നുണ്ടായിരുന്നു അവിടെ.

അഭിവാദ്യം ചെയ്ത ശേഷം, താൻ ഇന്നലെ എത്തിയെന്നും തന്റെ സഹപ്രവർത്തകനോടൊപ്പം യാത്ര ചെയ്യുകയായിരുന്നെന്നും ജാസിം അവരോടു പറഞ്ഞു. നിമിഷങ്ങൾ കഴിഞ്ഞപ്പോൾ ഒരു വെയ്റ്റർ കതകിൽ മുട്ടുകയും ഭക്ഷണം കൊണ്ടുവന്നു മേശപ്പുറത്തു വയ്ക്കുകയും ചെയ്തു. സലീം ഭക്ഷണത്തിലേയ്ക്ക് നോക്കി. ഹമദ് കൂടെയുള്ളതുകൊണ്ട് എന്താണ് ഈ അത്താഴത്തിന്റെ അവസരം എന്ന് ചോദിക്കാൻ അവൻ മെനക്കെട്ടില്ല. എന്നാലും കളിയാക്കാക്കിക്കൊണ്ടു അവൻ പറഞ്ഞു.

'എന്തിനാ ഇത്രയും അധികം ഭക്ഷണം നീ വരുത്തിയത്? ഇതിന്റെ പകുതി മതിയാകുമായിരുന്നല്ലോ.'

ജാസിം ചിരിച്ചുകൊണ്ട് പറഞ്ഞു.

'വിഷമിക്കേണ്ട, ഇതെല്ലാം സർക്കാർ ചെലവിലാണ്.'

അത്ഭുതത്തോടെ സലിം ചോദിച്ചു;

'സർക്കാർ നിന്റെ അതിഥികൾക്കും ചെലവ് ചെയ്യുന്നുണ്ടോ ?'

'ഒരിക്കലുമില്ല, രണ്ടാൾക്കുള്ള ഭക്ഷണം ആണത്, പക്ഷെ നമുക്ക് നാലുപേർക്കും കഴിക്കാൻ തികയും.' ജാസിം പറഞ്ഞു.

അവർ നാലുപേരും ഡൈനിംഗ് ടേബിളിനു ചുറ്റും ഇരുന്നു, പരസ്പരം

വർത്തമാനവും കളിതമാശകളുമായി ഭക്ഷണം കഴിക്കാൻ തുടങ്ങി.

സുഹൃത്തുക്കളുടെ പ്ലേറ്റുകളിലേക്ക് വീണ്ടും വീണ്ടും ഭക്ഷണം വിളമ്പുകയായിരുന്നു ജാസിം. 'മതി, മതി' എന്ന് അവർ പറയുന്നതിനിടെ ജാസിം പറഞ്ഞു:

'കഴിക്ക് കൂട്ടുകാരെ, അല്ലെങ്കിൽ ഇത് മുഴുവൻ അവർ ചവറ്റുകൂനയിലേയ്ക്ക് എറിയും.'

സലീമിന് കുറച്ചു ദേഷ്യം വന്നു.

'അത് നിനക്കെങ്ങനെ അറിയാം ?'

'ഞാനത് ഇന്നലെ രാത്രി എന്റെ കണ്ണുകൾ കൊണ്ട് കണ്ടതാണ്.' ജാസിം വിശദീകരിച്ചു:

'എനിക്കത് സഹിച്ചില്ല, അതുകൊണ്ടാണ് ഇന്ന് ഞാൻ നിങ്ങളെയും കൂടി വിളിച്ചത്, നിങ്ങളും കഴിച്ചുകഴിഞ്ഞാൽ ഭക്ഷണം ചവറ്റുകൂനയിലേയ്ക്ക് എറിയണ്ടല്ലോ.'

സലീമിന് ഭക്ഷണം തൊണ്ടയിൽ കുടുങ്ങിയപോലെ തോന്നി. വിഴുങ്ങാൻ പറ്റുന്നില്ല. കണ്ണുകൾ തുറിച്ചു വന്നു.

റഷീദ് അവന്റെ പുറത്തു തട്ടി. ഭക്ഷണം തൊണ്ടയിൽനിന്നു ഇറങ്ങിയ പോലെ തോന്നി. സലീമിന് സമാധാനമാവുകയും, ദൈവത്തിനു നന്ദി പറഞ്ഞുകൊണ്ട് അവൻ വെള്ളം കുടിക്കുകയും ചെയ്തു. അവൻ ജാസിമിനെ കുറ്റപ്പെടുത്തിക്കൊണ്ടെന്നോണം പറഞ്ഞു.

'ചവറ്റുകുട്ടയെക്കാൾ നല്ലതാണ് ഞങ്ങളുടെ വയറുകൾ എന്നാണോ നീ ഉദ്ദേശിച്ചത് ?'

റഷീദ് ചിരിക്കാൻ തുടങ്ങി. ജാസിമിന് നാണക്കേട് തോന്നുകയും ക്ഷമാപണത്തോടെ അവൻ ഇങ്ങനെ പറയുകയും ചെയ്തു:

'ഞാൻ അങ്ങനെയൊന്നും വിചാരിച്ചില്ല. എന്തായാലും ഞാൻ നിങ്ങളെ ഭക്ഷണത്തിനു വിളിക്കാൻ തുനിയുകയായിരുന്നു. പിന്നെ ഇത്രയും നല്ല ഭക്ഷണം നശിപ്പിച്ചു കളയണ്ടല്ലോ എന്നും കരുതി. മാത്രമല്ല പുറത്തെ ഭക്ഷണത്തിനു ഒരുപാട് വിലയും ആവില്ലേ?'

അർത്ഥവത്തായ നോട്ടങ്ങൾ കൈമാറി, റഷീദും സലീമും.

പിന്നെ പുഞ്ചിരിച്ചുകൊണ്ട് സലിം റഷീദിനോട് പറഞ്ഞു.

'ഇങ്ങോട്ട് വരുമ്പോൾ ഞാൻ നിന്നോട് പറഞ്ഞില്ലേ ജാസിം വളരെ ഉദാരമനസ്കനാണെന്ന് !'

10

വെളുത്ത താടിയുള്ള മനുഷ്യൻ

കഥ (അറബിക്) – എ. ഹമീദ് അൽ ക്വയ്ദ്

ഇംഗ്ലീഷ് പരിഭാഷ – എ. ഹമീദ് അൽ ക്വയ്ദ്

ശവകുടീരങ്ങളും അന്തരീക്ഷത്തിൽ ചിതറിക്കിടക്കുന്ന കടലാസുകളും പിന്നിട്ടു നടക്കുകയായിരുന്നു ഫദേൽ. ഓരോ കടലാസിലും അയാൾ ഇപ്രകാരം എഴുതിയിട്ടു. :

'അല്ലയോ വേർപെട്ടുപോയ ആത്മാക്കളേ... ഈ കഠിനദുഃഖത്തിൽ നിന്ന് എന്റെ നഷ്ടപ്പെട്ട ആത്മാവിനെ ആരാണ് രക്ഷിക്കുക?' ആയിരത്തിലധികം പേപ്പറുകളിൽ ഇതുതന്നെയെഴുതിയെഴുതി അയാൾ രാത്രി മുഴുവൻ ചെലവഴിച്ചു. തന്റെ പുകയുന്ന ഈ വിചാരങ്ങളെ ആളിക്കത്തിക്കുന്ന മനുഷ്യരിൽനിന്ന് ദുരിതമാണയാൾക്ക്. കൂട്ടുകാർ പോലും അവന്റെ കരയുന്ന ആത്മാവിനെ കേൾക്കുകയും നിശ്ചലമായി നിൽക്കാൻ ആവശ്യപ്പെടുകയും ചെയ്യുന്നു. ദൈവത്തിന്റെ വിധിയും ഭാഗധേയയും അനുസരിക്കാൻ പുരോഹിതന്മാർ അവനെ പ്രോത്സാഹിപ്പിക്കുന്നു. ഒന്നു വിശ്രമിക്കാനും ശാന്തമാകാനും വേണ്ടി ആരും പ്രത്യാശയുടെ കിരണം അവനു കാണിക്കുകയോ അവരുടെ സന്തോഷം പകുത്തുകൊടുക്കുകയോ ചെയ്യുന്നില്ല. സംസ്കാരം കാറ്റിനൊപ്പം തന്നെ അവനിലേക്ക് വന്നു, ആരും അവനെ പ്രകോപിപ്പിക്കുകയോ വശീകരിക്കുകയോ ചെയ്തില്ല. സംസ്കാരം അവന്റെ ഉള്ളിൽ സ്വാതന്ത്ര്യം നട്ടുപിടിപ്പിച്ചു, അന്തസ്സ് എങ്ങനെ നിലനിർത്തണമെന്ന് പഠിപ്പിച്ചു, അവനെ നീതിയുടെയും ന്യായത്തിന്റെയും മാനവികതയുടെയും അർത്ഥം പഠിപ്പിച്ചതും സ്വാതന്ത്ര്യം തന്നെ. അമിതമായ മാനുഷിക ബോധം കഠാരകളും, കത്തികളും, മുള്ളുകളും, കയ്പു നിറഞ്ഞ ചെടികളും ഉള്ള ഇടങ്ങളിലേയ്ക്ക് അവനെ നയിച്ചു. ഹിമപാതം നിറഞ്ഞതു പോലെയായിരുന്നു വഴി. ഒരിക്കലും ഉറങ്ങാത്ത, ജീവനുള്ള പേടിസ്വപ്നം പോലെ രാത്രി. സുഹൃത്തുക്കൾക്ക് ഒരു കാര്യം മാത്രം അറിയാം: പൊരുത്തക്കേടുകൾ ആത്മാവിൽ രക്തം ഒഴുകുന്നത് തടയുന്നു.

അയാൾ എല്ലാ രാത്രികളിലും ആവർത്തിച്ച് സെമിത്തേരി സന്ദർശിച്ചിരുന്നു.. ഇരുട്ടിൽ, അയാൾ ഒരു കറുത്ത കസേരയിൽ ഇരിക്കാറുണ്ടായിരുന്നു.. അയാൾ ആകാശത്തേയ്ക്ക് ആ കടലാസ് കഷണങ്ങൾ പറത്തി വിട്ടിട്ട് ദിവസങ്ങൾ ഒരുപാടു കടന്നുപോയി. അവ ശ്മശാനത്തിന്റെ ആകാശത്ത് പാറിനടക്കുകയും ചിലത് കല്ലുകൾക്കും ശ്മശാനത്തിലെ സ്തംഭങ്ങൾക്കും പിന്നിൽ കുടുങ്ങിപ്പോകുകയും ചെയ്തു. സെമിത്തേരിയിലെ രാത്രി മരിച്ചവരുടെ നിശബ്ദതയേക്കാൾ ഏകാന്തമാണ്. ആകാശത്തേയ്ക്ക് പറത്തിവിട്ട കടലാസ്സുകൾക്ക് ആരെങ്കിലും മറുപടി നൽകുമെന്നും പ്രതീക്ഷിച്ചു അയാൾ മണിക്കൂറുകളോളം ഇരിക്കും.

അങ്ങനെ ഇരിക്കുമ്പോൾ, ശ്മശാനത്തിലെ സ്തംഭങ്ങൾ ഇടയ്ക്കിടെ ഇളകുന്നതായും മായാരൂപികൾ വെള്ള വസ്ത്രം ധരിച്ചു നടക്കുന്നതായും പല ഉയരത്തിൽ ചാടിമറിയുന്നതായും അയാൾക്ക് തോന്നി. ഒരു രാത്രിയിൽ, ഒരു ഭൂതം അവനരികിൽ വന്ന് ഒരു കടലാസ് കൊടുത്തിട്ട് വിജനമായ ഒരിടത്തേയ്ക്ക് കൈകൾ ചൂണ്ടി. രക്തം ഒരു വലിയ പന്തുപോലെ, നിശ്ചലമായി നിൽക്കാതെ വിണ്ണിലേയ്ക്ക് ഉരുണ്ടുപോവുകയായിരുന്നു. പിന്നീട് ഭൂതം പുക പോലെ അപ്രത്യക്ഷമായി. പൂർണ്ണമായും വെളുത്ത ആ കടലാസ് അയാൾ തുറന്നു. അയാൾ വീണ്ടും വീണ്ടും അതിലേയ്ക്ക് നോക്കി. അയാളുടെ ഉമ്മയുടെ മുഖം കടലാസ്സിൽ തെളിഞ്ഞുവന്നു. അവനെ ഗാഢമായി ചൂഴ്ന്നു നോക്കി, പുഞ്ചിരിച്ചും കൈകൾ വീശികാണിച്ചും അവൾ മറഞ്ഞു. ആ വെള്ളക്കടലാസ് അയാളുടെ കയ്യിൽ തന്നെ ഉണ്ടായിരുന്നു. ശക്തമായ ഒരു കാറ്റ് വീശി. നേരത്തേ രക്തത്തിന്റെ ഗോളം കണ്ട അതേ പ്രദേശത്തേക്ക് അയാളുടെ കയ്യിലെ കടലാസ് പറന്നു. കടലാസ് പെട്ടെന്ന് ഒരു കുമിള പോലെ അന്തരീക്ഷത്തിലേക്ക് പൊങ്ങുകയും സെമിത്തേരിയെ ദീപ്തമാക്കുകയും ചെയ്തു; രാത്രി പെട്ടന്ന് പകലായി മാറി. നിറുത്താതെ കുരച്ചുകൊണ്ട് ഒരു കൂട്ടം നായ്ക്കൾ നിമിഷങ്ങൾക്കുള്ളിൽ അയാളുടെ ചുറ്റും കൂടി. പെട്ടെന്ന്, നായ്ക്കൾ കുര പൂർണ്ണമായും നിർത്തുകയും വൃത്താകൃതിയിൽ അയാൾക്കു ചുറ്റും നടക്കാൻ തുടങ്ങുകയും ചെയ്തു. നാവുകൾ കിതപ്പോടെ പുറത്തേയ്ക്കിട്ട് നായ്ക്കൾ അയാളെ തുറിച്ചു നോക്കി. കൊടും രാത്രി. അയാൾ ശ്മശാനത്തിൽ നിന്ന് രക്ഷപ്പെടാൻ ശ്രമിച്ചു. പക്ഷെ ഇടനാഴികൾ ഉൾപ്പെടെ എല്ലാ സ്ഥലങ്ങളും നായ്ക്കൾ കയ്യടക്കിയിരിക്കുന്നത് കണ്ടു അത്ഭുതപ്പെടാനേ അയാൾക്ക് സാധിച്ചുള്ളു. ഭയന്ന്, എത്രയും വേഗം അവിടെ നിന്നും പുറത്തുകടക്കാനായി അയാൾ ഓടാൻ തുടങ്ങി. പക്ഷേ നായ്ക്കളുടെ ദേഹത്ത് ചവിട്ടാൻ നിർബന്ധിത

നാവുകയാണുണ്ടായത്.

ശ്മശാനത്തിൽ നിന്ന് പുറത്തുപോകുമ്പോൾ വളരെ മോശമായ അവസ്ഥയിലായിരുന്നു അയാൾ. പുറത്തുവന്നപ്പോൾ ഒരു വൃദ്ധൻ തന്നെ നോക്കി പുഞ്ചിരിക്കുന്നത് അയാൾ കണ്ടു. ചൂഴ്ന്നു നോക്കുകയും ഒപ്പം അയാളുടെ കരം ഗ്രഹിക്കുകയും ചെയ്തു ആ വൃദ്ധൻ.

'വൃദ്ധനായ മനുഷ്യാ, എന്നെ എവിടേക്കാണ് നിങ്ങൾ കൊണ്ടുപോകുന്നത്?'

'ഒരു ദിനം നിങ്ങൾ അവിടെയായിരുന്നിരിക്കാം. നിങ്ങൾക്ക് അർഹതയുള്ളിടത്ത്. അവിടെ നേരത്തെ എത്തിയിരുന്നെങ്കിൽ എന്ന് നിങ്ങൾ ആഗ്രഹിച്ചിട്ടുണ്ടാവാം.

മകനെ, നീ അവിടെനിന്നു വിടപറയുമ്പോൾ -നിനക്കും മറ്റുള്ളവർക്കും വെളിച്ചം മഹാപ്രഭയാകുന്നിടത്ത് -അവർ പറയുന്നു, തീരത്ത് ചന്തമുള്ള മരങ്ങളും പനിനീർപ്പൂക്കലും ഉള്ള, ഒരു നദിയിലൂടെ വെളിച്ചം നിങ്ങളെ ഒരു ചെറിയ വഞ്ചിയിൽ കൊണ്ടുപോകും, .

വർണാഭമായ പട്ടങ്ങൾ നിനക്കു മുകളിൽ തണൽ വിരിക്കുന്നു. നിനക്ക് കനം കുറഞ്ഞ പോലെ. ഒരു മഴത്തുള്ളി നിന്റെ മുഖത്തു വീഴുകയും നിന്നെ ഊർജസ്വലനാക്കുകയും ചെയ്യും. വലിയ നനവ്. ഒരു സ്ഥലത്ത് നീ എത്തും. അവിടെ നീ നീണ്ടനേരം നിദ്രയിൽ വീഴും. ഉറക്കമുണരുമ്പോൾ നീ ഒരു പുതിയ ശിശുവായി രൂപാന്തരപ്പെടും, പുതിയ ജീവൻ. ഉപ്പയെയും ഉമ്മയെയും, സ്നേഹിച്ചിരുന്നവരെയും നീ വീണ്ടും കാണും. ആരും മരിച്ചു പോകാത്തതുപോലെയും, ആർക്കും വേദനകൾ ഇല്ലാത്തതുപോലെയും നിന്റെ ആത്മാവിൽ ഒരിക്കലും മരണദുഃഖം ഉണ്ടാകാത്തതുപോലെയും അനുഭവപ്പെടും. മുൻപ് നടന്ന പാതകളിൽ ക്കൂടെത്തന്നെ നീ വീണ്ടും നടക്കും. കൂടുതൽ അനുരാഗിണികളും, സുന്ദരികളുമായി മുൻപ് നീ സ്നേഹിച്ച എല്ലാ സ്ത്രീകളെയും നീ വീണ്ടും കാണും. അവിടെ വിവാഹ പ്രതിബദ്ധതകളോ സ്വാതന്ത്ര്യത്തിന് കടിഞ്ഞാണുകളോ ഇല്ല. അല്ലെങ്കിൽ, മുറിവുകളും വേദനകളും സമ്മാനിച്ച്, നിന്റെ ആത്മാവിനെ നരകത്തിലേക്ക് തള്ളിയിട്ട നിന്റെ മുൻകാല ചെയ്തികൾ ഒഴിവാക്കാനുള്ള അവസരം നിനക്ക് കൈവരും.

നീ ഇളംകാറ്റിൽ ഒരു തൂവൽ പോലെയാകും. കാറ്റ് നിങ്ങളെ മികച്ച ആസക്തികളിലേക്കും സുന്ദരികളും മനോജ്ഞകളുമായ സ്ത്രീകളിലേക്കും കൊണ്ടുപോകും. അവിടെ സ്ത്രീകൾക്ക് യാതൊരു വിധത്തിലുമുള്ള ഉൾപ്പകയോ, കൗശലമോ ഇല്ല. ആരെയും ഒരിക്കലും മുക്കിക്കൊല്ലാത്ത സമുദ്രങ്ങൾ. ഒരിക്കലും ആരെയും കൊല്ലാത്ത കൊടുങ്കാറ്റുകൾ.

ഒരിക്കലും ആരെയും കരിച്ചുണക്കാത്ത സൂര്യൻ. നീ കരുതും, ഒരുപക്ഷെ നീയൊരു സ്വപ്നത്തിലാണെന്ന്. ഒരിക്കലും അവസാനിക്കാത്ത ഒരു സ്വപ്നം. ഒരുപക്ഷേ, എന്റെ സ്വപ്നങ്ങളിലൊന്നിൽ ഞാൻ ശബ്ദിച്ചത്, ദർശിച്ചത് ഇതാണ്. അത് പലപ്പോഴും സത്യമായിമാറുകയും ചെയ്തു.'

വെളുത്ത താടിയുള്ള വൃദ്ധൻ തന്റെ വാക്കുകൾ പൂർത്തിയാക്കി ധൂളിയോടൊപ്പം അപ്രത്യക്ഷനായി.

11

അവസാന രാത്രിയിലെ കഥ

കഥ (അറബിക്) – അബ്ദുല്ല എ.എസ് ശബാബ്

ഇംഗ്ലീഷ് പരിഭാഷ – നാദിയ ഖ്വൻദാന

ആദ്യത്തെ രാത്രി

ഒരിക്കൽ (1955), വടക്കൻ എമിറാത്തിലെവിടെയോ (സെദ്രൗ) ആണ് റാസൽ ഖൈമ ജുമ്മ മൂസ അൽ ഫൈറൂസ് ഇബ്രാഹിം ജനിച്ചത്. തന്നെക്കുറിച്ചും തന്റെ ജീവിതത്തെക്കുറിച്ചും അയാൾക്ക് ചില ദിവാസ്വപ്നങ്ങൾ ഉണ്ടായിരുന്നു; ആരുംതന്നെ കാണാത്തതും കാണാൻ സാധ്യത ഇല്ലാത്തതുമായ ദർശനങ്ങളും അയാൾക്കുണ്ടായിരുന്നു.

അങ്ങനെയായിരുന്നു കറുത്ത തൊലിയുള്ള ഒരു കുട്ടി വളർന്നു വലുതായത്. അവന്റെ മനസ്സ് വിജ്ഞാനവും നല്ല ചിന്തകളും കൊണ്ട് നിറഞ്ഞിരുന്നു. പതിയെപ്പതിയെ അവന്റെ പേര് ചുരുങ്ങാൻ തുടങ്ങുകയും ഒടുവിൽ അത് ജുമ്മ അൽ ഫൈറൂസ് എന്ന് രൂപാന്തരപ്പെടുകയും ചെയ്തു. അറബ് വംശജനും മിടുക്കനായ ബുദ്ധിജീവിയും. കവി, ചെറുകഥാകൃത്ത്, നോവലിസ്റ്റ്, ഭാഷാപണ്ഡിതൻ, ചിത്രകാരൻ, പ്രാവീണ്യമുള്ള കാലിഗ്രാഫർ. ഇതിലെല്ലാമുപരിയായി കുലീനമായ ഒരു ഹൃദയത്തിനുടമ. 'എമിറാത്തിലെ ടാഗോറി'നെപ്പോലെ. -Faraway in a Thought, poems 2000, At a Distance, My First Love and Alia and Burdens of Salem, the Sailor, short stories 2001, The Circle, a novel 2008. ഇവയെല്ലാം തന്നെ അദ്ദേഹത്തിന്റെ പ്രസിദ്ധീകരിക്കപ്പെട്ട കൃതികൾ. ഇതുകൂടാതെ അസംഖ്യമായ, സർഗ്ഗാത്മക തുളുമ്പുന്ന കൈയെഴുത്തുപ്രതികളും ഉണ്ടായിരുന്നു. കഥകൾ, ആഖ്യാന കവിതകൾ, ധ്യാനാത്മകവും തത്ത്വചിന്താപരവുമായ എഴുത്തുകൾ, നിരൂപണങ്ങൾ, സംഗീതം, ചിത്രകല എന്നുവേണ്ട സകലതും. ജീവിതവഴികളിലൂടെയും, സമയത്തിലൂടെയും കാലപ്രവാഹങ്ങളിലൂടെയുമുള്ള സർഗാത്മക സഞ്ചാരം.

കൊടുങ്കാറ്റുകളോടും ഒരുപാടു രോഗങ്ങളോടും മല്ലടിച്ചുകൊണ്ടിരുന്ന ഒരു സുന്ദരൻ പക്ഷിയായിരുന്നു അദ്ദേഹത്തിന്റെ നർമം നിറഞ്ഞ

ആത്മാവ്. സ്വയമായും, ഓർമകൊണ്ടും, പ്രതിഫലനങ്ങൾകൊണ്ടും സ്വാതന്ത്ര്യം കൊണ്ടും മെരുങ്ങാൻ സമ്മതിക്കാത്ത ഒരാൾ. അതായിരുന്നു ജുമ്മ.

ഒരു സായാഹ്നം

November 1988

അന്ന് ഉച്ചതിരിഞ്ഞ്, റാസൽ ഖൈമയിലെ അൽ മീറെദ് ചന്തയിലേക്ക് പോകാനായി ഞാൻ എന്റെ ചെറിയ വെളുത്ത ഹോണ്ടയിൽ നിന്ന് ഇറങ്ങുകയായിരുന്നു. മുന്നിൽ തവിട്ടു നിറക്കാരനായ കിളരം കൂടിയ സാക്ഷാൽ ഫൈറൂസി. സൂപ്പർമാർക്കറ്റിനും മില്ലിനും കോഴിക്കച്ചവടം നടത്തിയിരുന്ന കടയ്ക്കും അപ്പുറമായിരുന്നു അദ്ദേഹം.

'മിസ്റ്റർ. ജുമ്മാ, മിസ്റ്റർ ജുമ്മാ... ഇതായിരുന്നു ഇതുവരെ കണ്ടിട്ടില്ലാത്ത അദ്ദേഹത്തെ കണ്ടപ്പോൾ എന്റെ ആദ്യ പ്രതികരണം. എമിറാത്തിലും ഗൾഫിലും അറബ് സാഹിത്യത്തിലും വലിയ പേരുള്ള ബുദ്ധിജീവിയായ മിസ്റ്റർ. ജുമ്മ അൽ ഫൈറൂസ്!

'അതെയതേ , ആരാണ് നിങ്ങൾ ?' വിനയത്തോടെ എന്നെ നോക്കി അദ്ദേഹം ചോദിച്ചു.

'അബ്ദുള്ള എ. എസ്. ശബാബ്, താങ്കളുടെ സഹോദരൻ.'

'നിന്നെ കണ്ടതിൽ വലിയ സന്തോഷം.'

'ആദരിക്കപ്പെട്ടത് ഞാനാണ്. എത്രയോ നാളായി താങ്കളെ കാണണമെന്ന് ഞാൻ ആഗ്രഹിക്കുന്നു!'

'എവിടെ ജോലിചെയ്യുന്നു നിങ്ങൾ ?'

'റാസൽഖൈമയിലെ അൽ ഇത്തിഹാദ്* പത്രത്തിൽ.'

'എന്നാൽ നാളെ അവിടെ കാണാം.'

'തീർച്ചയായും, ഗുഡ്ബൈ, സുരക്ഷിതനായി പോകൂ.'

അങ്ങനെയങ്ങനെയായിരുന്നു ഏറെ നാളായി കാത്തിരുന്ന ആ കൂടിക്കാഴ്ച.

പിറ്റേന്ന് സൂര്യൻ ഉജ്ജ്വലമായി ഉദിച്ചു. അത്രയും ശോഭയോടെയാണ് അൽ ഇത്തിഹാദിലെ എന്റെ ചെറിയ ഓഫീസിലേക്ക്, പേരുകേട്ട ആ എഴുത്തുകാരൻ ജുമ്മ അൽ ഫൈറൂസി വന്നത്. അദ്ദേഹത്തിന്റെ സന്ദർശനം എല്ലാവരിലും അനുകമ്പയുടേയും സൗഹൃദമനോഭാവത്തിന്റേയും അർപ്പണബോധത്തിന്റേയും വെളിച്ചം പ്രസരിപ്പിച്ചു.

അതായിരുന്നു അനുഗ്രഹീതനായ അദ്ദേഹത്തിന്റെ സന്ദർശനവും 'ഫൈറൂസി സൗഹ'** യും. അദ്ദേഹത്തിന്റെ കൈയെഴുത്തുപ്രതികളു

ടെ മൂന്ന് സമ്മാനങ്ങൾ. സംസ്കാരം വിളിച്ചോതുന്ന, ക്രിയാത്മകവും ചടുലവുമായ അർത്ഥവിശേഷണങ്ങൾ ഉള്ള, രുചികരമായ, കാലിഗ്രാഫിയിൽ എഴുതിയ മൂന്നു കയ്യെഴുത്തുപ്രതികൾ.

1. Friends of Moderntiy: Gold of the Earth, Ras Al Khaimah, August 1997: "Dear Poet, As Sabab Abdullah: Some of yourself and some of myself, with my regards. The Fairuz."

2. Talks of Memories: "Dear Poet, As Sabab Abdullah: We've become acquainted after those talks, … and now … you're now… they're my gift for you. The Fairuz."

3. Pure Gold: A Notebook, Ras Al Khaimah, 1994: "So far… and the future is unpredictable… -For Abdullah As Sabab, my dedication and regards, Jumma Al Fairuz."

ഇതുതന്നെയായിരുന്നു അദ്ദേഹത്തിന്റെ സമ്മാനങ്ങൾ. തികഞ്ഞ സൗഹാർദ്ദത്തോടെ കുറിച്ചിട്ടവ. മറുവശത്ത്, അദ്ദേഹത്തിനുള്ള എന്റെ സമ്മാനം, കവിതകൾ കൊരുത്ത പൂച്ചെണ്ടുകളായിരുന്നു. Now, 1996 and Time, 1997.

ആ സന്ദർശനം അങ്ങനെ അവസാനിച്ചു, ഞങ്ങൾ വീണ്ടും കാണാനായി കാത്തിരിക്കുകയാണ്.

മറ്റൊരു സായാഹ്നം....

റാസൽഖൈമയിലെ എമിറേറ്റ്സ് റൈറ്റേഴ്സ് യൂണിയൻ ബ്രാഞ്ചിൽ വെച്ച് 2000 ഏപ്രിൽ 23ന് ഞങ്ങൾ വീണ്ടും കണ്ടു; ഞങ്ങളുടെ പ്രൗഢമായ സാംസ്കാരിക മന്ദിരത്തിൽ വച്ച് ഒരു സായം സന്ധ്യയ്ക്ക്. കൂട്ടുകാരുടെ കരുതലും ദയയും ഉണ്ടായിരുന്ന സായാഹ്നം. കവിതയെയും വെളിച്ചത്തേയും വികാരങ്ങളേയും ആഘോഷിക്കുന്നപോലെ ഉത്സവപ്പൂത്തിരികൾ കത്തി നിൽക്കുന്നു.

മികച്ച എഴുത്തുകാരനായ, നഭോമണ്ഡലത്തിൽ വിരാജിക്കുന്ന ഫൈറൂസിയുടെ കവിതയിലെ ആദ്യകാൽവയ്പ്പായിരുന്നു 'Faraway in a Thought'

എനിക്ക് തന്ന പ്രതിയ്ക്ക് ഒരു ഗമയുണ്ടായിരുന്നു. കവിതയ്ക്ക് സമർപ്പിക്കപ്പെട്ടതായിരുന്നെങ്കിലും, ഞങ്ങളുടെ ബന്ധത്തിന് അതിൽ പ്രത്യേകത ഉണ്ടെന്നിരിക്കിലും, അത് ജീവിതഗന്ധിയായിരുന്നു. പ്രതീക്ഷകളും ഒഴിച്ചുകൂടാനാവാത്ത വിഷമങ്ങളും വേദനകളും ഉൾച്ചേർന്നതായിരുന്നു. അതിൽ ഇങ്ങനെ എഴുതിയിരുന്നു.

'My friend As Sabab Abdullah, Awe is for me, but the thought is for you, Jumma Al Fairuz.'

അങ്ങനെതന്നെയാണ് കവിത, വികാരങ്ങളും സ്ഫുരണങ്ങളും അങ്ങനെയങ്ങനെ. ജീവിതം അതിന്റെ ഗതിവിഗതികളും, താളവും, പ്രലോഭനങ്ങളും വ്യാമോഹങ്ങളും പിന്തുടർന്നുകൊണ്ടേയിരിക്കുന്നു.

അവസാന രാത്രി

അൽ റാംസ്, എന്റെ ജന്മസ്ഥലം (1965), എന്റെ സ്വപ്നങ്ങളുടെയും ദർശനങ്ങളുടെയും സങ്കൽപ്പങ്ങളുടെയും വീട്. എന്റെ ഓർമ്മകളുടെ കാലഘട്ടം, എന്റെ കുട്ടിക്കാലത്തെ മത്സരക്കളരി. അൽ റാംസ് ഞങ്ങളുടെ ചെറിയ വീടിനെ പുൽകി. 1994 ജൂലൈ 14ന് നടന്ന ഞങ്ങളുടെ വിവാഹത്തിന് തൊട്ടുമുമ്പ് ഞാൻ അങ്ങോട്ട് താമസം മാറിയിരുന്നു. 2019 ജൂലൈ 14നായിരുന്നു ഞങ്ങളുടെ രജതജൂബിലി. 2001 ഫെബ്രുവരി 19ന് ഞങ്ങളുടെ മകൾ മോസൂണിന്റെ മൂന്നാം ജന്മദിനം ഞങ്ങൾ ആഘോഷിച്ചു. ഞങ്ങളുടെ ജീവിതത്തിൽ ഉണ്ടായ അവളുടെ ഉദയം ഞങ്ങൾ ആഘോഷിച്ചു. :

മനോഹരവും സന്തോഷം നിറഞ്ഞതുമാണ് നിന്റെ ജനനം, നിന്റെ അസ്തിത്വം.

സന്തോഷവതിയാണ് നീ, നിറഞ്ഞ മഴക്കൈകളോടെയും, ചൈതന്യത്തോടെയും, രാത്രി മന്ത്രണങ്ങളോടെയും മാന്യസ്ത്രീകളുടെ ആശീർവാദത്തോടെയും, നീ വരുന്നു.

മനോഹരവും സന്തോഷം നിറഞ്ഞതുമാണ് നിന്റെ ജനനം, നിന്റെ അസ്തിത്വം. നിന്റെ സത്തയും അങ്ങനെ തന്നെ.

ഞാനാകുന്നു പ്രകാശം, നീ അതിന്റെ ആനന്ദത്തിന്റെ മെഴുകുതിരി നീ ഒരു ദേവദാരു അതെ നീ തന്നെ, അതെ നീ തന്നെ.

ആഘോഷം നിറഞ്ഞ ആ ലൈലാക രാത്രിയിൽ, കുടുംബത്തിന്റെ ഊഷ്മളത തിളങ്ങി നിൽക്കവേ, യാതൊരു മുൻവിധികളോ ആസൂത്രണമോ ബോധപൂർവമായ പ്രേരണയോ ഇല്ലാതെ, അനിർവ്വചനീയമായ എന്തോ എന്റെ തലയെ പിടിച്ചുവലിക്കുന്നത് പോലെ എനിക്ക് തോന്നി, ഞാൻ തിടുക്കപ്പെട്ട് എന്റെ പഠന മുറിയിലേക്ക് പോയി. ഫൈറൂസിയുടെ മൂന്നു കൈയെഴുത്തുപ്രതികൾ ഇരിക്കുന്ന അലമാരയിലേയ്ക്ക് എന്റെ നോട്ടം വീണു. 'Friends of Moderntiy, Talks of Memories, and Pure Gold.'

'നാളെ നമുക്ക് കാണാം, ജുമ്മ അൽ ഫൈറൂസ്. ഞാൻ ഈ കയ്യെഴുത്തുപ്രതികളെക്കുറിച്ചു പറയും. അവയെല്ലാം പ്രസിദ്ധീകരിക്കപ്പെടും. താങ്കളുടെ വായനകൾ പ്രസിദ്ധീകരിക്കപ്പെടും.' എന്റെ അവ്യക്തവും പെട്ടെന്നുള്ളതുമായ നോട്ടങ്ങൾ അവന്റെ സൃഷ്ടികളിൽ ഊന്നി നിൽക്കവേ, ഞാൻ എന്നോട് മന്ത്രിച്ചു.

ഈ വക പിറുപിറുപ്പിനുശേഷം, എന്റെ ഉള്ളിലെ നിശ്ശബ്ദത പെട്ടന്ന് നിലച്ചു, വീട്ടുകാരുടെ അടുത്തേയ്ക്ക് മടങ്ങാൻ അതെന്നെ അനുവദിച്ചു. ഞാൻ പെട്ടന്ന് അവരുടെ അടുക്കൽ നിന്നും മാറിയത് ഏവരെയും തെല്ലൊന്നു അമ്പരപ്പിച്ചിരുന്നു. ഞാൻ എന്റെ മകൾ മോസൂണിനു വേണ്ടി ഇങ്ങനെ പാടി :

പച്ച മഴ നിറഞ്ഞ ഒരു മേഘം, നിങ്ങളുടെ ഭാഗ്യം സ്വർഗ്ഗത്തിൽ നിന്ന്, ചന്ദ്രക്കലയിൽ നിന്ന്, ഞാൻ ഒരിക്കലും ചിന്തിക്കാത്തത്, കത്തുന്ന കൽക്കരിയിൽ നിന്ന്, ഞാൻ ഒരിക്കലും ചിന്തിക്കാത്തത്, പല രൂപങ്ങളിലും നിറങ്ങളിലും. ഈ ഐറിസ് പൂക്കൾ.

ചിലതെല്ലാം സംതൃപ്തവും നന്ദിയുള്ളതും, അവരുടെ തോളിൽ, അവരുടെ കുഞ്ഞുങ്ങൾ. അവർ നിനക്ക് മഹത്തായ സുവർണ്ണ സൗഹൃദം.

വാഗ്ദാനം ചെയ്യുന്നു എന്നാൽ മറ്റു ചിലർ, കഴുകന്റെ കണ്ണുള്ളവർ അവരിൽ അസൂയ ജ്വലിക്കുന്നു.

ചിലർക്കെല്ലാം അസ്വസ്ഥത, ആശയക്കുഴപ്പം സൂക്ഷ്മദൃഷ്ടികൾ ചില കണ്ണുകൾ, സന്തോഷത്തിന്റെയും നിർവൃതിയുടെയും കണ്ണുനീർ പൊഴിക്കുന്നു.

ചില കണ്ണുകളിൽ വേദന അതിന്റെ തീവ്രതയിൽ. മറ്റു ചിലത്, നിങ്ങൾക്ക് സാന്ത്വനിപ്പിക്കാൻ കഴിയാത്തത്.

മോസൂൺ, നീ ദൈവാനുഗ്രഹം, സായാഹ്നത്തിലെ പനിനീരുദ്യാനം.

വിങ്ങുന്ന എന്റെ ഹൃദയം എന്റെ നടപ്പാതകളും കായ്കനിത്തോട്ടവും നിറയുന്നു.

ദൈവം നിന്നെ അനുഗ്രഹിക്കട്ടെ,

ആമേൻ.

എല്ലാം ഒരുമിച്ച്.

പിറ്റേന്ന്, 2001 ഫെബ്രുവരി 20ന്, പുലരി ഒരു സങ്കടവാർത്ത എന്നെ അറിയിക്കാൻ നേരത്തെ എത്തിച്ചേർന്നു. ആ മൂന്ന് കയ്യെഴുത്തുപ്രതികൾക്കൊപ്പം ഞാൻ ചെലവഴിച്ച അവസാന രാത്രിതന്നെയായിരുന്നു സുഹൃത്തും എഴുത്തുകാരനും കവിയുമായ ജുമ്മ ഫൈറൂസിന്റെ ഈ

ലോകജീവിതത്തിലെ അവസാന രാത്രി. ദൈവം അദ്ദേഹത്തിന്റെ ആത്മാവിന് ശാന്തി നൽകട്ടെ. റാസൽഖൈമയിലെ ദൈത് സൗത്തിലെ കിടക്കയിൽ കിടന്നുകൊണ്ട് ശാന്തനായി അദ്ദേഹം കടന്നുപോയി.

വെറുതെ, ഉറക്കത്തിൽ, മുറിയും ഉറക്കമായിരുന്നു.

ഫൈറൂസ്

നിർദോഷി

കണ്ടു, മുമ്പ് മറ്റാരും കണ്ടിട്ടില്ലാത്തതുപോലെ,

ആരാധിച്ചു, മുമ്പ് മറ്റാരെയും ആരാധിക്കാത്ത പോലെ,

നഷ്ടപെട്ടു, മുമ്പ് മറ്റാരെയും നഷ്ടപ്പെടാത്ത പോലെ,

അസാധാരണമായി, മുമ്പ് മറ്റാർക്കും സാധിക്കാത്തതുപോലെ,

കടന്നു പോയി, ആരും മുൻപ് പോകാത്തതുപോലെ.

ഒരു കടമ പോലെ, അവന്റെ ആത്മാവ് വെടിഞ്ഞു, എല്ലാം ഒരിക്കൽ. വെറുതെ

ഒരു നിമിഷം കഴിഞ്ഞ് മറ്റൊന്ന്, ഒന്നിനുപുറകെ ഒന്നായി ചിരി,

ഒന്നിനുപുറകെ ഒന്നായി മന്ത്രണങ്ങൾ, ഒന്നിനുപുറകെ ഒന്നായി പുഞ്ചിരി, ഒന്നിനുപുറകെ ഒന്നായി സ്പർശനം, ഒന്നിനുപുറകെ ഒന്നായി അടി.

വെറുതെ വെറുതെ മറിഞ്ഞു വീഴുന്ന വരെ,

നിദ്രയിൽ, വേർപെട്ടു.

Monday night,
19 February 2001.

**1969ൽ യുഎഇ തലസ്ഥാനമായ അബുദാബിയിലാണ് പത്രം സ്ഥാപിതമായത്.*

*** ഒരു യാത്രികൻ തിരികെ വീട്ടിലേക്ക് മടങ്ങുമ്പോൾ തന്റെ കുട്ടികൾക്കായി സമ്മാനങ്ങളും സുവനീറുകളും കൊണ്ടുവരും, പ്രത്യേകിച്ച് കടൽയാത്ര കഴിഞ്ഞു വരുന്നവർ.*

12

ഇന്നു രാത്രി നമുക്ക് ഒരു ഷോപ്പിംഗിനു പോകാം

കഥ (അറബിക്) – ഡോ. അസീസ് താബിത് സയീദ്

ഇംഗ്ലീഷ് പരിഭാഷ – ഡോ. അസീസ് താബിത് സയീദ്

അന്ന് സയീദ് പതിവില്ലാത്ത വിധം വൈകിയിരുന്നു. അവർ സാധാരണ പോകാറുള്ള വിലകുറഞ്ഞ ചായക്കടയ്ക്കു സമീപം വളരെ നേരം അവനെ കാത്തിരുന്ന ശേഷം, അവൻ വൈകിയത് എന്താണെന്ന് അറിയാൻ അലി തന്റെ സഹോദരന്റെ സ്കൂളിലേക്ക് പോകാൻ തീരുമാനിച്ചു. സ്കൂളിലേക്ക് പോകുന്ന വഴി, പെട്ടന്ന് സയീദ് എതിർദിശയിൽ ഓടുന്നത് അലി കണ്ടു.

'സയീദ്!' അവൻ ഉറക്കെ വിളിച്ചു. അലിയുടെ ശബ്ദം മുരടനായിരുന്നു. ഏഴുവയസ്സുള്ള സയീദിന്റെ വിളറിയ മുഖത്ത് കൊതുകുകളുടെയും പ്രാണികളുടെയും കടിയേറ്റിരുന്നു. അവർ താമസിച്ചിരുന്ന സ്ഥലത്ത് ഒരു പഴയ വലിയ മസ്ജിദിനോട് ചേർന്നുള്ള, മണ്ണുകൊണ്ട് നിർമ്മിച്ച ഒരു മുറി, പല നൂറ്റാണ്ടുകൾക്ക് മുമ്പ് പണികഴിപ്പിച്ചിരുന്നതായതിനാൽ മാറ്റമില്ലാതെ നിലകൊള്ളുന്നത് നിറച്ചും പ്രാണികളായിരുന്നു. വിശപ്പുകൊണ്ട് ഇതിനകം സ്ഥൂലഗാത്രരായ അവരിൽ നിന്ന് ജീവനായിരുന്നു അവ വലിച്ചെടുത്തിരുന്നത്. സ്വന്തമായി കുടുംബം ഇല്ലെങ്കിൽ ആരും ആ മുറിയിൽ താമസിക്കുമായിരുന്നില്ല. കാരണം ചെറുതും വലുതുമായ പൊത്തുകൾ നിറഞ്ഞതായിരുന്നു ആ മുറി.

അവരുടേത് മാന്യമായ ഒരു കുടുംബമായിരുന്നു. പ്രാഥമിക വിദ്യാഭ്യാസം കഴിയുന്നതുവരെ അവരുടെ പിതാവ് സയീദിനെ നന്നായി നോക്കി. അവസ്ഥകൾ മാറിമറിഞ്ഞു. സ്ഥിരമല്ലാതിരുന്ന ജോലി അവന്റെ പിതാവിന് നഷ്ടപ്പെട്ടു. സയീദിന്റെ സ്കൂൾ വിദ്യാഭ്യാസം തുടരാൻ കഴിയാതെ വന്നു. അതേത്തുടർന്ന്, വിദ്യാർത്ഥികൾക്ക് ചെറിയ തുക സ്റ്റൈപ്പന്റ് നൽകിയിരുന്ന, സർക്കാർ സ്പോൺസർ ചെയ്യുന്ന സ്കൂളുകളിൽ ഒന്നിലേക്ക് സയീദിന് മാറേണ്ടി വന്നു. യെമന്റെ മധ്യത്തിലുള്ള

നഗരമായ ധമറിലെ ടീച്ചർ ട്രെയിനിംഗ് ഇൻസ്റ്റിറ്റ്യൂട്ടായിരുന്നു അത്. പിതാവിന്, പഠനത്തിനായി ഇനി അവരെ സഹായിക്കാൻ കഴിയില്ലെന്ന് മനസ്സിലാക്കിയ സയീദ്, ഇളയ സഹോദരൻ അലിയെ തന്നോടൊപ്പം കൊണ്ടുപോകാൻ തീരുമാനിച്ചു. അവന്റെ മാതാപിതാക്കൾ ഈ സംരംഭത്തെ അനുഗ്രഹിക്കുകയും സാധ്യമാകുമ്പോൾ സഹായിക്കാമെന്നു പറയുകയും ചെയ്തു.

അവർ ഒരു പുതിയ അധ്യയന വർഷത്തിന് ആരംഭം കുറിച്ചു. തങ്ങളുടെ ഗ്രാമത്തിൽ നിന്ന് വന്ന അഞ്ചോളം പേരുടെ കൂടെയായിരുന്നു താമസം. അവരെല്ലാവരും നിർമ്മാണ തൊഴിലാളികളായിരുന്നു. ആ സ്ഥാപനം ആദ്യ രണ്ട് മാസത്തേക്ക് സയീദിന് സ്റ്റൈപ്പൻഡ് നൽകിയിരുന്നു, എന്നാൽ മറ്റ് കുട്ടികൾ അവരുടെ അലവൻസ് വർദ്ധിപ്പിക്കാൻ അപേക്ഷിച്ചതിനാൽ, അവർക്ക് പിന്നീടുള്ള അഞ്ച് മാസത്തോളം സ്റ്റൈപ്പൻഡ് കിട്ടിയതുമില്ല. സയീദിന് വലിയ ബുദ്ധിമുട്ടായി ഇത്. മറ്റൊരു ജീവിതോപാധി കണ്ടെത്തേണ്ടത് അത്യാവശ്യമായി.

കോടതി വ്യവഹാരത്തിനും മറ്റുമായി വരുന്ന, തനിക്കറിയാവുന്ന ചില ആളുകൾക്ക് പരാതികളും, നിവേദനങ്ങളും എഴുതിനൽകുക എന്നത് സയീദിനു ഫലപ്രദമായി തോന്നി. ഈ ആളുകളിൽ ഏറിയപങ്കും നിരക്ഷരരായിരുന്നു, ഭാഗ്യവശാൽ, സയീദിന്റെ കൈയക്ഷരവും ശൈലിയും അവർ ഇഷ്ടപ്പെട്ടു. അങ്ങനെ സയീദ് ഒരു ഇടക്കാല സമ്പാദ്യം ഉണ്ടാക്കാൻ തുടങ്ങി.

അവന്റെ അടുത്തുവന്നുപറയുന്ന പ്രശ്നങ്ങൾ കേട്ട്, തന്റെ വാക്ചാതുരിയോടെ, സയീദ് അവർക്ക് നിവേദനം തയ്യാറാക്കിക്കൊടുക്കും. അതിനു കൂലിയായി അഞ്ച് റിയാൽ (അന്നത്തെ വിനിമയ നിരക്ക് അനുസരിച്ച് ഏകദേശം മുക്കാൽ ഡോളർ) പോലെ എന്തെങ്കിലും ലഭിക്കും, അത് അധികമല്ലെങ്കിലും മിതമായ ജീവിതത്തിനും രണ്ടുപേരുടെ ഭക്ഷണത്തിനും മതിയാകുമായിരുന്നു. രണ്ടു പേർക്കുള്ള ഭക്ഷണം ! ചിലർ അഞ്ച് റിയാലിൽ താഴെ മാത്രമേ കൊടുക്കുമായിരുന്നുള്ളൂ. സയീദ് ആരോടും 'പറ്റില്ല' എന്നു പറഞ്ഞില്ല. കൃത്യമായി ഒരു തുക ചോദിക്കാൻ തുടങ്ങിയാൽ ആളുകൾ തന്നോട് ഈ സേവനം ആവശ്യപ്പെടുന്നത് മതിയാക്കി അകന്നുപോകുമോ എന്നവൻ ഭയന്നു. തന്റെയും സഹോദരന്റെയും ജീവൻ നിലനിർത്തുന്ന ഈ പണം കൂടി ഇല്ലാതെയാകാൻ അവൻ ആഗ്രഹിച്ചുമില്ല. ഈ പൈസ കൊണ്ട് പട്ടാളക്കാർക്ക് വേണ്ടി ഉണ്ടാക്കുന്ന ഖുധം (ഒരുതരം വിലകുറഞ്ഞ റൊട്ടി) സൈനിക ബേക്കറികളിൽ നിന്ന് അവർ വാങ്ങും. ചില പട്ടാളക്കാർ തങ്ങളുടെ റേഷൻ മറ്റു പലചരക്കുക

ടക്കാർക്ക് മറിച്ചു വിറ്റിരുന്നത് കാരണം ഈ റൊട്ടി സാധാരണക്കാർക്കും വാങ്ങാൻ പറ്റിയിരുന്നു. പ്രത്യേകിച്ചും, നല്ല ഭക്ഷണം വാങ്ങാൻ കഴിയാത്തവർക്ക്. ഒരു റിയാൽ സാധാരണയായി റൊട്ടിക്കും, ഒന്നോ രണ്ടോ റിയാൽ പാലിനും, അര റിയാൽ ഫറ്റ (റൊട്ടിയും പാലും സാധിക്കുമെങ്കിൽ നെയ്യും ചേർത്ത ഒരു യെമനി പലഹാരം) പാകം ചെയ്യാനുള്ള നെയ്യിനും അവൻ ചിലവാക്കും. പലപ്പോഴും ഭക്ഷണം തികയാതെ വന്നാൽ, ചെറിയ സഹോദരന് ഭക്ഷണം കഴിക്കാൻ അവസരം കിട്ടാനായി സയീദ് ഭക്ഷണം കഴിക്കുന്നത് സാവധാനമാക്കും. ഭക്ഷണം തീർത്തും കുറവുള്ള സമയങ്ങളിൽ അവൻ എന്തെങ്കിലും കഴിക്കുന്നതായി നടിക്കും.

സ്ഥിതിഗതികൾ മോശമായിക്കൊണ്ടിരുന്നു. പരാതി എഴുതുവാൻ വരുന്നവരുടെ എണ്ണം കുറഞ്ഞു. സയീദിന്റെ കീശയിലെ അവസാന നാണയങ്ങളും അപ്രത്യക്ഷമാവുകയാണ്. സയീദിന് കടുത്ത തീരുമാനം എടുക്കേണ്ടി വന്നു; തനിക്ക് പരിചയമുള്ള നാട്ടിലെ ജോലിക്കാരിൽ ചിലരോട് ഇടയ്ക്ക് എപ്പോഴെങ്കിലും, തനിക്കും ഒരു പണി ശരിയാക്കിത്തരാൻ അവൻ ആവശ്യപ്പെട്ടു. കല്പണിക്കാർക്ക് കല്ലും സിമന്റും ചുമന്നു എത്തിച്ചുകൊടുക്കുന്ന ഭാരിച്ച പണിയാണിതെന്നു പറഞ്ഞു അവർ സയീദിനെ ഈ ചിന്തയിൽനിന്നും പിന്തിരിപ്പിക്കാൻ ശ്രമിച്ചു. രണ്ടാഴ്ചയിലൊരിക്കൽ ഒരു ദിവസത്തേക്ക് മാത്രം തന്നെ പരിഗണിക്കാൻ സയീദ് അവരോട് കെഞ്ചി. എന്തു പറയണമെന്ന് അവർക്ക് അറിയില്ലായിരുന്നു. അവന്റെ അങ്ങേയറ്റം അച്ചടക്കത്തോടെയുള്ള പെരുമാറ്റത്തിലും, അവരുടെ ഗ്രാമത്തിൽ നിന്ന് പ്രാഥമിക വിദ്യാഭ്യാസം പൂർത്തിയാക്കിയ ഏക കുട്ടി എന്നതിലും അവർക്ക് സയീദിനോട് ഏറെ ബഹുമാനമായിരുന്നു. അത്തരമൊരു സ്കൂൾ ബാലൻ ഇങ്ങനെയുള്ള പരുക്കൻ ജോലികൾ ചെയ്യുന്നത് ന്യായമല്ലെന്ന് അവർ കരുതി. എന്നാൽ വേറെ മാർഗങ്ങൾ ഒന്നുമുണ്ടായിരുന്നില്ല. ബുദ്ധിമുട്ടുകൾ നിറഞ്ഞ ഈ സാഹചര്യങ്ങളെ മറികടക്കാനുള്ള അവന്റെ പ്രാപ്തിയിൽ സയീദിന്റെ മാതാപിതാക്കൾക്കും വലിയ ആത്മവിശ്വാസം ഉണ്ടായിരുന്നു.

പല ദിവസങ്ങളിൽ, പല സമയങ്ങളിലാണ് സയീദ് ജോലി ചെയ്തത്. ചിലപ്പോൾ വെള്ളിയാഴ്ചകളിൽ, അല്ലെങ്കിൽ ആഴ്ച്ചയുടെ അവസാന അവധി ദിനങ്ങളിൽ. കഠിനമായ അത്തരം ഒരു ദിവസത്തെ ജോലി കഴിഞ്ഞാൽ ദുർബലമായ അവന്റെ ശരീരത്തിന്റെ ഓരോ അണുവും കുറഞ്ഞത് ഒരാഴ്ചയെങ്കിലും വേദനിച്ചുകൊണ്ടേയിരിക്കും. ഒരു പതിനാലുകാരന് താങ്ങാവുന്നതിലും അപ്പുറമായിരുന്നു ജോലിയുടെ കാഠി

ന്യം. എന്നാൽ ഏതെങ്കിലും പരിചയക്കാരക്കാരനോ സുഹൃത്തോ താൻ വായ്പ ചോദിച്ചത് നിരസിക്കുമ്പോൾ ഉണ്ടായേക്കാവുന്ന മാനസിക പിരിമുറുക്കത്തിനേക്കാൾ തുലോം വേദന കുറവാണ് ഈ പണിയ്ക്ക് എന്നവനു തോന്നി. അവനു പണം കടം കൊടുത്തിരുന്ന സുഹൃത്തുക്കൾക്കും പരിചയക്കാർക്കും, പെട്ടെന്നൊന്നും കടം വീട്ടാൻ സയീദിനു കഴിയില്ല എന്ന് മനസ്സിലായിത്തുടങ്ങിയിരുന്നു. ചിലപ്പോഴെല്ലാം വാടക പോലും നൽകാൻ കഴിയാതെ വന്നത് കാര്യങ്ങൾ കൂടുതൽ വഷളാക്കി. തനിക്കും സഹോദരനും താമസിക്കാൻ മറ്റൊരു സ്ഥലം നോക്കൂ എന്ന് വീട്ടുടമസ്ഥൻ പരോക്ഷമായി പറയുന്നതിനും മൂന്നുമാസം മുൻപ് വരെ ഈ അവസ്ഥ തുടർന്നു. അതായിരുന്നു ഏറ്റവും കഠിനമായത്.

ഇനി എവിടെ താമസിക്കും ? എവിടെ പോകും ? സ്കൂൾ ഉപേക്ഷിച്ചു ഗ്രാമത്തിലേക്ക് മടങ്ങേണ്ടി വരുമോ ?

സയീദ് ചിന്തിച്ചു.

തന്റെ ഗ്രാമത്തിൽ സ്കൂളുകൾ ഉണ്ടായിരുന്നുവെങ്കിൽ ഇങ്ങനെ വീട്ടിൽനിന്നും അകന്നു നിൽക്കേണ്ടിവരില്ലായിരുന്നു. അലിയെ നാട്ടിലേക്ക് തിരിച്ചയക്കുന്നതിനെക്കുറിച്ച് സയീദ് ചിന്തിച്ചു. സഹോദരന്റെ കാര്യത്തിൽ ഇത് നടക്കുമെങ്കിലും പട്ടിണി കിടന്നു ചത്താലും തനിക്ക് അത് സാധിക്കില്ല എന്ന് അവനു മനസ്സിലായി. ആകസ്മികമായി കണ്ടുമുട്ടിയ, തന്റെ അതേ ജീവിതാവസ്ഥകളിലൂടെ കടന്നുപോകുന്ന ഒരു കൂട്ടുകാരനോട് കാര്യങ്ങൾ എല്ലാം പറയാൻ സയീദിന് ഇടവന്നു. താനും അനുജനും ഒരു മസ്ജിദിനോട് ചേർന്നുള്ള ഒരു ചെറിയ മുറിയിലാണ് താമസിക്കുന്നതെന്നും അവരോടൊപ്പം അവിടെ താമസിക്കുന്നതിൽ തനിക്ക് സന്തോഷമേയുള്ളൂ എന്നും അവൻ സയീദിനോട് പറഞ്ഞു.

'അത് നന്നായല്ലോ.' സയീദ് ഉറക്കെപ്പറഞ്ഞു.

ഇവിടെയാണ് മൂട്ടകൾക്കും, പ്രാണികൾക്കും കൊതുകുകൾക്കുമൊപ്പം കഴിഞ്ഞ രണ്ട് മാസമായി അവർ താമസിച്ചിരുന്നത്. ദ്രവിച്ച വാതിലുകളും തുരുമ്പിച്ച സാധനങ്ങളുമായിരുന്നു ഏകദേശം മൂന്നു മീറ്റർ നീളവും വീതിയുമുള്ള ഇടുങ്ങിയ ആ മുറിയ്ക്ക് ഉണ്ടായിരുന്നത്. ജനലുകൾ ഇല്ല. പരിഷ്കാരത്തിന്റേതായ യാതൊന്നുമില്ല. വൈദ്യുതിയോ വെള്ളമോ പോലും. പാചകത്തിനായി കറ പിടിച്ച ഒരു പാത്രവും. യെമനി ഭാഷയിൽ ദഫൂർ എന്ന് വിളിക്കുന്ന ഒരു മണ്ണെണ്ണ സ്റ്റവ്, പഴകിയ കുറച്ചു പാത്രങ്ങൾ, പിന്നെ അവന്റെ കൂട്ടുകാരൻ ഉപയോഗിച്ചിരുന്ന കുറച്ചു മൺകപ്പുകൾ. ഉപയോഗശൂന്യമായ ഈ സാധനങ്ങളെല്ലാം മുറിയുടെ ഒരു മൂലയിൽ ഉണ്ടായിരുന്നു. പ്രാർത്ഥനയ്ക്ക് മുൻപ് തുറന്നുകൊ

ടുത്തിരുന്ന മസ്ജിദിലെ ശുചിമുറികളായിരുന്നു അവർ ഉപയോഗിച്ചത്. രാത്രിയ്ക്ക് മുൻപ് കക്കൂസിൽ പോകുന്നത് എങ്ങാനും മറന്നാൽ പിന്നെ പിറ്റേന്ന് പ്രാർത്ഥനാസമയം വരെ കാത്തിരിക്കണം. അപൂർവ സന്ദർഭങ്ങളിൽ, ആർക്കെങ്കിലും പിടിച്ചു നിൽക്കാൻ കഴിയാതെ വന്നാൽ അവർ നാലുപേരും ധൈര്യം സംഭരിച്ച് കക്കൂസിൽ പോകേണ്ടവനെയും കൂട്ടി തെരുവിലയ്ക്കിറങ്ങും. മിക്കവാറും ഒരു ഇരുണ്ട ഇടനാഴിയോ, കാറുകൾ നിറുത്തിയിട്ടിരിക്കുന്നതിന്റെ മറവോ ആവും ലക്ഷ്യം. ഒരുപാടുണ്ടായിരുന്ന തെരുവുനായ്ക്കളിൽനിന്നോ, അല്ലെങ്കിൽ കുടിച്ചു ലക്കുകെട്ട ഒരുവന്റെ ആക്രമണത്തിൽനിന്നോ രക്ഷ നേടാൻ ഈ സാഹസികതയ്ക്ക് മുമ്പ് അവർ കല്ലുകൾ ആയുധമാക്കി കൂടെ കരുതും.

കൂട്ടുകാരനോടൊപ്പം താമസം തുടങ്ങിയതിൽപ്പിന്നെ ഒരു നേരം മാത്രം ഭക്ഷണം കഴിച്ച്, ചിലപ്പോൾ രണ്ടോ അല്ലെങ്കിൽ മൂന്നോ നേരം അലിയ്ക്ക് ഭക്ഷണം കൊടുക്കുകയായി സയീദ്. പ്രധാനപ്പെട്ടത് ഉച്ച ഭക്ഷണമായിരുന്നു. യെമൻ സംസ്കാരത്തിലെ പ്രധാന ഭക്ഷണവും ഇതു തന്നെ. ആകസ്മികമായി, രണ്ടുപേരും ഒരു വയസ്സന്റെ ഒരു റെസ്റ്റോറന്റ് കണ്ടെത്തി. നല്ല ഭക്ഷണം വാങ്ങാൻ കഴിവില്ലാത്തവരായിരുന്നു അവിടെ കൂടുതലും. ഒരു ഭക്ഷണശാലയുടെ ഭംഗി ഒട്ടും ഇല്ലാത്ത ഒന്നായിരുന്നു അത്. ഇങ്ങനെ ഒന്ന് നോക്കി ഒരുപാട് നടന്ന ശേഷമാണ് അവർ അത് കണ്ടെത്തിയതുതന്നെ. നല്ല ഭക്ഷണം വാങ്ങാൻ കഴിയാത്തവരാണ് ഇടപാടുകാർ. വിലകുറഞ്ഞ ഒരു റെസ്റ്റോറന്റ് കണ്ടെത്താനുള്ള നിരവധി ശ്രമങ്ങളുടെ ഫലമായിരുന്നു ഈ കണ്ടെത്തൽ. അവിടെയുള്ള ഒരേയൊരു ആൾ ആ വയസ്സനാണ്, പാചകക്കാരനും അയാൾ തന്നെ. രണ്ടു തരം ഭക്ഷണം വയസ്സൻ ഉണ്ടാക്കും. കുടലും നാവും ഒക്കെ ചേർത്തുണ്ടാക്കുന്ന ബീഫ് ഒഫൽ ആയിരുന്നു ഒരെണ്ണം. യെമനിലെ പൊതുജനങ്ങളുടെ പ്രിയ ഭക്ഷണമായ സൽട്ടയാണ് മറ്റൊന്ന്. ചതച്ച മാംസം കൊണ്ടുള്ള സൂപ്പിൽ ഹെൽബയും (ഉലുവ) തക്കാളിസോസും, വേവിച്ച പച്ചക്കറികളും ചേർത്താണ് അതുണ്ടാക്കുന്നത്. വയസ്സന്റെ അന്നത്തെ മനോനിലയ്ക്ക് ചേർന്ന പോലെയാണ് അവർക്ക് ഭക്ഷണത്തിന്റെ അളവ് കിട്ടുക. മൂന്ന് ദിവസമെങ്കിലും പഴക്കമുള്ള റൊട്ടി (ഖുധം) അതു പോലും വാങ്ങാൻ ത്രാണിയില്ലാത്തവർക്ക് കൊടുത്തിരുന്ന വയസ്സന്റെ ഉദാരതയിൽ സയീദും അലിയും ഉൾപ്പെട്ടിരുന്നു. തുച്ഛമായ ഒന്നോ രണ്ടോ റിയാൽ മാത്രമായിരുന്നു വയസ്സൻ മുഴുവൻ ഭക്ഷണത്തിനുമായി ഈടാക്കിയിരുന്നത്. അതാകട്ടെ, ഭേദപ്പെട്ട ഒരു ചായക്കടയിൽ ഒന്നോ രണ്ടോ ചായയ്ക്കു പോലും തികയാത്തത്ര നിസാരമായതായിരുന്നു. ഈ കൊടും

ദാരിദ്ര്യാവസ്ഥയിൽ, സ്കൂൾ കഴിഞ്ഞു വരുമ്പോഴേയ്ക്കും അവർ വിശന്നു അവശരായിട്ടുണ്ടാകും. ചിലപ്പോൾ വയറ്റിലേക്ക് എന്തെങ്കിലും ചെന്നിട്ട് കുറഞ്ഞത് ഇരുപത്തിനാലു മണിക്കൂർ എങ്കിലും ആയിട്ടുണ്ടാകും. കുട്ടികൾ രണ്ടാൾക്കും, വയസ്സന്റെ അവിടത്തെ ഭക്ഷണം അതിനാൽതന്നെ പഞ്ചനക്ഷത്ര ഹോട്ടലിലേതിനു സമമായിരുന്നു.

'ഇവിടെ വരൂ' സയീദ് ഉച്ചത്തിൽ പറഞ്ഞു. വിഷമം നിറഞ്ഞ, കഴിഞ്ഞ അഞ്ചുമാസങ്ങളിൽ അലി അനുഭവിച്ചിട്ടില്ലാത്ത വിധം ആഹ്ളാദം സയീദിന്റെ വാക്കുകളിൽ പ്രതിധ്വനിച്ചു. 'നമുക്ക് റസ്റ്റോറന്റിലേക്ക് പോകാം.' സയീദ് നിർദ്ദേശിച്ചു. അലി പരിഭ്രമിച്ചതുപോലെ തോന്നി.

റസ്റ്റോറൻറ്? അലി അതിശയം കൂറി. സയീദ് പറഞ്ഞതിനെക്കുറിച്ച് ആലോചിക്കുകയായിരുന്നു അലി. കാരണം കഴിഞ്ഞ കുറെ നാളുകളായി അവർക്ക് ആകെ ഒരു റസ്റ്റോറൻറ് മാത്രമല്ലേ അറിയൂ.

'അതെ, ഒരു ടാക്സി വിളിക്ക് ഉച്ചഭക്ഷണത്തിന് നേരമാകുന്നു.'

'റസ്റ്റോറൻറ്? ടാക്സി ?' എന്താണ് സംഭവിക്കുന്നത് സംശയിച്ചുകൊണ്ട് പയ്യൻ ചോദിച്ചു.

'അത് കാര്യമാക്കണ്ട, ഞാൻ പിന്നീട് പറയാം.' ഒരു ടാക്സി കൈ കാണിച്ച് നിർത്തി അലിയെ അകത്തു കയറ്റിയ ശേഷം സയീദും കയറി.

'എങ്ങോട്ടാ കുട്ടികളെ?' ഡ്രൈവർ തിരക്കി.

'ഗ്രീൻവാലി റസ്റ്റോറന്റിലേക്ക്' മൃദുസ്വരത്തിൽ അവൻ പറഞ്ഞു. നഗരത്തിലെ ഒന്നാന്തരം റസ്റ്റോറൻറ് ആയിരുന്നു അത്.

'ഗ്രീൻവാലി റസ്റ്റോറന്റിലേക്ക്?'

'അതേ വേഗം പോകൂ, ഉച്ച ഭക്ഷണം കഴിക്കണം ഞങ്ങൾക്ക്.'

'ടാക്സിക്കൂലി ആദ്യമേ തരണം.' കൗശലത്തോടെയും കള്ളച്ചിരിയോടെയും ഡ്രൈവർ പറഞ്ഞു. ഇതിനുംപുറമേ ആ നഗരത്തിലെ ടാക്സി ഡ്രൈവർമാർ അവരുടെ പരുക്കൻ സ്വഭാവത്തിന് കുപ്രസിദ്ധി നേടിയവരായിരുന്നു. പോരാത്തതിന് കീറിപ്പറിഞ്ഞ വസ്ത്രം ധരിച്ച, മ്ലാനവദനരായ ഈ പിള്ളേരുടെ കയ്യിൽ ടാക്സിയ്ക്ക് പണം ഉണ്ടാവില്ലെന്ന് അയാൾ കരുതി 'ശരി, എത്രയാ?' സയീദ് ചോദിച്ചു.

'പത്തു റിയാൽ'

'ഇതാ പണം.' അഭിമാനത്തോടെ അയാൾക്ക് നൂറു റിയാൽ കൊടുത്തുകൊണ്ട് സയീദ് പറഞ്ഞു.

'ഇതിനു ചില്ലറ ഉണ്ടോ എന്ന് ഞാൻ നോക്കട്ടെ.'

ചില്ലറ കയ്യിൽ കിട്ടിയപ്പോൾ സയീദ് പറഞ്ഞു.

'ഇനി വേഗം പുറപ്പെടൂ.'

'ശരി മോനെ.' ഒരു വഷളൻ നോട്ടം സമ്മാനിച്ചുകൊണ്ട് അയാൾ പറഞ്ഞു. അവർ റസ്റ്റോറന്റിൽ എത്തിയപ്പോൾ ക്യാഷ്യറോ, ഒരുപക്ഷേ ഉടമസ്ഥനോ ആണെന്നു തോന്നിപ്പിച്ച ഒരാൾ പ്രധാന വാതിലിന് അരികിൽ നിൽക്കുന്നുണ്ടായിരുന്നു. ടാക്സി ഡ്രൈവറെപ്പോലെ അയാൾ അവരോട് പെരുമാറാത്തതിൽ സയീദും അലിയും അത്ഭുതപ്പെട്ടു. ചില്ലറ കിട്ടിയ പണം താൻ അതുവരെയും കീശയിൽ ഇട്ടിട്ടില്ലല്ലോ എന്ന് അപ്പോഴാണ് സയീദ് മനസ്സിലാക്കിയത്. ഭക്ഷണം കഴിക്കുന്നതിനിടെ അലി ചോദിച്ചു.

'എന്താ നിനക്ക് ലൈലത്തുൽ ഒഡർ പ്രത്യക്ഷപ്പെട്ടോ? (ഇസ്ലാമിൽ രാത്രിയുടെ ഈ ശക്തി ആർക്കു പ്രത്യക്ഷപ്പെടുന്നുവോ അവർക്ക് നല്ല കാലം വരും എന്നാണ് വിശ്വാസം.)

'അതെ, നീ അങ്ങനെ പറഞ്ഞോളൂ.' സയീദ് മറുപടി പറഞ്ഞു.

'നമ്മുടെ സ്ഥാപനം, അവസാനം എനിക്ക് സ്റ്റൈപ്പൻഡ് നൽകി എന്നുമാത്രമല്ല, അന്ന് പരാതി കൊടുത്തതു മുതൽ അത് നൂറിൽനിന്ന് നാനൂറ് ആക്കി ഉയർത്തുകയും ചെയ്തു.'

'എനിക്ക് ഒരു ഷർട്ട് വാങ്ങിത്തരാൻ പോവുകയാണോ ഇക്കാ?'

നാണത്തോടെ കണ്ണുകൾ ഉയർത്താതെ അലി ചോദിച്ചു.

'ഞാൻ നിനക്ക് ഒന്നല്ല മൂന്ന് ഷർട്ടുകൾ വാങ്ങിത്തരും.'

'ആവശ്യമുള്ളതൊക്കെ എഴുതിവയ്ക്ക്, ഇന്ന് നമ്മൾ ഷോപ്പിങ്ങിന് പോവുകയാണ്.'

13

ഒരു കപ്പു കാപ്പികൂടി

കഥ (അറബിക്) - അലി ഉബൈദ് അൽ ഹംലി

ഇംഗ്ലീഷ് പരിഭാഷ - ഡോ. അഹമ്മദ് വൈ. അൽഗംദി

ജീവിതത്തെ ആശ്രയിക്കുന്നതിനും, അറിയപ്പെടാത്തവയെ അഭിമുഖീകരിക്കുന്നതിനും ഇടയിലുള്ള ദശാസന്ധിയിൽ നിന്ന് അവൾ അവനോട് വിട പറയുകയായിരുന്നു. അഥവാ അവൻ അവളോട് വിട പറയുകയായിരുന്നു.

'പ്രാർത്ഥനയാണ് ഉറക്കത്തേക്കാൾ നല്ലത്' എന്ന വിളി കേൾക്കുന്നതിന് തൊട്ടുമുമ്പ്, പുരോഗമനക്കാർ ആരും തന്നെ ഇതുവരെ ഉപയോഗിക്കാത്ത അത്രയും പഴയ മീൻപിടുത്തസാമഗ്രികൾ എടുത്തു സൂക്ഷിക്കുകയായിരുന്നു അവൻ. പഴയ, തടി കൊണ്ടുള്ള ബോട്ട് അവൻ പരിശോധിച്ചു. വെള്ളത്തിലേക്ക് സൂക്ഷിച്ചുനോക്കി, കടലിന്റെ ആഴവും കാലാവസ്ഥയും അറിയാനെന്നോണം അവൻ ദൂരേക്ക് മിഴികൾ പായിച്ചു. കടലിന്റെ ശാന്തത അവനെ പ്രലോഭിപ്പിച്ചു നല്ല ഒരു കൊയ്ത്ത് കിട്ടാനായി അല്ലാഹുവിനോട് പ്രാർത്ഥിക്കുന്നതുപോലെ അവൻ ആകാശത്തേക്ക് കൈകൾ ഉയർത്തി. അങ്ങനെയെങ്കിൽ ഇനി ഒന്നോ രണ്ടോ ദിവസത്തെ ക്ലേശകരമായ മീൻ പിടുത്തത്തിൽ നിന്ന് അവനു മുക്തി ലഭിക്കും. അവൻ തന്റെ ഞരമ്പുകൾ തെളിഞ്ഞ കൈകൾ വെള്ളത്തിലേക്ക് വയ്ക്കുമ്പോൾ തുഴകൾ കൊണ്ട് ബോട്ടിൽ ഉണ്ടായ പാടുകളെയും, മീൻ പിടിക്കുന്നതിനിടെ കയ്യിൽ ഉണ്ടായ തഴമ്പുകളെയും കുറിച്ച് ചിന്തിച്ചു. ഉള്ളംകൈ ഏതോ മലയിലെ, ഗുഹാന്തർഭാഗത്തെ പരുക്കൻ പാറകൾ പോലെ തോന്നിച്ചു. തുടർച്ചയായി തുഴകൾ ഉപയോഗിച്ചും മീൻ പിടിക്കാനുള്ള ലോഹക്കമ്പികളിൽ പെരുമാറിയും അവന്റെ കൈകൾ കറുത്തു കരുവാളിച്ചു പോയിരുന്നു എന്നത് അവനെ അത്ഭുതപ്പെടുത്തി.

തിരികെ വരുന്നതുവരെയും ഉപയോഗിക്കാനുള്ള മണ്ണെണ്ണ ഉണ്ടെന്നു ഉറപ്പുവരുത്തി, അവൻ ഒരു റാന്തൽ വിളക്ക് കത്തിച്ചു. രാത്രി വൈകി ഉൾക്കടലിൽ നിന്ന് വരികയോ പോവുകയോ ചെയ്യുന്ന വലിയ കപ്പലുകളിൽ നിന്നും ബോട്ടുകളിൽ നിന്നും രക്ഷപ്പെടാനായി ആ റാന്തൽ

വിളക്ക് അവൻ ബോട്ടിന്റെ അമരത്ത് തൂക്കിയിട്ടു. ഇത്തരം രാത്രികളിൽ കപ്പിത്താന്മാർ സാധാരണഗതിയിൽ ഉറക്കമായിരിക്കും. അവരുടെ സഹായികളും മയങ്ങുകയായിരിക്കും. ഇങ്ങനെ ഒരു ചെറിയ ബോട്ട് അവരുടെ കണ്ണിൽ പെട്ടെന്ന് വരികയില്ല. ആ കപ്പലിൽ നിന്ന് നോക്കുന്നവർക്കാകട്ടെ ഇത് പൊഴിഞ്ഞുവീണ ചെറിയ പക്ഷിത്തൂവൽ മാത്രം. തിരമാലകൾക്ക് മേലെ ചാഞ്ചാടി, വിധിയുടെ വിളയാട്ടം പോലെ നീങ്ങുന്ന ഒന്ന്.

അവൻ ബോട്ട് കടലിലേക്ക് തള്ളിയിറക്കുകയും, മുട്ടുവരെ വെള്ളമെത്തിയപ്പോൾ ഒരു പയ്യന് ചെയ്യാൻ സാധിക്കാത്ത അത്ര കണിശതയോടെ, ഒറ്റച്ചാട്ടത്തിന് ബോട്ടിനുള്ളിലേക്ക് കയറുകയും ചെയ്തു. 60 വർഷക്കാലമായി അവനത് അനായാസം ചെയ്യുന്നു.

തന്റെ പ്രായം അയാൾക്ക് ഒരു പ്രശ്നമായിരുന്നില്ല. ഇരുപതാം നൂറ്റാണ്ടിലെ, അറുപതുകളിൽ പ്രായമെത്തി, റിട്ടയർ ചെയ്താൽ പെൻഷൻ പോലും ലഭിക്കാത്ത ഒരു തീരദേശ ഗ്രാമത്തിൽ, പ്രായത്തെക്കുറിച്ച് ബോധവാനോ ബോധവതിയോ ആകുന്നതിൽ പ്രത്യേകിച്ച് ഒന്നും ഉണ്ടായിരുന്നില്ല. അവരുടെ ജീവിതപ്രശ്നങ്ങളെ പരിഹരിക്കുന്നതിനായി ഒരു തുക അലവൻസ് ആയി കൊടുക്കാൻ പോലും അവിടെ ഒരു സാമൂഹിക ക്ഷേമ മന്ത്രാലയം ഇല്ല. ഒരു പെൺകുട്ടിയോട് വിവാഹാഭ്യർത്ഥന നടത്തുമ്പോൾ മാത്രമാണ് ഒരു പക്ഷേ പ്രായം ഒരു ഘടകം ആകുന്നത്.

ഓ, എന്തിനാണ് ഇങ്ങനെയൊരു മുറിവ് നീ വീണ്ടും വീണ്ടും തുറക്കുന്നത് റാഷിദ്. പിടിയിൽ സ്പർശിക്കാതെ വാതിലുകൾ തുറക്കാൻ എന്തിനാണ് നീ ശ്രമിക്കുന്നത്. അയാൾ ചുറ്റും നോക്കി. ജലത്തിൽ പ്രതിഫലിക്കുന്ന ചന്ദ്രബിംബം ഒന്ന് സുതാര്യമാക്കിയ ഇരുട്ടല്ലാതെ ഒന്നും ചുറ്റുവട്ടത്തില്ല. അയാൾ ആകാശത്തേക്ക് നോക്കി. നക്ഷത്രങ്ങൾ നോക്കി തന്റെ സ്ഥാനം അയാൾ മനസ്സിലാക്കാൻ ശ്രമിച്ചു. തലേന്ന് വലകൾ സ്ഥാപിച്ചിടത്തേക്ക് എത്താൻ ഇനിയും എത്രനേരം വേണമെന്ന് അയാൾ കണക്കുകൂട്ടി. നക്ഷത്രങ്ങൾ അല്ലാതെ കടലിനുനടുവിൽ വഴികാട്ടികൾ ആരുമില്ല. ദിശ അറിയാൻ വീടുകളോ മരങ്ങളോ മറ്റു അടയാളങ്ങളോ ഒന്നും. വലിയ കപ്പലുകളിലെ നാവികരെ സഹായിക്കുന്നത് പോലെയുള്ള ദിശാസൂചികളോ, വടക്കുനോക്കിയന്ത്രമോ അയാൾക്കില്ല. ഇതൊന്നും അയാൾക്കൊരു പ്രശ്നമായിരുന്നില്ല. ഇതിനകം അയാളുടെ ബോട്ടിനു പോലും വഴി മനഃപാഠമായി കഴിഞ്ഞിരുന്നു. എത്രയോ തവണ അവൾ വിവിധ ദിശകളിലൂടെ നടത്തിയ സമുദ്ര സഞ്ചാരങ്ങൾക്ക് നന്ദി.

തുടർചിന്തകൾക്ക് തടസ്സം സൃഷ്ടിച്ചുകൊണ്ട് പ്രായത്തെക്കുറിച്ചുള്ള

ആവലാതികൾ വീണ്ടും പ്രത്യക്ഷപ്പെട്ടു. വിവാഹാഭ്യർത്ഥന നടത്തുന്ന ഒരു പെൺകുട്ടിയെ പ്രലോഭിപ്പിക്കുന്നത് പോലെയോ അവരുടെ വീട്ടുകാരാൽ സ്വീകരിക്കപ്പെടുന്നത് പോലെയോ ഉള്ള ചെറുപ്പക്കാരനല്ല താനെന്ന് അയാൾക്ക് ബോധ്യമുണ്ടായിരുന്നു. പ്രായത്തെ അവഗണിക്കാൻ മാത്രം തനിക്ക് സമ്പത്തും അവകാശപ്പെടാനില്ല എന്നതും അയാൾ നിരാകരിക്കുന്നില്ല. ഹിസായിൽ തനിക്ക് ഒരു കുഞ്ഞു ഉണ്ടാവുകയും അവൻ തന്റെ പേര് നിലനിർത്തുകയും, അവനിലൂടെ, തന്റെ മരണശേഷം തന്റെ സന്തതി പരമ്പര തുടരുകയും ചെയ്തിരുന്നെങ്കിൽ ഈ ജീവിതം എത്ര മനോഹരമായേനെ!

അവൾ തനിക്ക് ഒരു പെൺകുഞ്ഞിനെ നൽകിയിരുന്നാലും താൻ നിഷേധിക്കുമായിരുന്നില്ല എന്നയാൾ ആണയിട്ടു. അടുത്തത് ആൺകുഞ്ഞ് തന്നെ എന്നയാൾ വിശ്വസിക്കുമായിരുന്നു. രണ്ടു പെൺകുഞ്ഞുങ്ങൾ.. മൂന്നു പെൺകുഞ്ഞുങ്ങൾ... ഒരു പ്രശ്നവുമില്ല. അപ്പോഴും പ്രതീക്ഷയ്ക്കു വകയുണ്ട്. പക്ഷേ (ഭാര്യ തന്നെ) സ്വമേധയാ കുഞ്ഞുങ്ങൾ വേണ്ടെന്ന് വയ്ക്കുന്നതിനോട് പൊരുത്തപ്പെടാൻ അയാൾക്ക് ആകുമായിരുന്നില്ല. വിവാഹം കഴിക്കാമെന്ന് കളി തമാശയുടെ ഈണത്തോടെ പറഞ്ഞപ്പോൾപ്പോലും പണ്ട് അവൾക്ക് എതിർപ്പുകൾ ഉണ്ടായിരുന്നില്ല. ഇപ്പോഴത്തെ ഈ അവസ്ഥയിൽ അയാളെ ആര് സ്വീകരിക്കും? തന്റെ സമപ്രായക്കാരിയെ വിവാഹം ചെയ്താലോ എന്നയാൾ ആലോചിച്ചതാണ്. എന്നാൽ തനിക്ക് ഒരു കുഞ്ഞിനെ തരുന്നതിൽ അവൾ പരാജയപ്പെടുമോ എന്നത് അയാളെ പരിഭ്രാന്തനാക്കി. ഇപ്പോൾ ആപത്ത് ഇരട്ടിയാണ്. പരിഹാസച്ചുവയോടെ തന്നെ നോക്കുന്നതിനെപ്പറ്റി പറയുകയേ വേണ്ട, ഒപ്പം താൻ ആണത്തം ഇല്ലാത്തവനാണെന്ന് ഹിസ ആളുകൾക്കിടയിൽ പ്രചരിപ്പിക്കുക കൂടി ചെയ്യുന്നതാണ് പ്രധാന പ്രശ്നം.

ഇല്ല, അങ്ങനെ ചെയ്യാതിരിക്കാൻ മാത്രം കുലീനയും ശ്രദ്ധാലുവുമാണ് ഹിസ. പക്ഷേ അവൾ അങ്ങനെ ചെയ്യില്ല എന്ന് എങ്ങനെ ഉറപ്പിക്കും? മറ്റുള്ള പെണ്ണുങ്ങളെപ്പോലെ അവളും ഒരു പെണ്ണല്ലേ. അബ്ദുറഹ്മാൻ വെള്ളിയാഴ്ച നമസ്കാരത്തിന് ഇടയിൽ പറയാറില്ലേ; 'സ്ത്രീ ഇടുങ്ങിയ ചിന്താഗതിക്കാരിയും മതവിശ്വാസം കുറഞ്ഞവളുമാണെന്ന്.' അബ്ദുറഹ്മാൻ പറഞ്ഞതിന്റെ പൊരുൾ മനസ്സിലായിട്ടില്ല എങ്കിലും അയാൾ അത് ഓർത്തെടുത്തു. ഹിസായ്ക്ക് കുട്ടികളും ഇല്ല. അവൾ വന്ധ്യയാണ്. ആശിച്ചതുപോലെ തനിക്ക് സന്തതിപരമ്പരയെ തരാൻ അവൾക്കാവില്ല.

വല വിരിച്ചിടത്തേയ്ക്ക് എത്തി എന്ന് റാഷിദ് തിരിച്ചറിഞ്ഞപ്പോഴേക്കും

സമയം ഒരുപാട് കടന്നു പോയിരുന്നു. അയാൾ വല വലിച്ചു കയറ്റി. അവയിൽ നിന്ന് മീനുകളെ എടുക്കാൻ തുടങ്ങി. വേഗം അതെല്ലാം (ഫ്രീജ് അൽദഘായ)* മാർക്കറ്റിൽ, മീൻപിടുത്തക്കാരെ കാത്തുനിൽക്കുന്ന കച്ചവടക്കാരുടെ അടുത്തേക്ക് എത്തിയ്ക്കണം. എന്നിട്ടു വേണം ആ കച്ചവടക്കാർക്ക് മീനിന് വില കൂടുതലും എന്നാൽ ലഭ്യത കുറവും ഉള്ള സ്ഥലങ്ങളിലേക്ക് പോകാൻ.

ആദ്യത്തെ വല വലിച്ചു കയറ്റി. മോശമായില്ല, നല്ല കൊയ്ത്ത്. രണ്ടാമത്തേതും മൂന്നാമത്തേതും അങ്ങനെതന്നെ. അല്ലാഹുവിനു നന്ദി. തങ്ങളുടെ സമ്പാദ്യം പിടിച്ചു വയ്ക്കുന്ന ചില മനുഷ്യരെ പോലെയല്ല കടൽ. അവൾ സമൃദ്ധിയായി നൽകുന്നു. തിരികെയുള്ള യാത്രയിൽ ഓർമ്മകൾ വീണ്ടും അയാളിലേക്ക് എത്തി.എന്തുകൊണ്ട് തന്റെ സുഹൃത്ത് മത്താർ ചെയ്തത് പോലെ തനിക്കും ചെയ്തുകൂടാ? ഒൻപതു മക്കളുണ്ട് മത്താറിന്. ആ ചിന്തയെ അവൻ മനസ്സിലിട്ട് താലോലിച്ചു കൊണ്ടേയിരുന്നു. തന്റെ കഴുത്തിനെ വേദനിപ്പിക്കുന്ന എല്ലാ പ്രശ്നങ്ങളിൽ നിന്നും താൻ അതോടെ രക്ഷപ്പെടും.

അന്ന് വൈകുന്നേരം അസർ നമസ്കാരത്തിന് ശേഷം മത്താറുമായി അയാൾ ഒരു മണിക്കൂറോളം സംഭാഷണത്തിൽ ഏർപ്പെട്ടു. തിരികെ വീട്ടിലെത്തുമ്പോൾ, സാധാരണ കാണാറുള്ളത് പോലെ ഒരു കപ്പ് കാപ്പിയുമായി അയാളെയും പ്രതീക്ഷിച്ചുകൊണ്ട് ഭാര്യയും മുറ്റത്ത് തന്നെ നിൽപ്പുണ്ട്. 'ഹിസാ' അയാൾ പറഞ്ഞു; 'വസ്ത്രങ്ങൾ എടുത്ത് വെയ്ക്ക്, അടുത്ത ആഴ്ച പുറപ്പെടുന്ന ഒരു കപ്പലിൽ ഞാൻ മത്താറിനൊപ്പം ഇന്ത്യയിലേക്ക് പോവുകയാണ്.' ഒന്നുമുരിയാടാതെ ഹിസ അയാൾക്ക് കാപ്പി പകർന്നു. ഒരെണ്ണം അവൾക്കും. ഗേറ്റിനെ നോക്കിക്കൊണ്ട്, നിശബ്ദയായി അവൾ കാപ്പി നുണഞ്ഞുകൊണ്ടിരുന്നു. കാപ്പിക്കപ്പ് റാഷിദിന്റെ കയ്യിൽ മരവിച്ചതുപോലെ തോന്നി. കല്യാണം കഴിഞ്ഞു മുപ്പത്തിയഞ്ചു വർഷങ്ങളായിട്ടും, ഒരേ വീട്ടിൽ ഇത്രയും കാലം താമസിച്ചിട്ടും അവൾ ആദ്യമായി കാപ്പി കുടിക്കുന്നത് അയാൾ കണ്ടു.

അത്ഭുതപരതന്ത്രനായി അയാൾ അവിടെത്തന്നെ ഇരുന്നു പോയി

** ദുബായിലെ ഒരു പഴയ പ്രാദേശിക താമസസ്ഥലം. 'ഫിഷിംഗ് ബാത്ത്‌വേ' എന്ന വാക്കിൽ നിന്ന് ഉണ്ടായ പേര്.*

14

നോബർട്ട് ലീ

കഥ (അറബിക്)- മുഹമ്മദ് അബു അൽ ഫാദിൽ നൂറാൻ
ഇംഗ്ലീഷ് പരിഭാഷ- എഫ്ഫത് ഖോഗൈർ

ജർമ്മനിയിലെ പഴയ ഗ്രാമമായ ബോണിലെ വീട്ടിൽ നിന്ന് പുറത്തിറങ്ങിയപ്പോൾ പ്രഭാതമായിരുന്നു. എന്റെ പിഎച്ച്ഡി പ്രബന്ധാവതരണത്തിനായി തലേന്ന് രാത്രി എത്തിയതായിരുന്നു ഞാൻ. രാത്രി 9 മണിയോടു അടുത്ത സമയമായതിനാൽ പുറമേ നിന്ന് ആ വീട് എങ്ങനെയിരിക്കും എന്ന് ഞാൻ കണ്ടിരുന്നില്ല. പിറ്റേന്ന് ജോലി ദിവസം ആയതുകൊണ്ട് തെരുവുകൾ ശൂന്യമായിരുന്നു. വിമാനങ്ങളുടെ ശബ്ദത്തെക്കുറിച്ച് പരാതികൾ ഉയർന്നിരുന്നതിനാൽ ബോണിൽ നിന്ന് 20 കിലോമീറ്റർ അകലെയുള്ള കോലൻ എയർപോർട്ട് വൈകീട്ട് 8 മുതൽ രാവിലെ 7 വരെ അടച്ചിടും എന്നത് എന്നിൽ അത്ഭുതമുളവാക്കി. ജനങ്ങൾക്ക് അല്പം ആശ്വാസം നൽകുന്നതിനായി മുനിസിപ്പാലിറ്റി എടുത്ത തീരുമാനമായിരുന്നു അത്.

ഒരു റസ്റ്റോറന്റ് അന്വേഷിച്ച് ആ രാത്രി ഇറങ്ങേണ്ടതില്ല എന്ന് തീരുമാനിച്ചതിനാൽ എന്റെ ബാഗ് തുറന്ന് അമ്മ അതിൽ വച്ചിരുന്ന കുറച്ച് ഈത്തപ്പഴങ്ങൾ ഞാൻ കഴിക്കാൻ എടുത്തു. ഗൃഹാതുരതയോടെ ഞാനത് കഴിച്ചു. വീടും ഈത്തപ്പനകളും കാണാൻ കൊതിച്ചുകൊണ്ട്, കവിയുടെ വാക്കുകൾ ഞാൻ ആവർത്തിച്ചു.

> I yearn for you when you moved away for a single day,
> What perhaps be any harder than when you go away for ten days.

ഒരു ദിവസം കൊണ്ട് നീ അകന്നപ്പോൾ
ഞാൻ നിനക്കായി കൊതിക്കുന്നു
നീ പത്തോളം ദിവസത്തേക്ക്

അകന്നു നിൽക്കുന്നതിനേക്കാൾ
ബുദ്ധിമുട്ട് നിറഞ്ഞതാവാം
ഒരു പക്ഷേ അത്

ഞാൻ ഗാഢമായി ഉറങ്ങി. പൂന്തോട്ടത്തോടുകൂടി, രണ്ടുഭാഗങ്ങളായി പകുത്ത ഒരു വീടാണ് അത് എന്ന് രാവിലെ ഞാൻ മനസ്സിലാക്കി. പുറത്തേക്ക് ഇറങ്ങിയപ്പോൾ, ഏകദേശം 50 വയസ്സ് പ്രായമുള്ള ഒരു വൃദ്ധൻ പനിനീർ പൂക്കളാൽ ചുറ്റപ്പെട്ട്, കാൽകീഴിൽ ഒരു നായയുമായി ഇരിക്കുന്നത് കണ്ടു. നെറ്റിയിലേക്ക് വീണു കിടക്കുന്ന നരച്ച മുടിയിഴകൾ. അയാളുടെ തടിച്ച ദേഹം ഒരു വെളുത്ത കൽത്തൂണ് പോലെ കാണപ്പെട്ടു. ഞാൻ വരുന്നത് അയാൾ കണ്ടിരുന്നില്ല. ഞാൻ അഭിവാദനം ചെയ്തപ്പോഴും തണുത്ത പ്രതികരണമായിരുന്നു അയാൾക്ക്. ഞാൻ യൂണിവേഴ്സിറ്റിയിലേക്ക് പോവുകയും എന്റെ അധ്യാപകനും യൂണിവേഴ്സിറ്റിഡീനുമായ പ്രൊഫസർ സ്റ്റീവൻ ഫീൽഡിനെ കാണുകയും ചെയ്തു. ഞങ്ങൾ ഒരുമിച്ചിരുന്ന് സംസാരിച്ചു. തുടർന്ന് അദ്ദേഹം എന്നെ ഉച്ച ഭക്ഷണത്തിന് വിളിച്ചു ഭക്ഷണം കഴിഞ്ഞ് ഞാൻ തിരികെ വീട്ടിലേക്ക് വന്നു. വൃദ്ധൻ ഇപ്പോഴും അവിടെ തന്നെ ഇരിപ്പുണ്ട്. ഞാൻ രാവിലെ കണ്ടതിൽപ്പിന്നെ അവിടെ നിന്ന് അയാൾ എണീറ്റിട്ടില്ല എന്ന് എനിക്ക് തോന്നി. പക്ഷേ അയാൾക്ക് അരികിൽ ഒരു സ്ത്രീ ഉണ്ടായിരുന്നു. ഞാൻ വീണ്ടും അഭിവാദ്യം ചെയ്തു. കൈകൾ വിരിച്ച് എന്നെ തടുത്തുനിർത്തിയിട്ട് അയാൾ പറഞ്ഞു.

'ഞാൻ നോബർട്ട്ലീ താങ്കളുടെ അയൽക്കാരനാണ് ഇത് റോസ്വീത, എന്റെ ഭാര്യ. ഇത് എന്റെ പാവംപിടിച്ച നായ സിഡ്നി.'

ഞാൻ എന്നെ പരിചയപ്പെടുത്തി. അവർ എന്നെ സ്വാഗതം ചെയ്തു, ഇരിക്കാൻ പറഞ്ഞു. അവർ വീടിനെക്കുറിച്ചും അതിൻറെ നല്ലതുകളെ പറ്റിയും എന്നോട് പറഞ്ഞുകൊണ്ടിരുന്നു. ഗ്രീഷ്മം ആയതുകൊണ്ട് പൂന്തോട്ടത്തിൽ ഇരുന്നുതന്നെ അത്താഴത്തിൽ പങ്കുചേരാൻ അവരെന്നെ ക്ഷണിച്ചു. നോബർട്ട് ലീ ഒരു ഗ്ലാസ് കോള കുടിച്ചുകൊണ്ട് എന്നോട് സംസാരിക്കാൻ തുടങ്ങുകയായി. അയാളുടെ ഭാര്യ എനിക്ക് ചായ ഉണ്ടാക്കി.

'എന്റെ പേര് നോബർട്ട് ലീ, സാധാരണമല്ലെങ്കിലും, ഞാൻ അറബികളെ കണ്ടുമുട്ടിയിട്ടുണ്ട്.'

ഇങ്ങനെയായിരുന്നു അദ്ദേഹം എന്നോട് സംഭാഷണം തുടങ്ങിയത്.

'രണ്ടാം ലോകമഹായുദ്ധത്തിൽ അച്ഛൻ കൊല്ലപ്പെടുകയും, അമ്മ

രണ്ടാമത് വിവാഹം കഴിക്കുകയും ചെയ്തപ്പോൾ, എന്റെ യൗവനകാലത്ത് ഞാൻ വീടുവിട്ടിറങ്ങി ഒരുപാട് ജോലികൾ ചെയ്തിട്ടുണ്ട്. അടുത്തുള്ള ഒരു പള്ളിയിൽ വികാരി ആയിട്ടാണ് ആദ്യം തുടങ്ങിയത്. എനിക്ക് ഒട്ടും ചേരാത്ത ഒരു ജോലിയായിരുന്നു അത്. പക്ഷേ അവിടെ ഞാൻ അഭയംതേടി. യുദ്ധത്തിനുശേഷം ജീവിതം ദുസ്സഹമായിരുന്നു. ഒരു റൊട്ടിക്കഷണത്തിനായി ഞങ്ങൾക്ക് വരിയിൽ നിൽക്കേണ്ടി വന്നിരുന്നു.'

'ഒരു ദിവസം എന്റെ പ്രിയപ്പെട്ട ടീമിന്റെ ഫുട്ബോൾ കളി കാണാൻ ഞാൻ പോയി. എതിർ ടീമിന്റെ ജയത്തിൽ ഞാൻ ക്രുദ്ധനായി. ആ ടീമിന്റെ ആരാധകനായ ഒരുവൻ എന്നെ ശപിക്കാൻ തുടങ്ങിയതും, എന്റെ നെഞ്ചിൽ തൂങ്ങിക്കിടന്ന കുരിശെടുത്ത് ഞാനവന്റെ തലയിൽ അടിച്ചു. തുടർന്ന്, ധരിച്ചിരുന്ന പാതിരിമാരുടെ ചാക്കുവസ്ത്രം ഞാൻ ഉപേക്ഷിക്കുകയും അവിടെനിന്ന് എന്നന്നേക്കുമായി ഓടിപ്പോവുകയും ചെയ്തു.'

'ഞാൻ ഫ്രാൻസിലേക്ക് പോയി. സന്നദ്ധപ്രവർത്തകനായി ഫ്രഞ്ച് സൈന്യത്തിൽ ചേർന്നു. ചെറിയ പരിശീലനക്കാലത്തിനു ശേഷം അവരെന്നെ അൾജീരിയയിലേക്ക് അയച്ചു. അതൊരു അറബ് രാജ്യമായിരുന്നു എന്ന് എനിക്കറിയില്ലായിരുന്നു. അൾജീരിയൻ വിമതരെ വേട്ടയാടുകയായിരുന്നു എന്നെ ഏൽപ്പിച്ച ദൗത്യം. എനിക്ക് എന്റെ കഴിവ് തെളിയിക്കേണ്ടിയിരുന്നു. എത്ര വൈദഗ്ധ്യമുള്ള ഒരു സ്നൈപ്പർ ആണ് ഞാൻ എന്നും തെളിയിക്കണം. ഞാൻ കൊല ചെയ്തവരെ എനിക്ക് മറക്കാൻ പറ്റുന്നില്ല.'

തുടർന്ന് ഒരിട നിർത്തി, നിമിഷനേരത്തേക്ക് നിശബ്ദനും പശ്ചാത്താപവിവശനുമായി അയാൾ ഇരുന്നു. തുടർന്ന് ബാക്കിയായ വൈൻ കുടിച്ചു. റോസ്വീത അയാളുടെ ഗ്ലാസ് വീണ്ടും വീണ്ടും നിറച്ചു. ആദ്യമായി അയാളെ കാണുകയും കേൾക്കുകയും ചെയ്യുന്നു എന്ന ഭാവേന അയാൾക്ക് അഭിമുഖമായി അവൾ ഇരുന്നു. സിഡ്നി ഞങ്ങളെ ചുറ്റി നടക്കുന്നുണ്ടായിരുന്നു.

'അതെ 149 അൾജീരിയക്കാരെയാണ് ഞാൻ കൊന്നത്.'

'എന്ത്'?

ഞാൻ അയാളെ തുറിച്ചു നോക്കി.

അയാൾ കളി പറയുകയായിരുന്നില്ല. കണ്ണുനീരോടെയും നിരാശയോടെയും അയാൾ മുഖംപൊത്തി ഏങ്ങലടിച്ചു കരയാൻ തുടങ്ങി. മാനസിക പിരിമുറുക്കം കുറയ്ക്കാനായി റോസ്വീത ഇടപെട്ടു.

'നോബർട്ട്ലീ എന്താ ഈ സംഖ്യ 150 ആവാഞ്ഞത്'?

'സ്വർണ്ണ മെഡൽ നേടുന്നതിനായി അത് ചെയ്യാൻ തന്നെയായിരുന്നു

ഞാൻ തീർച്ചപ്പെടുത്തിയിരുന്നത്. പ്രശ്നം എന്താണെന്ന് വച്ചാൽ നൂറ്റി അൻപതാമനെ കൊല്ലാൻ ഒരുങ്ങിയപ്പോഴേക്കും എന്റെ വെടിയുണ്ടകൾ തീർന്നു പോയിരുന്നു. എന്റെ തൊട്ടടുത്ത് ഉണ്ടായിരുന്ന ഫ്രഞ്ച് സൈനികനോട് ഞാൻ വെടിയുണ്ടകൾ ചോദിച്ചു. പക്ഷേ എന്നെ വെറുത്തിരുന്ന അവൻ എനിക്കത് തരാത്തത് കൊണ്ടാണ് ആ ഗോൾഡ് മെഡൽ എനിക്ക് നഷ്ടപ്പെട്ടത്. തന്റെ വിധിയെക്കുറിച്ച് ഒരു ആലോചനയും കൂടാതെ ആ അൾജീരിയക്കാരൻ ഭക്തിപൂർവ്വം അവിടെ തന്നെ നിൽപ്പുണ്ടായിരുന്നു. അയാളുടെ 'വിശ്വാസ'ത്തിൽ എനിക്ക് അത്ഭുതം തോന്നി. വെടിയുണ്ടകൾ തീർന്നു പോയ ആ ഫ്രഞ്ച് സൈനികനും ഈ അൾജീരിയക്കാരനെ കൊല്ലാൻ ശ്രമിച്ചിരുന്നു. പക്ഷെ അവന്റെ കണ്ണുകളിലെ യാചനാഭാവവും ദൈന്യവും കണ്ട് ഞാൻ അവനെ ദൂരേക്ക് തുരത്തി ഓടിച്ചു. ഞങ്ങളിലെ അഞ്ചു പേരെ കൊന്നവനായിരുന്നിട്ടും എനിക്ക് അവനോട് ദയ തോന്നി. അവൻ ദൈവത്തിന് നന്ദി പറഞ്ഞു. ആദ്യമായി 'വിശ്വാസ'ത്തിന്റെ മധുരം ഞാൻ നുകരുകയായിരുന്നു.

ആ അൾജീരിയക്കാരൻ എന്നോട് ചോദിച്ചു

'എന്നെ കൊല്ലാൻ ഉൽക്കടമായി ആഗ്രഹിച്ചിട്ടും എന്തിനാണ് നീ എന്നെ ഇപ്പോൾ രക്ഷിക്കുന്നത് ?'

ഞാൻ അവനോട് കാര്യങ്ങൾ വിശദീകരിക്കാൻ ശ്രമിച്ചു. അവൻ ഒരു സംഭാഷണപ്രിയനായിരുന്നു. അതുകൊണ്ടുതന്നെ അവന്റെ സകല ചോദ്യങ്ങൾക്കും മറുപടി കൊടുക്കാൻ എനിക്ക് സാധിച്ചില്ല. അവന്റെ കണ്ണിൽ ഞാനൊരു കൊലപാതകിയായിരുന്നു. അതെ ശരിക്കും ഞാൻ അങ്ങനെ തന്നെയായിരുന്നു.

അവന്റെ കഥകൾ എല്ലാം അവൻ എന്നോട് പറഞ്ഞു. എനിക്ക് വിശ്വാസമായി. ഒഴിഞ്ഞ, ഞങ്ങളുടെ തോക്കുകൾ ഞങ്ങൾ പരസ്പരം കൈമാറി. അവന്റെ തോക്കിൽ അവൻ ഇപ്രകാരം പേര് ആലേഖനം ചെയ്തു. 'ഉമയിർ അൽ യൂസഫി'. എന്റെ തോക്കിൽ അവനായി ഞാൻ ഇങ്ങനെ എഴുതി.

'നോബർട്ട് ലീ.'

ആ മനുഷ്യന് ഞാൻ അവന്റെ മുന്നിൽ നിൽക്കുന്നു എന്ന് വിശ്വസിക്കാനേ കഴിഞ്ഞില്ല. കാരണം ഒരു കൊലയാളി എന്ന നിലയിൽ എല്ലാ അൾജിയക്കാർക്കും എന്നെ പേടിയായിരുന്നു.

'ഞാൻ അയാളോട് വിടചൊല്ലി. അയാളെ കൊല്ലില്ല എന്ന് തീരുമാനിച്ചു. തുടർന്ന് ജർമ്മനിയിലേക്ക് മടങ്ങാനും തീരുമാനിച്ചു. എന്റെ ഈ തീരുമാനത്തിൽ നിന്ന് എന്നെ പിന്തിരിപ്പിക്കാൻ ഫ്രഞ്ച് കമാൻഡർമാർ

ശ്രമിച്ചെങ്കിലും, അവരതിൽ പരാജയപ്പെട്ടു.

അൽ യൂസഫിയുടെ വാക്കുകൾ എന്നിൽ അതുവരെ ഉണ്ടായിട്ടില്ലാത്ത ഒരു വികാരം ജനിപ്പിച്ചു. ഞാൻ ജർമ്മനിയിലേക്ക് തിരിച്ചു പോയെങ്കിലും പകരം ഒരു ജോലി കണ്ടെത്താൻ എനിക്കായില്ല. എനിക്ക് ഫ്രഞ്ച് ആർമിയിൽ നിന്ന് പെൻഷൻ ഉണ്ടായിരുന്നു. വർഷങ്ങൾക്കുശേഷം ജർമ്മനിയിൽ നിന്നും തൊഴിലില്ലായ്മ വേതനം എനിക്ക് ലഭിക്കാൻ തുടങ്ങി. ഞാൻ ഇവിടെ റോസ്വീതയോടുകൂടി വർഷങ്ങളായി ജീവിക്കുകയാണ് ഇപ്പോൾ. എന്റെ രണ്ടാം ഭാര്യയാണ് ഇവൾ. രണ്ടു പെൺകുട്ടികൾ ഉണ്ടായ ശേഷം എന്റെ ആദ്യ ഭാര്യ എന്നിൽ നിന്ന് വിവാഹമോചനം നേടി. അവരിവിടെ ബോണിലാണ് ജീവിക്കുന്നത് എങ്കിലും പുതുവത്സരദിനത്തിൽ മാത്രമേ എന്നെ കാണാൻ വരാറുള്ളൂ. റോസ്വീതയോടും സിഡ്നിയോടും ഒപ്പം തീർത്തും ഏകാന്തമായിട്ടാണ് എന്റെ ജീവിതം. റോസ്വീത റേഡിയോ കോളോണിൽ ജോലി ചെയ്തിരുന്നു. അവൾ നേരത്തെതന്നേ ജോലി ഉപേക്ഷിച്ച് പെൻഷൻ നേടി.

എന്നെ ഇപ്പോഴും ഉലക്കുന്നത് എങ്ങനെയാണ് ഞാൻ 149 അൾജീരിയക്കാരെ കൊന്നത് എന്നാണ്. എന്തുകൊണ്ട്? മുൻപ് എനിക്ക് അഭിമാനമായിരുന്ന, എന്നാൽ ഇപ്പോൾ എന്നെ വേട്ടയാടുന്ന ഈ നാണക്കേടിൽ നിന്ന് ഞാൻ എങ്ങനെ രക്ഷപ്പെടും? എല്ലാദിവസവും ഈ മുഖങ്ങൾ എന്നെ സന്ദർശിക്കുകയും പേടിപ്പെടുത്തുകയും ചെയ്യുന്നു. ഞാൻ ഖുർആൻ വചനങ്ങൾ വായിച്ച് അതിന്റെ ആരാധകനായി മാറി. തുടർന്ന് ഇസ്ലാം മതം സ്വീകരിച്ചു. എന്നെങ്കിലും അല്ലാഹു എന്നോട് ക്ഷമിക്കും എന്ന് വിചാരിച്ചു കൊണ്ട്. '

'ഇപ്പോഴും ആ ചിത്രങ്ങളുണ്ട് എന്റെ കൈവശം'

റോസ്വീത കിതച്ചുകൊണ്ട് ഓടിപ്പോവുകയും ഫോട്ടോ ആൽബം കൊണ്ടുവരികയും ചെയ്തു.

'ഇതാ നോബർട്ട് ലീ യൂണിഫോമിൽ നിൽക്കുന്നു. കൂടെയുള്ളത് അയാളുടെ ആദ്യ ഭാര്യയും, രണ്ടു പെൺകുട്ടികളും ആണ്'.

ഞങ്ങൾ പാതിരാത്രി പിന്നിട്ടിരുന്നു. ആ സമയം മുഴുവൻ അയാൾ സംസാരിക്കുകയും ഏങ്ങലടിച്ചു കരയുകയും, ചിലപ്പോഴെല്ലാം നിശബ്ദനായി ഇരിക്കുകയും ആയിരുന്നു.

റോസ്വീത തുടർന്നു

'കഴിഞ്ഞവർഷം ഇദ്ദേഹത്തിന് ഹൃദയസ്തംഭനം ഉണ്ടായപ്പോൾ ഞാൻ അദ്ദേഹത്തെ അടുത്തുള്ള ഹോസ്പിറ്റലിലേക്ക് കൊണ്ടുപോയി. കോമയിൽ നിന്ന് കണ്ണു തുറന്നപ്പോൾ, അതേ മുറിയിൽ, അദ്ദേഹത്തിന്

തൊട്ടടുത്ത ബെഡിൽ മറ്റൊരു മനുഷ്യൻ ഉറങ്ങുന്നുണ്ടായിരുന്നു. അവർ പരസ്പരം നോക്കി ആശ്ചര്യപ്പെട്ടു

'താങ്കൾ നോബർട്ട് ലീ അല്ലേ?'

'നിങ്ങളല്ലേ ഒമൈർ അൽ യൂസഫി?'

തുടർന്ന് അവർ ആലിംഗനം ചെയ്യുകയും ആഴത്തിൽ വിതുമ്പുകയും ചെയ്തു.'

നോബർട്ട് ലീ സംഭാഷണം ഏറ്റെടുത്തു:

'ഞാൻ അറബികളെ തെറ്റിദ്ധരിച്ചു. അവരെല്ലാം വിപ്ലവകാരികൾ ആയിരുന്നു. ഞാനൊരു വാടകക്കൊലയാളിയും.'

ഞാൻ അവരോട് യാത്ര പറഞ്ഞു. അവരോടുള്ള എന്റെ വികാരം വെറുപ്പിന്റെയും സഹാനുഭൂതിയുടേതുമായിരുന്നു.

ഏതാണ്ട് എല്ലാ ഞായറാഴ്ച വൈകുന്നേരവും ഞാൻ അവരോടൊപ്പം ഇരിക്കുമായിരുന്നു. അയാൾ എന്നോട് തന്റെ ജീവിതത്തിലെ അവസാനിക്കാത്ത അധ്യായങ്ങളുടെ കഥകൾ പറയും.

വർഷങ്ങൾക്കുശേഷം ഞാനെന്റെ ജന്മനാട്ടിലേക്ക് തിരികെ പോയി. ജർമ്മനിയിലേക്ക് ഓരോ വർഷവും ഞാൻ പോകാറുണ്ടായിരുന്നു. പക്ഷേ ഒരിക്കൽപോലും ബോൺ സന്ദർശിച്ചില്ല. കഴിഞ്ഞവർഷം ഞാൻ ബോൺ സന്ദർശിച്ചപ്പോൾ അയാളെപ്പറ്റി അന്വേഷിച്ചു. റോസ്വീത എന്നോട് ഇങ്ങനെ പറഞ്ഞു.

'അദ്ദേഹം എന്നെ ഉപേക്ഷിച്ചു പോയിട്ട് പത്ത് വർഷം ആകുന്നു. ഞാൻ അദ്ദേഹത്തെ എല്ലായിടത്തും തിരഞ്ഞു. പക്ഷേ കണ്ടെത്തിയില്ല. അവസാനം അദ്ദേഹം ഒരു വൃദ്ധസദനത്തിൽ താമസിക്കുന്നു എന്ന് ഞാൻ കണ്ടുപിടിച്ചു. അദ്ദേഹം എന്നെ അഭിവാദ്യം ചെയ്യുകയും നിശബ്ദനായി തുടരുകയും ചെയ്തു.'

തന്റെ താടിയും മുടിയും നീട്ടി വളർത്തിയ അവസ്ഥയിൽ അദ്ദേഹത്തെ ഞാൻ മാർക്കറ്റിൽ കാണാറുണ്ടായിരുന്നു. തന്റെ നായ സിഡ്നിയെ വലിച്ചിഴച്ചുകൊണ്ട് അയാൾ നടക്കും. എന്നെ കാണുമ്പോൾ അയാൾ അത്ഭുതപ്പെട്ടിരുന്നു. എങ്കിലും നിശബ്ദനായി തന്നെ നിൽക്കും.

അയാളുടെ മുഖത്ത് മനസ്താപം ചൂഴ്ന്നു നിന്നിരുന്നു. ഞാൻ ഈജിപ്തിലേക്ക് തിരികെ പോയി. അവസാനത്തെ പ്രാവശ്യം ജർമ്മനിയിലേക്ക് പോയപ്പോൾ ഞാൻ അയാളെ തിരഞ്ഞു ചെന്നു. റിസപ്ഷനിസ്റ്റിനോട് അയാളെക്കുറിച്ച് ആരാഞ്ഞപ്പോൾ, കണ്ണുകൾ ഉരുട്ടി കൊണ്ട് ആ പെൺകുട്ടി എന്നോട് ചോദിച്ചു.

' നിങ്ങൾ അയാളെ അറിയുമോ?'

'ഞങ്ങൾ അയൽവാസികൾ ആയിരുന്നു.'
'എപ്പോൾ ?'
'പത്തുവർഷം മുമ്പ്.'
അവൾ പറഞ്ഞു.
നോബർട്ട് ലീ അഞ്ചു വർഷങ്ങൾക്കു മുമ്പ് ഈ ലോകം വിട്ടുപോയി!

15

ഹലീമ

കഥ (അറബിക്) – മുഹമ്മദ് മെഗ്ദാദി

ഇംഗ്ലീഷ് പരിഭാഷ – നാദിയ ഖുൻദാന

തീരപ്രദേശമായിരുന്നിട്ടും അൽ ഹറവ*യ്ക്ക് തണുത്ത ഒരു പ്രകൃതിയായിരുന്നു ഉറഞ്ഞുതുള്ളുമ്പോഴും, പരുക്കനോ ശാന്തസ്വഭാവിയോ ആയിരിക്കുമ്പോഴും, അവളോടൊപ്പം ഒരു രാത്രി ചെലവിടാൻ മന്ത്രിക്കുന്ന തരത്തിൽ ക്ഷണിക്കുമ്പോഴും, കടലിന്റെ നീലച്ഛവിയ്ക്ക് യാതൊരു വകഭേദങ്ങളും ഉണ്ടായിരുന്നില്ല.

വിനോദസഞ്ചാരികളെ ആകർഷിച്ചിരുന്നെങ്കിലും ഗ്രാമവാസികൾക്ക് അതിൻറെ നീലിമ ആകർഷകമായി തോന്നിയിരുന്നില്ല. കൊല്ലാനോ രക്തമൊഴുക്കാനോ ഇഷ്ടപ്പെടാത്തത് കൊണ്ട് അവർ കടൽ വിഭവങ്ങൾ ഒന്നും തന്നെ വിനോദസഞ്ചാരികൾക്ക് കൊടുത്തിരുന്നുമില്ല. എത്രതന്നെ പട്ടിണി ആയിരുന്നാലും. സത്യത്തിൽ ഗ്രാമവാസികൾ പോലും കടലിലെ വിഭവങ്ങൾ കഴിച്ചിരുന്നില്ല. മിശ്രാട്ട**യിലെ വൈദഗ്ദ്യം നേടിയ മീൻ പിടുത്തക്കാർ രുചികരമായ വിഭവങ്ങൾ തേടി കടലിലേക്ക് പോകുന്നതിനെപ്പോലും അവർ കളിയാക്കിയിരുന്നു. വലയിൽ കുടുങ്ങുന്ന ഇത്രയും മീനുകളെ ഈ മതഭ്രാന്തന്മാർ എന്തു ചെയ്യും? അവരത് തിന്നുമോ? തങ്ങളുടെ കുഞ്ഞുങ്ങൾക്കും അതിഥികൾക്കും കൊടുക്കുമോ? രക്തം വറ്റാതെ ഇരിക്കുമ്പോൾ തന്നെ അവർ എങ്ങനെയാണ് ആ മാസം ഭക്ഷിക്കുക ?

അവർ ചന്തയിൽ അത് വിൽക്കുമോ ഈ ശവശരീരങ്ങൾ വിറ്റ്, അവർ എങ്ങനെ അത് വാങ്ങാൻ വരുന്നവരെ പറ്റിക്കും?

അൽ ഹറവയിലെ ഗ്രാമവാസികൾ ഒരു സത്യത്തെക്കുറിച്ച് അജ്ഞരായിരുന്നു. അവർ ഒരു പുരാവൃത്തത്തോട് നീതിപുലർത്തി ജീവിക്കുന്ന, കടലിനോട് അടുത്തു കിടക്കുന്നവരായിട്ടും. മിസ്രാട്ടന്മാർ മീൻപിടുത്തത്തിൽ നിന്നാണ് സമ്പന്നരായത്. പൂർണ്ണമായും വിഴുങ്ങുന്നതിനു മുൻപ് ഹലീമയുടെ ശരീരം കീറിപ്പറിച്ച ഒരു ഹിംസ്രമൃഗമായിരുന്നു ഗ്രാമ

വാസികളെ സംബന്ധിച്ച് കടൽ. തങ്ങൾക്ക് ദിനേനയുള്ള ഭക്ഷണത്തി ന് മറ്റുള്ളവരോടും ആ ജന്തുക്കൾ അതുതന്നെ ചെയ്യുമായിരുന്നു.

ഹലീമ വളർന്ന് ഒരു യുവതിയായപ്പോൾ, കടൽവെള്ളം തന്റെ ദേഹത്ത് തൊടുമോ എന്നുള്ള ഭയവും അവളോടൊപ്പം വളർന്നു. അവ ളുടെ കാലടികളെ ഒരിക്കലും തിരമാലകൾ കഴുകിയിരുന്നില്ല. അവളുടെ കൈകൾ ആവട്ടെ മണലിലോ ചരലിലോ കളിച്ചുമില്ല. മറ്റെല്ലാ അൽ ഹറവ നിവാസികളെയും പോലെ, ഹലീമ തീരത്തുനിന്ന് ഒരു അകലം പാലിച്ചു. വലിയ തിരമാലകളിലൂടെ ഒഴുകിയിറങ്ങുന്ന പടക്കുതിരകൾ. അത് തീരത്തേക്ക് നിഗൂഢമായ പലതും കൊണ്ടുവരുന്നു. ഹലീമ ഉൾ പ്പെടെയുള്ള ഗ്രാമവാസികൾ എല്ലാം കടലിനെക്കുറിച്ച് പുലർത്തിയിരു ന്ന ധാരണ ഇതായിരുന്നു. അവർ കടലിന് നേരെ പുറം തിരിഞ്ഞു നിന്നു; ഹലീമയും.

എന്തൊക്കെയായാലും, വീടുകളിലേക്കും മുറ്റത്തേയ്ക്കും കയറി വരാൻ കൊതിച്ച ആ നിഗൂഢതയുള്ള അയൽക്കാരനെ ഹലീമ ആരാ ധിച്ചുപോന്നു. ജൂലൈ മാസത്തിലെ പൊള്ളുന്ന മണലിൽ കൈകൾ വിരി ച്ചു കിടക്കുന്ന കടലിന്റെ ആക്രമണത്തിൽ നിന്ന് രക്ഷപ്പെടാൻ ഗ്രാമവാ സികൾ എല്ലാവരും ഉയർന്ന മണൽക്കൂനകളിൽ അഭയം പ്രാപിച്ചിരുന്നു.

ഒരു മഴയുള്ള രാത്രിയിലായിരുന്നു ഹലീമയും കൂട്ടുകാരും കടൽ ത്തീരത്തേക്ക് പോകാൻ തീരുമാനിച്ചത്. ഓരോരുത്തരും രഹസ്യമായി വീടുകൾക്ക് പുറത്തിറങ്ങി ഒരു കുന്നിൻ ചെരുവിൽ ഒത്തുകൂടി, കുറ്റി ച്ചെടികളിലും പുൽനാമ്പുകളിലും പിടിച്ച് അവർ മുകളിലേക്ക് കയറി.

അവർ അടുത്തെത്തിയപ്പോൾ കടൽ വളരെ പ്രക്ഷുബ്ദമായിരുന്നു, പരുക്കനും. തിരമാലകൾ പാറക്കൂട്ടങ്ങളുടെ മുകളിലേക്കും താഴേയ്ക്കും ഉയർന്നുപൊങ്ങുകയും പിൻവാങ്ങുകയും ചെയ്തുകൊണ്ടിരുന്നു. കടൽ വെള്ളം കളിമട്ടിൽ, വളരെ മൃദുവായി ഹലീമയുടെ മുഖത്തേക്ക് തെറി ച്ചു വീണു. അവൾ അടുത്തേക്ക് അടുത്തേക്ക് ചെന്നു. അവൾക്ക് ഭയം ഇല്ലായിരുന്നു പഴങ്കഥയിൽ പറഞ്ഞതുപോലെ ആ വെളുത്ത നിറം ഒരു ചെകുത്താൻ ആണെന്ന് അവൾ വിശ്വസിച്ചില്ല. തീർത്ഥാടനത്തിന് എന്ന പോലെ അടുത്തെത്തിയ മനുഷ്യരോടും ഭൂമിയോടും ഉള്ള കടലിന്റെ അടങ്ങാത്ത ഇഷ്ടം ആയിരുന്നു അത്. അവൾ വീണ്ടും അടുത്തേക്ക് ചെന്നു. തന്റെ നെഞ്ചിലേക്ക് വീഴാൻ ക്ഷണിച്ചുകൊണ്ട് ഏറെ ആവേശ ത്തോടെ കടൽ തന്റെ അടുത്തേക്ക് വരുന്നതാണ് അവൾ കണ്ടത്. കട ലിനെ ആലിംഗനം ചെയ്യാൻ അവൾ കൊതിച്ചു.

പുരാണകഥകളിലെ ഏതോ ഒരു മനുഷ്യൻ വിളിക്കുന്നതു കേട്ട

പോലെയായിരുന്നു അവൾ കടലിന്റെ അടുത്തേക്ക് അടുത്തേക്ക് ചെന്നത്. അവൾ തിരമാലകൾക്കു മേലെ മലർന്നു കിടന്നു, തിരമാലകൾ അവളുടെ കാലുകളെ ഇക്കിളിപ്പെടുത്തിക്കൊണ്ടിരുന്നു. തിരമാലകൾ കൈകൾ വിടർത്തി, ഹലീമയെ കെട്ടിപ്പിടിക്കുകയായിരുന്നു. പുറത്തേക്ക് വരാൻ അവളുടെ കൂട്ടുകാർ വിളിച്ചു പറഞ്ഞതൊന്നും അവൾ ചെവിക്കൊണ്ടില്ല. അതിനുപകരം അവൾ അവരെ രണ്ടു കൈകളും വീശി കാണിച്ചു.

കടലിനെ ഇനി പേടിക്കേണ്ടതില്ല. നിരാശാഭരിതരായ സകല ജീവജാലങ്ങളുടെയും ആശ്രയമാണ് കടൽ. ക്ഷീണിച്ച ആത്മാക്കൾക്കും തല ചായ്ക്കാനുള്ള തോൾ. വിജ്ഞാനത്തിന്റെ ഉറവിടവും, നിഴലുകളിൽ ഹൃദയം നഷ്ടപ്പെട്ടവർക്കുള്ള വഴികാട്ടിയും.

കൂട്ടുകാർ അവളെ കേൾക്കാൻ തയ്യാറായില്ല. അവൾ ദൂരേക്ക് കൊണ്ടുപോകപ്പെട്ടു. ഏകാന്തമായ തീരത്തിരുന്ന് മുറിപ്പെടുത്തുന്ന ഈണത്തിൽ പാടുന്ന കലാകാരന്റേ അടുത്തേക്ക്. ബാല്യകാല ആനന്ദങ്ങളിലേക്ക്. നിഗൂഢമായ സന്തോഷങ്ങളിലേക്ക്. ഇതിഹാസങ്ങളിൽ പറയുന്ന കടൽ പിശാച് വസിക്കുന്നിടത്തേക്ക്.

** അൽ ഹറവ : ലിബിയയിലെ ഒരു ഗ്രാമം.*

***മിസ്രട്ട : വടക്കുപടിഞ്ഞാറൻ ലിബിയയിലെ ഒരു നഗരം.*

16

യൂസഫിന്റെ ഓർമ്മയിൽ

കഥ (അറബിക്)-മൂസ അൽ ഹലൂൽ

ഇംഗ്ലീഷ് പരിഭാഷ-മൂസ അൽ ഹലൂൽ

ഭരണകൂടവിരുദ്ധരായ സാഹിത്യകാരന്മാർക്കും, മാധ്യമ ഗുരുക്കന്മാർക്കും ഇടയിൽ വലിയ കോലാഹലം സൃഷ്ടിച്ചുകൊണ്ടാണ് കവി ജിഹാദ് സമാവിയുടെ The cry of a pen പ്രസിദ്ധീകരിക്കപ്പെട്ടത്. ഞാൻ മാധ്യമങ്ങളിൽ നിന്ന് മനസ്സിലാക്കിയതനുസരിച്ച് രാജ്യത്തെ അടിച്ചമർത്തലുകളെയും സ്വേച്ഛാധിപത്യത്തെയും അഴിമതിയേയും കടന്നാക്രമിക്കുന്ന തീപ്പൊരി കവിതകളാണ് ആ പുസ്തകത്തിൽ ഉണ്ടായിരുന്നത്. സമാപിയുടെ പുസ്തകത്തിന്റെ സ്വീകാര്യത വർധിപ്പിച്ചത് അദ്ദേഹം ഫെയർനസ് ഫോറത്തിന്റെ സ്ഥാപകനായിരുന്നു എന്നതുകൊണ്ട് കൂടിയായിരുന്നു. സ്വേച്ഛാധിപതിയായ തന്റെ പിതാവിന്റെ പാത അനന്തരാവകാശി പിന്തുടരില്ല എന്ന് ഉറച്ചു വിശ്വസിച്ചിരുന്ന സ്വപ്നാടകരുടെ കാലത്ത്, രാജ്യത്താകമാനം കൂണുകൾ പോലെ മുളച്ചു പൊന്തിയ സിവിൽ സൊസൈറ്റിയുടെ അനേകം ശാഖകളിൽ ഒന്നായിരുന്നു ഫെയർനസ് ഫോറം. വ്യാമോഹങ്ങൾ മാത്രം ഉണ്ടായിരുന്ന ഉള്ള മറ്റു പലരെയും പോലെ നാട് ഉപേക്ഷിക്കുകയാണ് സമാവിയ്ക്കും ചെയ്യേണ്ടി വന്നത്. നാട്ടിലുണ്ടായിരുന്നെങ്കിൽ സ്വപ്നം കാണാൻപോലും സാധിക്കാത്ത വിധം ആവിഷ്ക്കാര സ്വാതന്ത്ര്യമാണ് ഒളിച്ചോട്ടം അവന് നൽകിയത്.

സ്വയം അടിച്ചേൽപ്പിച്ച ഈ ഒളിവ് ജീവിതത്തിനിടെ, താവഴിയിലെ ഒരു അമ്മാവന്റെ വീട്ടിൽ വച്ചാണ് സമാവിയെ ഞാൻ കണ്ടത്. അമ്മാവൻ യൂസഫ് എന്റെ ഒരു പഴയ സ്നേഹിതനും സഹപ്രവർത്തകനും ആയിരുന്നു. നാട്ടിൽ ഉഗ്രരോഷം സൃഷ്ടിച്ച അവസ്ഥയിലും സമാവിയുടെ The cry of a pen എനിക്ക് വായിക്കാൻ സാധിച്ചിരുന്നില്ല.

ഈസ്താൻബൂളിലേക്കുള്ള എന്റെ തൊട്ടുമുൻപത്തെ യാത്രയിൽ ഞാൻ ഒരു അറബിക് റസ്റ്റോറന്റിൽ നിന്ന് ഉച്ചഭക്ഷണം കഴിക്കുകയായിരുന്നു ഞാൻ ബില്ല് കൊടുക്കാൻ പോകുമ്പോൾ പെട്ടെന്ന് എന്റെ

ചുമലിൽ, പുറകിൽ നിന്ന് ആരോ കടന്ന് പിടിച്ചു. ശക്തിയേറിയ കയ്യുകൾ. ഒരു ഗുസ്തി മത്സരത്തിൽ എതിരാളിയെ നിലംപരിശാക്കാൻ പോകുന്നതുപോലെ എനിക്ക് തോന്നി ആ പിടുത്തം. ഞാനൊരു ഗുസ്തിക്കാരൻ അല്ല, പിന്നെ എന്താണ് എന്നെപ്പോലെ ദുർബലനായ ഒരുവനിൽ നിന്ന് ഈ തെമ്മാടി ആഗ്രഹിക്കുന്നത്? ഞാൻ പകച്ചു. തിരിഞ്ഞു നോക്കിയപ്പോൾ കണ്ടത് മാധ്യമശ്രദ്ധ നേടിയ ജിഹാദ് സമാവിയെ ആയിരുന്നു. അയാളെ അഭിവാദ്യം ചെയ്യുന്നതിന് മുമ്പ് എനിക്ക് ഇങ്ങനെ തോന്നി: ഒരു കവിക്ക് ഇത്രയും വലിയ കൈകൾ എങ്ങനെ? അമ്മാവന്റെയടുത്തുവച്ച് ഞാൻ ഇദ്ദേഹത്തെ കണ്ടപ്പോൾ, ആ കൈകളുടെ വലിപ്പം ശ്രദ്ധിച്ചിരുന്നില്ല.

പ്രകടമായ അത്ഭുതത്തോടെയും സന്തോഷത്തോടെയും അയാൾ പറഞ്ഞു.

'അപ്പോൾ നിങ്ങൾ ഞങ്ങളുടെ റസ്റ്റോറന്റിലെ ഒരു സ്ഥിരക്കാരൻ ആണല്ലേ. നിങ്ങൾക്ക് ആയിരം തവണ സ്വാഗതം !'

മറുപടിയായി എല്ലാ നിഷ്കളങ്കതയോടെയും ഞാൻ ചോദിച്ചു.

'നിങ്ങളുടെ റസ്റ്റോറന്റ് ആണോ ?'

തന്റെ അമ്മാവൻ മരിക്കുന്നതിനുമുമ്പ്, അയാളുടെ അനന്തരവൻ ഈസ്താൻബൂളിൽ ഇങ്ങനെ ഒരു നക്ഷത്ര ഹോട്ടൽ തുടങ്ങിയ കാര്യം അദ്ദേഹം മുൻപ് എന്നോട് സൂചിപ്പിച്ചത് ഞാൻ മറന്നു പോയിരുന്നു. ഞാൻ ഈ റെസ്റ്റോറന്റിലേക്ക് ആകൃഷ്ടനായത് അവിചാരിതമായാണ്. ഞാൻ ഇഷ്ടപ്പെട്ടത് റെസ്റ്റോറന്റിന്റെ ഭംഗിയോ, കവാടത്തിൽ തന്നെ അറബിക്കിലും തുർക്കിയിലും ഇംഗ്ലീഷിലും എഴുതിയിട്ടിരുന്ന മെനുവോ അല്ല, അതിൻറെ കൗതുകം ജനിപ്പിക്കുന്ന പേരായിരുന്നു; 'Tip of a pen'. ഒരു റസ്റ്റോറന്റിനു ഇടാൻ പറ്റിയ പേര്.

റസ്റ്റോറന്റിൽ പണം കൊടുക്കുന്നതിൽ നിന്ന് സമാവി എന്നെ തടഞ്ഞു. 100 ലിറ ആയിരുന്നു ബില്ല്.

'ഇത് എനിക്ക് കുറച്ചിലാണ് ഈസ്താൻബൂളിൽ ആയിരിക്കുന്നിടത്തോളം കാലം താങ്കൾ ടിപ്പ് ഓഫ് ദ പെന്നിലെ അതിഥി ആയിരിക്കും.'

അദ്ദേഹം എന്നെ റസ്റ്റോറന്റിലെ വിഐപി ലോഞ്ചിലേക്ക് കൊണ്ടുപോയി. എന്നിട്ട് ഒരു കപ്പ് കാപ്പി, കൂടുതൽ പഞ്ചസാരയിട്ട് എനിക്കായി ഓർഡർ ചെയ്തു.

അയാൾ പറഞ്ഞു.

'എന്റെ അമ്മാവൻ, അദ്ദേഹത്തിന്റെ ആത്മാവിനെ അനുഗ്രഹിക്കട്ടെ, നിങ്ങൾ രണ്ടാളും കോളേജിൽ ഒരുമിച്ചായിരുന്നതുകൊണ്ട് താങ്കളെക്കു

റിച്ച് എന്നോട് പറയാറുണ്ടായിരുന്നു.'

'നിങ്ങളെപ്പറ്റി എന്നോടും പറഞ്ഞിട്ടുണ്ട്, മരിക്കുന്നതിന് തൊട്ടുമുൻപ്.'

പെട്ടെന്ന് സമാവിയുടെ നെറ്റിത്തടം കാർമേഘാവൃതമായി. പരിഭ്രാന്തിയോടെ അയാൾ തന്റെ കഴുത്ത് തടവാൻ തുടങ്ങി.

എനിക്ക് അയാൾ ഓർഡർ ചെയ്തിരുന്ന കാപ്പി എത്തിയപ്പോൾ ഞാൻ അത് അയാൾക്കരികിലേയ്ക്ക് നീക്കിവച്ചു.

'താങ്കൾ കാപ്പി കുടിക്കില്ലേ ? ഇത് താങ്കൾക്കായി വരുത്തിയതാണ്.'

'താങ്കൾക്കിഷ്ടപ്പെട്ട രീതിയിലാണ് താങ്കൾ കാപ്പി ഓർഡർ ചെയ്തത്, അല്ലാതെ എന്റെ ഇഷ്ടം നോക്കിയല്ല.' ഞാൻ പറഞ്ഞു. 'അതുകൊണ്ടു തന്നെ ഇത് കുടിക്കാൻ നീയാണ് കൂടുതൽ യോഗ്യൻ.'

തന്റെ ഈ കപട നയതന്ത്രജ്ഞതയിൽ അദ്ദേഹത്തിന് അല്പം നാണക്കേട് തോന്നി. എന്റെ ആത്മാർത്ഥത നിറഞ്ഞ മനോഭാവവും അതിനു കാരണമായി. ഇത്തവണ എനിക്കിഷ്ടപ്പെട്ട രീതിയിൽ അദ്ദേഹം ഒരു കപ്പ് കാപ്പി ഓർഡർ ചെയ്തു. ഒരു കടുംകാപ്പി.

അദ്ദേഹം കരുതിക്കൂട്ടി എന്നോണം പറഞ്ഞു 'എനിക്ക് നിങ്ങളുടെ ആത്മാർത്ഥത ഇഷ്ടമായി പക്ഷേ അതുകൊണ്ടായിരിക്കാം എന്റെ അമ്മാവൻ നിങ്ങളുമായി ചങ്ങാത്തത്തിലായത്. ആത്മാർത്ഥതയെപ്പറ്റി പറഞ്ഞതിനാൽ, എന്റെ മനസ്സിൽ കുറച്ചുകാലമായുള്ള ഒന്നിനെക്കുറിച്ചും പറയാം അമ്മാവന്റെ മരണം നമ്മൾ തമ്മിലുള്ള ബന്ധം വിച്ഛേദിക്കുന്നതിന് കാരണമായി, അതുകൊണ്ടുതന്നെ എന്റെ ആശയം നടപ്പിലാകാതെ പോയി.'

'പറഞ്ഞോളൂ ഞാൻ കേൾക്കുന്നുണ്ട്.' ഞാൻ പറഞ്ഞു.

'മൂന്നുവർഷം മുമ്പ് പ്രസിദ്ധീകരിച്ച എന്റെ കവിതാ സമാഹാരം The cry of a pen എന്ന പുസ്തകത്തെക്കുറിച്ചുള്ള നിങ്ങളുടെ അഭിപ്രായം എന്താണ്?'

'അവിടെയും ഇവിടെയും നിന്നല്ലാതെ മുഴുവനായി ഞാൻ അത് വായിച്ചിട്ടില്ല.'

'അയ്യോ അതെന്തു പറ്റി?'വേദനിച്ചിട്ട് എന്നപോലെ അയാൾ ഒച്ചയിട്ടു.

'ഞാൻ സാഹചര്യങ്ങളെയാണ് പഴിചാരുന്നത്.'

'അത് സാരമില്ല എനിക്ക് നിന്നോട് ഒരു നിർദ്ദേശമുണ്ട് ഈ സമാഹാരത്തെ ഇംഗ്ലീഷിലേക്ക് വിവർത്തനം ചെയ്യുന്നതിനെക്കുറിച്ച് എന്തു പറയുന്നു?' ഞാൻ താല്പര്യമൊന്നും കാണിച്ചില്ല.

'അത് ചെയ്യാൻ സാധിക്കും എന്ന് നിങ്ങൾക്ക് തോന്നുന്നുണ്ടോ?'

'ഇതുമായി ബന്ധപ്പെട്ട എല്ലാ കാര്യങ്ങളിലും ഒരു ഉടമ്പടി സാധ്യമാ

യാൽ അത് നടന്നേക്കും.'

'വളരെ നല്ലത്. ഒരു പേജിന് സാധാരണയായി എത്രയാണ് നിങ്ങൾ ഈടാക്കുന്നത് ?'

'ഒരു പേജിൽ വരികൾ എത്രയുണ്ടെങ്കിലും, ഏകദേശം 30 ഡോളറാണ് എന്റെ വില.' അയാൾ പെട്ടെന്ന് തന്നെ തലച്ചോറിൽ ചിലതെല്ലാം കണക്കുകൂട്ടി എന്നിട്ട് പറഞ്ഞു:

'നിങ്ങളുടെ പ്രിയ സുഹൃത്തിന്റെ അനന്തിരവന് കുറച്ച് സമയം തരൂ.'

'തീർച്ചയായും, എന്തുകൊണ്ടില്ല !എത്ര പേജാണ് The cry of a pen എന്ന പുസ്തകത്തിനുള്ളത്?'

'155 പേജുകൾ'

അദ്ദേഹം സംസാരിച്ചതിലെ ചില വ്യാകരണത്തെറ്റുകൾ ഞാൻ ചൂണ്ടിക്കാട്ടി. ആദ്യം ഈ അപമാനത്തെ മറച്ചു വയ്ക്കാൻ ശ്രമിക്കുന്നതിനോടൊപ്പം മാധ്യമങ്ങളിലെ തന്റെ പ്രശസ്തിയെ ഉയർത്തി കാണിക്കാൻ ശ്രമിച്ച്, ഞാൻ ചൂണ്ടിക്കാണിച്ച തെറ്റുകൾ അംഗീകരിക്കാൻ അയാൾ തയ്യാറായില്ല. അതെല്ലാം അവഗണിച്ചുകൊണ്ട് പ്രാഥമിക വിദ്യാലയത്തിൽത്തന്നെ പഠിപ്പിക്കുന്ന വ്യാകരണത്തിലാണ് അദ്ദേഹം തെറ്റു വരുത്തിയത് എന്ന് ഞാൻ വിശദീകരിച്ചു. ഒരല്പ നിമിഷത്തേക്ക് അദ്ദേഹം നിശബ്ദനായി നിന്നു

'എന്തുകൊണ്ടാണ് എന്റെ അമ്മാവൻ നിങ്ങളെ ആരാധിച്ചിരുന്നത് എന്ന് മുമ്പത്തേക്കാൾ കൂടുതലായി എനിക്ക് ഇപ്പോൾ മനസ്സിലായി.'

'അദ്ദേഹത്തിന്റെ ആത്മാവിനെ ദൈവം അനുഗ്രഹിക്കട്ടെ, ഈ ലോക ജീവിതത്തിൽ നിന്ന് അദ്ദേഹത്തിന് വിടുതൽ കിട്ടിയല്ലോ.'

'യൂസഫിന്റെ ഓർമ്മയെ ബഹുമാനിച്ചുകൊണ്ട് ഞാൻ 150 പേജുകൾക്ക് മാത്രമേ വില ഈടാക്കുന്നുള്ളൂ.'

അദ്ദേഹം പെട്ടെന്ന് കണക്കുകൂട്ടി എന്നിട്ട് പറഞ്ഞു.

'അപ്പോൾ 4500 ഡോളർ അല്ലേ?'

'അല്ല, അത് എനിക്ക് മുൻ പരിചയം ഇല്ലാത്തവരോട് ഞാൻ ഈടാക്കുന്ന തുകയാണ്. എന്റെ സുഹൃത്തും നിങ്ങളുടെ അമ്മാവനുമായ യൂസഫിന്റെ ഓർമ്മയെ എനിക്ക് ബഹുമാനിച്ചല്ലേ പറ്റൂ.'

'അല്ലാഹു നിങ്ങളെ അനുഗ്രഹിക്കട്ടെ, ഇതിൽ കൂടുതലായി നിങ്ങളോട് നന്ദി പറയാൻ ആവില്ല.'

'നന്ദി പറയേണ്ട ആവശ്യം ഒന്നുമില്ല.'

പരിഭ്രമത്തോടെയും ചോദ്യഭാവത്തിലും അയാൾ എന്നെ നോക്കി.

'മഹാകവിയായ സമാവി, ഞാൻ നിങ്ങളിൽ നിന്ന് 150,000 ഡോളറി

നു മേലെ ഈടാക്കില്ല.'

മധുരം പുരട്ടിയ പരിഹാസത്തോടെ ഞാൻ പറഞ്ഞു.

'ഓ അത് ശരി, നിങ്ങൾ ഒരു തമാശക്കാരൻ ആണെന്ന് എന്റെ അമ്മാവൻ പറഞ്ഞിരുന്നില്ല'

'ദൈവത്തിനാണെ ഞാൻ താങ്കളോട് തമാശ പറയുകയല്ല.'

സംഭാഷണം തുടരുന്നതിന് മുമ്പ് വായിൽ നാവില്ലാത്തതുപോലെ സ്തബ്ദനായി അയാൾ കുറച്ചു നേരം നിന്നു.

'ഒരു പരിഭാഷകന് എങ്ങനെ 150,000 ഡോളർ വാങ്ങാൻ കഴിയും? അതും അത്രയൊന്നും പേരില്ലാത്ത ഒരു കവിത സമാഹാരത്തിന്.'

സംസാരത്തിനിടയിൽ വീണ്ടും അദ്ദേഹം ചില വ്യാകരണത്തെറ്റുകൾ വരുത്തി. പക്ഷേ ഇടയിൽ തിരുത്തുന്നുണ്ടായിരുന്നു.

'എന്റെ വിയർപ്പിന്റെ വിലയായി ഈ തുക ഈടാക്കും എന്നല്ല ഞാൻ പറഞ്ഞത്.'

'എനിക്ക് മനസ്സിലായില്ല, നിങ്ങൾ കടങ്കഥകൾ പോലെയാണല്ലോ സംസാരിക്കുന്നത് കാര്യങ്ങൾ നേരെ ചൊവ്വേ പറയൂ.'

'സത്യസന്ധമായി പറഞ്ഞാൽ നിങ്ങളുടെ ഈ വിലയില്ലാത്ത സമാഹാരം പരിഭാഷപ്പെടുത്താൻ, നിങ്ങളുടെ സമ്മതത്തോടെതന്നെ ഞാനും തയ്യാറാണ്. കൂലിയൊന്നും ഈടാക്കുകയില്ല. എന്നാൽ 150,000 ഡോളറിൽ കുറഞ്ഞ ഒന്നും ഞാൻ സ്വീകരിക്കുകയും ഇല്ല.'

'ദൈവമേ,നിങ്ങൾ വീണ്ടും കടംകഥ പറയുകയാണല്ലോ!'

'നോക്കൂ ഈ 150,000 ഡോളർ എനിക്കല്ല, ഈ തുക ഞാൻ നിങ്ങളിൽ നിന്ന് വാങ്ങുന്നത്, നിങ്ങളുടെ അമ്മാവന്റെ അനാഥരായ മക്കൾക്ക് വേണ്ടിയാണ്. ഈ അമ്മാവനിൽ നിന്ന് തന്നെയല്ലേ Tip of the pen എന്ന ഈ ആഡംബര ഹോട്ടൽ തുടങ്ങാൻ നിങ്ങൾ പണം കടം വാങ്ങിയത്. ഇതേ അമ്മാവനെയല്ലേ മൂത്രനാളത്തിലെ ശസ്ത്രക്രിയക്കായി കുറച്ചു പൈസയ്ക്ക് വേണ്ടി, നിങ്ങൾ കടം വാങ്ങിയ തുക തിരിച്ചു കൊടുക്കാൻ നിങ്ങളോട് യാചിച്ചപ്പോൾ, ദയാരഹിതനായി നിങ്ങൾ നിരസിച്ചത്. അയാളുടെ കിഡ്നികൾ തകരാറിൽ ആവുന്നത് വരെ മാസങ്ങളോളം അയാൾ വേദന സഹിച്ചു. ദൂരെ നിന്നു വന്നിരുന്ന അയാളുടെ ഫോൺ കോളുകൾ പോലും നിങ്ങൾക്ക് അസഹനീയമായിരുന്നു. നിങ്ങൾ സ്വന്തം ഫോൺ നമ്പർ തന്നെ മാറ്റി. പാവപ്പെട്ടവരുടെയും അടിച്ചമർത്തപ്പെട്ടവരുടെയും അവകാശങ്ങൾക്ക് വേണ്ടി ആവേശത്തോടെ വാദിക്കുന്ന നിങ്ങളെ ടിവി സ്ക്രീനിൽ കണ്ടുകൊണ്ടിരുന്ന ഇതേ അമ്മാവനാണ് ഹൃദയാഘാതം വന്ന് മരിച്ചത്. അതും നിങ്ങളുടെ കയ്യിൽ നിന്ന് ഏറ്റ അടിച്ച

മർത്തൽ മൂലം. മോൺസഞ്ഞൂർ ഹ്യൂഗോ, അതോ ഹ്യൂഗോ നിങ്ങളുടെ ഈ തരംതാഴ്ന്ന അഭിരുചിയേക്കാൾ മികച്ചവൻ ആയതുകൊണ്ട് നിങ്ങളെ ഞാൻ ഫാനൻ എന്ന് വിളിക്കണോ?'

'പ്രത്യക്ഷത്തിൽ ഞാൻ നിങ്ങളെ തെറ്റിദ്ധരിച്ചു.'

'പ്രത്യക്ഷത്തിലോ? അല്ല, യഥാർത്ഥത്തിൽ തന്നെ.'

വിതുമ്പുന്ന ചുണ്ടുകളോടെ ഞാൻ എണീക്കുകയും അയാളെ വിട്ടുപോരുകയും ചെയ്തു. ഹോട്ടലിന്റെ വാതിൽക്കൽ മെലിഞ്ഞ ഒരു പെൺകുട്ടിയെ ഞാൻ കണ്ടു. യൂസഫിന്റെ മകളുടെ അതേ പ്രായം. അവൾ യാചിക്കുകയായിരുന്നു. ഞാൻ എന്റെ പോക്കറ്റിൽ പരതി 100 ലിറയുടെ ഒരു നോട്ട് എടുത്ത് അവൾക്ക് നേരെ നീട്ടി. സമാവിയുടെ ആഡംബര ഹോട്ടലിൽ ഉച്ചഭക്ഷണത്തിന് കൊടുക്കാനായി വച്ചിരുന്നതാണ് അത്. ആ പെൺകുട്ടിക്ക് സന്തോഷമായി. ഞാൻ ഇങ്ങനെ മന്ത്രിച്ചു .

'യൂസഫിന്റെ ഓർമ്മയിൽ !'

17

ആസക്തിയുടെ കല്ല്

കഥ (അറബിക്)-നാസർ അൽദാഹ്രി

ഇംഗ്ലീഷ് പരിഭാഷ-റീം ഗാനേം

ഈ സ്ഥലത്ത് പ്രത്യേകിച്ച് ഒന്നുമില്ല; ചൂടും, തണുപ്പും, വരൾച്ചയും, നനവും മാത്രം.

തീയ്ക്ക് വലിയ ചൂടും വരൾച്ചയും. ജലത്തിന് അതുപോലെ തണുപ്പും നനവും. അന്തരീക്ഷവായു വളരെ ചൂടാണ്. മണൽ തണുത്തതും നനഞ്ഞതും.

ഈ ഗുണങ്ങളിൽ നിന്ന് വേറിട്ട് 'ചുവന്ന രസം', തത്വചിന്തകരുടെ കല്ലിൽ നിന്ന് ഒഴുകുന്ന ആ ദ്രാവകം, അനശ്വരതയും അടങ്ങാത്ത ആഗ്രഹങ്ങളും പ്രദാനം ചെയ്തേക്കാം; ജാബിർ ഇബൻ ഹയാനെ മനസ്സിലാക്കാനും, ഈ കല്ലിനെ ആരാധിക്കുന്നതിന് പിന്നിലുള്ള കാരണങ്ങൾ അറിയാനുമുള്ള ശ്രമങ്ങളിൽ മുഴുകിക്കൊണ്ട്.

ശില്പിയുടെ വീടിനകത്ത്! അകലങ്ങളിൽ താമസിച്ചിരുന്ന അയൽക്കാരുടെ മനസ്സുകളിൽ അവളുടെ പേര് ഇല്ലായിരുന്നു. അവളുടെ തൊഴിൽ തന്നെയാണ് അതിന് കാരണം. അവളുടെ പേര് പറയാൻ ഇഷ്ടപ്പെട്ടിരുന്നത് മാധ്യമപ്രവർത്തകർ മാത്രമായിരുന്നു. ഉത്സവ ദിനങ്ങൾ ആരംഭിക്കുമ്പോൾ അല്ലെങ്കിൽ ആർട്ട് എക്സിബിഷനുകളിൽ. ഒരു കടമയെന്നോണമാണ് അവരത് ചെയ്തത്. അല്ലെങ്കിൽ തങ്ങൾക്കും ശില്പകലയെ വിമർശിക്കാൻ കഴിയും എന്ന രീതിയിൽ.

വളരെ ചുരുക്കം ആനന്ദദായകമായ നിമിഷങ്ങളിൽ സിലോ എന്ന് വിളിക്കാൻ അവൾ ആഗ്രഹിച്ച കല്ലുകൾ കൊണ്ടുണ്ടാക്കിയ ഒരു വീടായിരുന്നു അത്; നഗരത്തിന്റെ ഒരു മൂലയിൽ അതു നിന്നു.

അയാളാകട്ടെ ഒരു ഡിപ്ലോമാറ്റിക് ഏജൻറ് ആയി വിദേശത്ത് വളരെയധികം കാലം സേവനം അനുഷ്ഠിച്ച ഒരാളാണ്. ഗവൺമെന്റിന്റെ പലതരം സ്ഥാനമാനങ്ങൾ അയാൾ വഹിച്ചു. വായനയും സന്തോഷമില്ലായ്മയും, പൂർണ്ണതയിൽ എത്താത്ത ഒരു കുടുംബവും, അധികകാ

ലം ജീവിച്ചിരിക്കാത്ത ഭാര്യയിൽ നിന്നുണ്ടായ പീഡനങ്ങളും കൊണ്ടു നടന്നു അയാൾ.

ആ വീടിന് ചുറ്റും കാട്ടുപടർപ്പുകൾ നിറഞ്ഞ ഒരു പൂന്തോട്ടം ഉണ്ടായിരുന്നു. ഒരുപക്ഷേ അത് അങ്ങനെ തന്നെ ഉണ്ടാക്കിയതായിരിക്കാം ആ കല്ലിന് അനുയോജ്യമായ വിധത്തിൽ, തീർത്തും അപരിചിതമായ ആ സ്ഥലത്ത് ഒരു മൂലയിലായി അവളുടെ ശില്പങ്ങൾ ചിതറി കിടന്നു ഇവിടെയും അവിടെയുമായി. വീടിനടുത്തും ജാലകത്തിലെ ചെളി പിടിച്ച ചില്ലുകളുടെ അടുത്തും, ഒരു ചെറുഗ്രാമത്തിലെ കാത്തോലിക് സെമിത്തേരി പോലെ തോന്നിപ്പിച്ച ആ പൂന്തോട്ടത്തിന് ഉള്ളിലും.

കല്ല്! എത്ര അത്ഭുതകരമാണത്. ആരാണ് പറഞ്ഞത് ഇതൊരു തീക്കല്ല് ആണെന്ന്. ഒരു കല്ല്. നല്ല ആകൃതി ഒത്തതും എന്റെ ഞരമ്പുകൾ അവകാശപ്പെടുന്നതും ആണ് എന്റെ ഈ കല്ല്. ഞാൻ അതിനോട് കുമ്പസാരിക്കുന്നു രഹസ്യങ്ങൾ പറയുന്നു നിശബ്ദമായി സംഭാഷണത്തിൽ ഏർപ്പെടുന്നു അതിയായി ആഗ്രഹിക്കുകയും അവനുവേണ്ടി കൊതിക്കുകയും ചെയ്യുന്നു. തിരഞ്ഞെടുക്കപ്പെട്ട കല്ലുകൾ മാത്രം വീടിനകത്തേക്ക് കയറുന്നു മനസ്സിന്റെ പ്രഹേളികയെ കണ്ടെത്തുന്നതു പോലെയുള്ള അർത്ഥവത്തായ മന്ത്രണങ്ങൾ ആണ് ഉളിയുടെയും ചുറ്റികയുടേയും വാക്കുകൾ. ബ്രഷുകളുമായി നൃത്തം വയ്ക്കുന്ന വിരലുകൾ.

ഇപ്പോൾ ആ കല്ല് ഉണ്ടാക്കി കഴിഞ്ഞിരിക്കുന്നു അതിന്റെ ശക്തി എൻറെ സങ്കല്പത്തിലെ സ്വപ്നം വഹിക്കുന്ന ഒരു സൃഷ്ടിയായി കഴിഞ്ഞു. ആകൃതിയോടെ കടഞ്ഞെടുത്തത്. വിജയങ്ങളെക്കുറിച്ച് ആകുലപ്പെടുന്ന ഒരു വീരയോദ്ധാവിനെ പോലെ അത് എനിക്ക് അഭിമുഖമായി നിൽക്കുന്നു. അടങ്ങാത്ത തൃഷ്ണയോടെ നിൽക്കുന്ന ഒരു ദേവദാസിയെ പോലെ ഞാനും അതിന്റെ മുന്നിൽ. അപ്പോഴാണ് ആ കല്ല് ശബ്ദിക്കുന്നത്. എന്റെ കല്ലിന് തുല്യമായി മറ്റൊന്നുമില്ല.

ശില്പമുണ്ടായി കഴിഞ്ഞപ്പോൾ ഒരു നിമിഷത്തെ വെളിപാടിൽ എന്നപോലെ ശില്പി ഇങ്ങനെ സംസാരിച്ചു. പുതിയ ശില്പത്തെ ഒരു വെളുത്ത തുണികൊണ്ട് മൂടുമ്പോൾ അവൾ വളരെയേറെ സന്തോഷിച്ചു. അവളുടെ രഹസ്യ ഗന്ധത്തിൽ അവൾ അതിനെ പൊതിഞ്ഞു.

കല്ലിന്റെ സ്വഭാവവിശേഷങ്ങളോട് സംവദിക്കാൻ ദിവസം മുഴുവൻ അവൾ ശ്രമിച്ചുകൊണ്ടേയിരുന്നു. അവൾ ആ പൂന്തോട്ടത്തിനുള്ളിൽ ആയിരുന്നു. അസുലഭമായ ഒരു ജോലിയുടെ ക്രമീകരണം പോലെ ഒരു ശില്പിയുടെ പ്രഭാതത്തിന്റെ പ്രശാന്തതയെ തകർക്കുന്ന മറ്റൊന്നില്ല.

'യൂസഫ് ബേ'യ്ക്കും അദ്ദേഹത്തിന്റെ ബഹുമാന്യമായ സ്ഥാനത്തിനും സൗജന്യ സേവനങ്ങൾ ചെയ്തു കൊടുക്കാൻ ആഗ്രഹിക്കുന്ന അവളുടെ ഉപ്പയുടെ സുഹൃത്തുക്കൾ നിർബന്ധപൂർവ്വം കേണപേക്ഷിച്ചിട്ടും അതായിരുന്നു അവളുടെ തീരുമാനം.

പ്രഭാതത്തിലെ നിഴലിനോടും മധുരനാരങ്ങയുടെ പൂക്കളുടെ ഗന്ധത്തിനോടും അവൾക്ക് പ്രേമം ആയിരുന്നു. ഉണങ്ങിയ ഇലകൾ വെറുതെ പറിച്ചെടുക്കാൻ അവൾ ഇഷ്ടപ്പെട്ടു. അവളുടേതായ ഒരു രീതി എല്ലാത്തിനോടും ഉണ്ടായിരുന്നു. അത് അവളുടെ തത്ത്വചിന്തക്കും അനുയോജ്യമായിരുന്നു.

ചെറിയ ഇടവേളകളിൽ അവൾ ഓരോരോ മൂലയിലേക്ക് തന്റെ കാപ്പിക്കപ്പുമായി മാറിയിരിക്കും. ചിലപ്പോൾ ഒരു മരത്തിന് ചുവട്ടിൽ. അല്ലെങ്കിൽ ഒരു ആൽമണ്ട് മരത്തിന് ചുവട്ടിൽ. അല്ലെങ്കിൽ ചുമരിൽ ചാരി അതിന്റെ തണുപ്പ് ആസ്വദിച്ചുകൊണ്ട്. കാപ്പി കപ്പിനോടൊപ്പം അവളുടെ ഏകാന്തത പങ്കുവയ്ക്കാൻ ആരും ഉണ്ടായിരുന്നില്ല; മേശപ്പുറത്തെ പാക്കറ്റിൽ നിന്നും വലിച്ചെടുത്ത ചില സിഗരറ്റുകൾ ഒഴികെ.

പ്രത്യേകിച്ചൊന്നും ചെയ്യാനില്ലാത്ത ഒരു രാത്രിക്ക് ശേഷം, പ്രഭാതത്തിൽ തന്റെ ജോലികൾ ആരംഭിച്ചുകഴിഞ്ഞാൽ അവൾ അത് ഏകദേശം ഉച്ചയോളം തുടരും. പിന്നീട് അവൾ കുളിക്കാൻ പോകും. ലഘുഭക്ഷണത്തിനുശേഷം ഏകദേശം ഒരു മണിക്കൂർ ഉറങ്ങും, അതു കഴിഞ്ഞാൽ നന്നായി വസ്ത്രം ധരിച്ച് സുഗന്ധദ്രവ്യങ്ങൾ പൂശി അവൾ വീണ്ടും ജോലി തുടങ്ങും, പുതുതായി. അല്ലെങ്കിൽ മുഴുവനാക്കാത്ത ഒരു ശില്പത്തിന്റെ ജോലിയിൽ ആയിരിക്കും അവൾ.

ഉച്ച തിരിയുന്നത് വരെ അവൾ ജോലി ചെയ്തുകൊണ്ടിരിക്കും. പെട്ടെന്ന് അവൾ ഉറക്കം തൂങ്ങാൻ തുടങ്ങും. അവളുടെ കൺപോളകൾ കട്ടി കൂടിയ ഒരു കണ്ണടയ്ക്കു പുറകിലാണ്. അതിന്റെ ഫ്രെയിമുകൾ സ്വർണത്തിലും ആനക്കൊമ്പിലും തീർത്തിരിക്കുന്നു, വളരെ വിലപിടിപ്പുള്ളത്.

സായംസന്ധ്യകളിൽ അവൾ ചിലപ്പോൾ പൂന്തോട്ടത്തിലേക്ക് പോകും. അന്തരീക്ഷത്തിൽ ഓറഞ്ച് നിറത്തിൽ സൂര്യപ്രകാശം നേർത്തു വരുന്നു. അത് വീടിന്റെ ചുമരുകളിൽ വീണ് പ്രശാന്തത സൃഷ്ടിക്കുന്നു.

പണികൾ തീർന്നു കഴിഞ്ഞാൽ അവൾ പൊട്ടിച്ചിരിക്കും. കാര്യങ്ങൾ സാധാരണഗതിയിൽ നീങ്ങുകയാണെങ്കിൽ ഒരു പ്രത്യേകതരം മന്ദഹാസം അവളുടെ ചുണ്ടുകളിൽ ഉണ്ടാവും. വീടിന്റെ വാതിലിനുള്ളിലൂടെ കടക്കാൻ ശ്രമിക്കുമ്പോഴായിരിക്കും അത്. ഇത് അവളുടെ തന്നെ കര

വിരുത് ചെയ്തതാണ്. അവളുടെ കണ്ണിലൂടെ അവൾ പിടിച്ചെടുക്കാൻ ആഗ്രഹിക്കുന്ന ഒരു രംഗം. നഗരത്തിൽ എവിടെ തിരഞ്ഞാലും പകരം വയ്ക്കാനില്ലാത്ത ഒന്ന്.

രാത്രികാലങ്ങളിൽ അവൾ ഒരു പ്രത്യേകതരം അനുഷ്ഠാനം ചെയ്തുപോന്നു. പച്ചക്കറികൾ കൊണ്ട് മാത്രമുള്ള അത്താഴം. ഒപ്പം ഏതെങ്കിലും എയർപോർട്ടുകളിൽ നിന്ന് തെരഞ്ഞെടുത്ത വീഞ്ഞ്. ചിലപ്പോൾ അത് അവളുടെ സ്വന്തം സ്പടികം കൊണ്ട് നിർമ്മിച്ച ഗ്ലാസ്സുകളിൽ ആകും. വീണ്ടും ഒന്ന് കുളിച്ച്, കുസൃതി നിറയുന്ന, തിളക്കമുള്ള സായാഹ്ന വസ്ത്രം അവൾ ധരിക്കും.

രാത്രി മുഴുവൻ അവൾ വായിച്ചു കൊണ്ടിരിക്കും. വിനീഗറിലും നാരങ്ങയിലും കുതിർന്ന പച്ചക്കറികൾ ആസ്വദിച്ചു കൊണ്ടും രക്തം പോലെ തോന്നിപ്പിക്കുന്ന വൈൻ രുചിച്ചുകൊണ്ടും. ശരീരം വിറയ്ക്കാൻ തുടങ്ങുമ്പോൾ അവൾ സംഗീതം കേൾക്കും. അവളുടെ ഏകാന്ത ഭവനം രാത്രിയുടെ അന്ധകാരത്തിലേക്ക് കൂപ്പുകുത്തും. ബോധമില്ലാതെ ആകുന്നതുവരെ അവൾ തന്റെ കാമനകളിലൂടെ കടന്നുപോകും. അത്യധികം സന്തോഷിക്കും. പ്രായപൂർത്തിയാകാൻ തുടങ്ങുന്നതിന്റെ ആദ്യ ലക്ഷണങ്ങൾ കാണിക്കുന്ന ഒരു കൊച്ചു പെൺകുട്ടിയുടെതുപോലെയായിരുന്നു അത്. പൂർണ്ണവളർച്ചയിലേക്ക് എത്തുമ്പോൾ ഉള്ള സാഹസികമായ നിഷ്കളങ്കത.

ഇന്ന് അവൾ ആകെ അസ്വസ്ഥയായി. ഇതിനു മുൻപ് കാര്യങ്ങൾ ഒന്നും കൈവിട്ടു പോയിട്ടില്ലല്ലോ എന്ന രീതിയിൽ. ജ്വലിക്കുന്ന വെളിച്ചത്തിനു മാത്രമേ ഇതിൽനിന്ന് അവളെ രക്ഷിക്കാൻ കഴിയൂ. രാത്രിയിലെ തണുത്ത വെള്ളിവെളിച്ചം ആവാഹിക്കപ്പെട്ടിരിക്കുന്നു; വീഞ്ഞു പകർന്ന ഗ്ലാസ്സിലേക്ക്. ഗ്ലാസ് കാലിയായപ്പോൾ അവളുടെ ശരീരം വിയർക്കുന്നുണ്ടായിരുന്നു. അവൾ തീർത്തും തളർന്നിരുന്നു ജീവിതത്തിന് വില കൊടുത്തുകൊണ്ട്, അവളുടെ സൗന്ദര്യം ജീർണ്ണതയിലേക്ക് നീങ്ങുകയാണ്.

ഒരു പൗരാണിക ശിലയെപ്പോലെ അവൾ പഴയ സോഫയിലേക്ക് വീണു. ദയാരഹിതമായി കടന്നാക്രമിച്ച സ്വപ്നത്തിൽ നിന്ന് അവളെ ഉണർത്താൻ ഒന്നിനും സാധിച്ചില്ല. ഇടയ്ക്കിടെ ചുമ അവളെ ബുദ്ധിമുട്ടിച്ചിരുന്നു. കല്ലിന്റെ തണുപ്പിലും പൈശാചികമായ ആ രാത്രി സമ്മാനിച്ച ഇരുട്ടിലും അസ്ഥികൾ ഞെരങ്ങിയപ്പോൾ, അവൾ കാലുകൾ വലിച്ചിഴച്ച് വലിയ കിടക്കയിൽ പോയി വീണു. അതിന്റെ മൃദുലതയിലേക്ക് അവൾ മുതലക്കൂപ്പുകുത്തി. ഒരു മനുഷ്യന്റെ പ്രേതത്തിനായി അവൾ

തിരഞ്ഞു. അവൻ അവിടെ ഉണ്ടായിരുന്നെങ്കിൽ എന്ന് അവൾ ഒരു നിമിഷ ത്തേക്ക് ആഗ്രഹിച്ചു.

പ്രഭാതത്തിൽ അവൾക്ക് ഏകദേശം 50 വയസ്സായതുപോലെ കാണ പ്പെട്ടു. അവൾ നീണ്ടു മെലിഞ്ഞ ഒരുവൾ ആയിരുന്നു. പ്രായം അവൾ ക്ക് അല്പം തടിയും ചീർമ്മതയും ഉണ്ടാക്കിയിട്ടുണ്ട്. അവളുടെ മുല കൾ ചെറുതായി തൂങ്ങിയിരിക്കുന്നു.

മൈലാഞ്ചി പൂശിയ അവളുടെ തലമുടി പ്രായം ഇരട്ടിയാക്കിയത് പോലെ. മുഖത്തും മുലകളിലും ചുളിവുകൾ വീണിട്ടുണ്ട്. എന്നാൽ കൈ കളിൽ അതില്ല താനും. പരിശീലനം ലഭിച്ച ഒരു പിയാനോ വായനക്കാ രിയുടേതുപോലെയായിരുന്നു വെള്ളിയും രത്നങ്ങളും പതിച്ച മോതിര ങ്ങളുള്ള അവളുടെ വിരലുകൾ.

രണ്ടുകാര്യങ്ങളിൽ നിങ്ങൾ പ്രത്യേകിച്ചൊരു തിളക്കവും കണ്ടെത്തു കയില്ല. പൊട്ടിപ്പോകുന്നതും കേടാകുന്നതുമായ അവളുടെ മുടിയും ദിവ സേന കാപ്പിയും നിക്കോട്ടിനും ഉപയോഗിക്കുന്ന പല്ലുകളും. അവളുടെ തൊലിയ്ക്കു മാത്രമാണ് പുതുമ ഉണ്ടായിരുന്നത്. അവൾ എല്ലായിപ്പോ ഴും ശുദ്ധീകരിക്കാത്ത കല്ലിനായി അന്വേഷിച്ചുകൊണ്ടിരുന്നു. ആളുക ളിൽ വളരെ സങ്കീർണമായ വസ്തുതകളും. ഒരു സ്ത്രീക്കും അവൾ ക്കു ചുറ്റുമുള്ള കാര്യങ്ങൾക്കും ഇടയിൽ സങ്കീർണത ഉണ്ടാക്കുന്ന പുരു ഷ ശരീരമായിരുന്നു അവളുടെ യഥാർത്ഥ സന്തോഷം. അവന്റെ ഓരോ പേശികളിലും സ്ത്രീയുടെ ശക്തിയോടെയും, പൈശാചികമായ ആസ ക്തികളോടെയും അവൾ ഇടപെട്ടു. അത്തറിലോ വഴന ഇലയിലോ മുക്കി യതു പോലെ അവളുടെ വിരലുകൾ നൃത്തം ചെയ്തു. ശില്പങ്ങൾ ഉണ്ടാ ക്കി കൊണ്ടിരിക്കുമ്പോൾ അവൾക്ക് ഒരിക്കലും തൃപ്തി ലഭിച്ചില്ല.

ശില്പം പൂർത്തിയായി കഴിഞ്ഞാൽ അവൾ അതിനോട് പ്രേമാഭ്യർ ത്ഥന നടത്തും. അന്യജാതീയരുടെ വിവാഹ ചടങ്ങുകൾ നടക്കുന്ന തര ത്തിൽ. പഴയ അനുഷ്ഠാനപ്രാർത്ഥനകൾ അവൾ ഉരുവിടും. ക്ഷേത്ര ത്തിലെ ഒരു സ്ത്രീ പൂജാരിയെപ്പോലെ. ഫലഭൂയിഷ്ഠതയുടെയും വളർ ച്ചയുടെയും ദൈവങ്ങൾക്ക് ചുറ്റും അവൾ വട്ടം കറങ്ങുന്നു. മഴയെ നേ രിടുന്നു. അവൾക്കു ചുറ്റും ഔഷധച്ചെടികൾ വളർന്ന് വലുതാകാൻ കാത്തിരിക്കുന്നു. സോരാഷ്ട്രീയൻ തീക്കനലിൽ നിന്ന് അവൾ തീ കത്തി ക്കുന്നു. മാർഗ്ഗനിർദ്ദേശത്തിനായി ഉറുക്കുകൾ കണ്ടെത്തുന്നു. അവൾ തീക്കുചുറ്റും നടക്കുന്നു അവളുടെ ശരീരം നശിക്കുന്നതിന് മുമ്പ് അവ ളുടെ ശരീരത്തെ ഉർവരമാക്കാൻ വേണ്ടി.

ഈ പേഗൻ പ്രാർത്ഥനകൾ നടത്തിയ ശേഷം അവൾ എഴുന്നേൽ

ക്കും. ആത്മാവിന്റെ മുറിവുകളിൽ നിന്ന് ശുദ്ധീകരിക്കപ്പെട്ടവളായി, ഉർവരതയുടെ മണവാട്ടി എന്ന മട്ടിൽ. കയ്യടക്കലിന്റെ ആനന്ദം അനുഭവിച്ചുകൊണ്ട്, ഈയൊരു നിമിഷം മറ്റൊരുതരത്തിൽ ആയിരുന്നെങ്കിൽ എന്ന് കൊതിച്ചു കൊണ്ട്. ജീവിതത്തിന്റെ ഏതെങ്കിലും ഒരു ഭാവം... അത് അവളുടെ കുട്ടിക്കാലത്ത്, തന്റെ വീട്ടിലെ ഗേറ്റ് നിർമിക്കാൻ വന്ന നിരീശ്വരവാദിയായ ജോലിക്കാരന്റേതായാലും മതി. അയാളുടെ വിയർക്കുന്ന കൈകൾ അവൾക്ക് അത്ഭുതമായിരുന്നു. നീലനിറമുള്ള തന്റെ വസ്ത്രത്തിനുള്ളിൽ തന്റെ ശരീരം അയാൾ മറച്ചിരുന്നു. ഉരുക്ക് ചൂടാക്കുകയും അലിയിപ്പിക്കുകയും ചെയ്യുന്ന വിദ്യ എത്ര ബുദ്ധിമുട്ടേറിയതാണെന്ന് അവൾ കണ്ടു. കുട്ടിയായിരുന്നപ്പോൾ അവൾ കണ്ട അതേ കാര്യം തന്നെയാണ് ഭാവിയിലും അവൾ ഇഷ്ടപ്പെടുന്നത്. പക്ഷേ ആ ഇരുമ്പു പണിക്കാരന്റെ ദയനീയമായ നോട്ടം അവളെ വല്ലാതെ ബാധിച്ചിരുന്നു.

തന്റെ എല്ലാ പൈശാചികമായ ആഗ്രഹത്തോടും കൂടെ അയാൾ ഇപ്പോൾ വന്നിരുന്നെങ്കിൽ!

അവളുടെ യൗവനവും സ്കൂൾക്കാലത്തെ പിങ്കുനിറമുള്ള കത്തുകളും മോഷ്ടിച്ച ആ പയ്യൻ തന്റെ ഭാര്യയോടൊപ്പം ജീവിച്ചോട്ടെ. മക്കളെ പരിപാലിക്കുന്ന ഉത്തരവാദിത്വത്തിന് കീഴടങ്ങി, അവനെ വേട്ടയാടുന്ന പ്രമേഹത്തിന്റെ ശാപത്തെ പിന്തുടർന്നുകൊണ്ട്. തന്റെ തൊഴിലില്ലായ്മ കാരണമാക്കി അവൾ കൊടുത്ത സമ്മാനങ്ങൾ എല്ലാം വലിച്ചെറിഞ്ഞ് അവളിൽ നിന്ന് അവൻ ഓടിപ്പോയിരുന്നു. ഗൾഫിലേക്ക് എന്തുവിലകൊടുത്തും ചെന്നെത്തുക എന്നതായിരുന്നു അവന്റെ ആഗ്രഹം. ഉമ്മയിൽ നിന്ന് തലമുറകളായി കൈമാറി ലഭിച്ച പെട്ടിയിൽ നിന്ന് പണം എടുത്ത് അവൾ അയാൾക്ക് കൊടുത്തു. പണവും കൊണ്ട് അയാൾ കുവൈറ്റിലേക്ക് പോയി. അവിടെ അധ്യാപികയായിരുന്ന, ഒരു മകളും അഞ്ചു വയസ്സുള്ള ഒരു ആൺകുട്ടിയും ഉള്ള, വിവാഹമോചനം ലഭിച്ച ഒരു സ്ത്രീയെ അവൻ വിവാഹം കഴിച്ചു.

അന്നേദിവസം അവൾ ഒരു പുരുഷന്റെ ശില്പം ഉണ്ടാക്കി. ഒരു പകുതി മുഖം മാത്രം. രണ്ടാം പകുതി ആകെ തകർന്നിരുന്നു, വന്യമൃഗങ്ങൾ ഭക്ഷിച്ചതുപോലെ.

അവളത് വീടിന്റെ പുറത്ത് സ്ഥാപിക്കുകയും, കണ്ണിമ വെട്ടാതെ അതിലേക്ക് നോക്കുകയും ചെയ്തു. അയാളുമായി ഉണ്ടായ ഈ ബന്ധത്തിനുശേഷം അവൾ പൂർണമായും തന്റെ പണിയിലെ വിജയത്തിനായി ശ്രദ്ധ കേന്ദ്രീകരിച്ചു. പത്രങ്ങളിലൂടെയും ആഴ്ചപ്പതിപ്പുകളിലൂടെയും

എക്സിബിഷനുകളിലൂടെയും വിമർശനങ്ങളിലൂടെയും നിലയ്ക്കാത്ത യാത്രകളിലൂടെയും പരിപാടികളിൽ പങ്കെടുത്തുകൊണ്ടും പ്രസിദ്ധയാവാൻ ശ്രമിച്ചു. ബുദ്ധിജീവികളുടെ ചില കൂട്ടായ്മകൾ അവൾ സംഘടിപ്പിച്ചു. അവർക്ക് അവളുടെ ഇഷ്ടമായിരുന്നു. പരിപാടികളുടെ സമാപ്തിയിൽ കുടിച്ച് ഉന്മത്തരായ അവർ അവളെ മുത്തം വയ്ക്കുകയും പിന്നീട് അക്ഷമരായി കാത്തിരിക്കുന്ന തങ്ങളുടെ ഭാര്യമാരുടെ അടുക്കലേക്ക് പോവുകയാണെന്ന് പറയുകയും ചെയ്യും.

ഈ രാത്രികളെല്ലാം സന്തോഷപ്രദമായാണ് ആരംഭിച്ചിരുന്നത്. മേശപ്പുറത്ത് അത്താഴപ്പാത്രങ്ങൾ മാത്രം ബാക്കിയാവും. മൈഥുനത്തിൽ ഏർപ്പെട്ടു കഴിഞ്ഞശേഷം ഒരു പെൺ സിംഹത്തിന് ഉണ്ടാവുന്ന മടുപ്പുപോലെ ഈ നിമിഷം തന്റേത് അല്ലെന്ന് അവൾക്ക് തോന്നും. വളരെ വേഗംതന്നെ ഈ രാത്രികൾ മങ്ങിപ്പോകും. ഒരു സ്ത്രീ ആഗ്രഹിക്കുന്ന സന്തോഷങ്ങൾ ഒന്നും തന്നെ പ്രധാനം ചെയ്യാതെ, ഈ കൂട്ടായ്മകളിൽ ഒന്നും തന്നെ ശേഷിച്ചില്ല. അവളെ നന്നായി വളർത്തിക്കൊണ്ടുവരാൻ സാധിക്കാത്ത ഒരു മാതാവിനെക്കുറിച്ചും രാഷ്ട്രീയത്തിൽ അകപ്പെട്ടു പോയ ഒരു പിതാവിനെക്കുറിച്ചുമുള്ള ഓർമ്മകൾ മാത്രം അയാളുടെ രണ്ടാം ഭാര്യയുടെയും മകളുമായുള്ള തൻറെ ഊഷ്മളമായ കൂടിക്കാഴ്ചയ്ക്കുള്ള ആഗ്രഹം സഫലീകരിക്കാൻ നീണ്ട ഈ അസാന്നിധ്യം മതിയായിരുന്നു. പെട്ടെന്നുതന്നെ രണ്ടാം ഭാര്യയുടെ പരാതിയോടെ അതും അവസാനിച്ചു.

അങ്ങനെ മറ്റൊന്നിനോടുള്ള സ്നേഹം അടിച്ചേൽപ്പിച്ചുകൊണ്ട് അവൾ ഒരു ജീവിതം നയിക്കാൻ തുടങ്ങി. ദിവസങ്ങൾ ചെല്ലുംതോറും അവളുടെ അവസ്ഥ മോശമായി വന്നു. അവൾക്ക് തന്റെ ശരീരം ഇനി ആർക്കും കൊടുക്കാൻ സാധിക്കുകയില്ല.

അങ്ങനെയിരിക്കെ ഒരു 11 വയസ്സുകാരൻ കൈപിടിച്ചു കൊണ്ടുവന്ന അന്ധനായ ഒരു യാചകൻ അവളുടെ വീട്ടു വാതിലിൽ മുട്ടി. പ്രഭാതഭക്ഷണത്തിൽ അവശേഷിച്ചത് അയാൾ അവളിൽ നിന്ന് വാങ്ങി കഴിച്ചു. അവൾക്ക് കൂടുതൽ എന്തെങ്കിലും കൊടുത്താൽ കൊള്ളാമെന്നുണ്ടായിരുന്നു.

തന്റെ പുതിയ ആർട്ട് പ്രോജക്ട് ഇതാണെന്ന് അവൾക്ക് തോന്നി. അവളുടെ പഴയ കന്യകാത്വത്തെ പരുഷമായി ആനന്ദിപ്പിക്കാൻ അയാൾക്ക് കഴിയുമെന്നും തോന്നി. അയാൾ ഭക്ഷണം കഴിക്കുകയും കുടിക്കുകയും മീശ പിരിക്കുകയും കയ്യിലുള്ളവ തപ്പി നോക്കുകയും ചെയ്യുന്നത് അവൾ നോക്കിക്കൊണ്ടിരുന്നു. അവന്റെ ശരീരത്തിന്റെ ഓരോ അംശവും, ഉയർന്നു നിൽക്കുന്ന അവന്റെ ചെവികൾ, നീണ്ട മൂക്ക്, കാട്ടുചെടി

കൾ പോലെ തോന്നിക്കുന്ന അവന്റെ ഭംഗിയില്ലാത്ത താടി എല്ലാം അവൾ നോക്കി. കാഴ്ചയില്ലാത്ത അവസ്ഥയിൽ എന്നാൽ രസിച്ചു കൊണ്ട് അവളുമായി വർത്തമാനത്തിൽ ഏർപ്പെട്ടിരുന്നപ്പോൾ അവൾ അവനെ സാകൂതം നോക്കി. ഓരോരോ ചോദ്യങ്ങൾ ചോദിച്ചുകൊണ്ട് അവനോട് സംഭാഷണം ആരംഭിച്ചു. ആൺകുട്ടി അവളുടെ നോട്ടങ്ങൾ ശ്രദ്ധിക്കുന്നുണ്ടായിരുന്നു. ആശയക്കുഴപ്പത്തിലായ അവൾ അവന്റെ ശ്രദ്ധ തിരിക്കുന്നതിനായി അവനു നേരെ ഒരു ഓറഞ്ച് എറിഞ്ഞു.

പെട്ടെന്ന് അന്ധനായ യാചകൻ പൊട്ടിക്കരഞ്ഞുകൊണ്ട് അവൾക്കുവേണ്ടി പ്രാർത്ഥിച്ചു അവൾ വിളമ്പിയ ഭക്ഷണത്തിന് നന്ദി പറയുന്നതുപോലെ ദൈവം അവൾക്ക് ആയുസ്സും ആരോഗ്യവും നൽകട്ടെ എന്നും മക്കളെയും അനുഗ്രഹീതമായ കുടുംബത്തെയും നൽകട്ടെ എന്നും പ്രാർത്ഥിച്ചു. അയാൾക്ക് ആത്മാർത്ഥതയുണ്ടെന്ന് അവൾക്ക് തോന്നി. അല്ലെങ്കിൽ അവൾ അങ്ങനെ സങ്കൽപ്പിച്ചു. പ്രാർത്ഥന നിർത്താൻ അവൾ ആവശ്യപ്പെട്ടു അവനാണ് തന്റെ അടുത്ത പ്രോജക്ട് എന്നും അവന്റെ ഒരു ശില്പം നിർമ്മിക്കാൻ താൻ ആഗ്രഹിക്കുന്നുവെന്നും അവൾ അവനോട് വിശദീകരിച്ചു. വളരെ വൈദഗ്ധ്യത്തോടെ ഭിക്ഷാടനം നടത്താൻ കഴിവുള്ള ഒരാളായതിനാൽ അവളുടെ വാക്കുകൾ അവൻ ശ്രദ്ധിക്കുകയോ താല്പര്യം കാണിക്കുകയോ ചെയ്തില്ല. അവൻ മറുപടി പറഞ്ഞു:

'ഞാനൊരു ദരിദ്രവാസിയാണ്. എല്ലാം തരുന്ന ഞങ്ങളുടെ ദൈവത്തിന് പ്രാർത്ഥനയുണ്ടാകട്ടെ.'

'മാസശമ്പളമായി ഞാൻ നിനക്ക് 100 ദിനാർ തരാം.' അവൾ പറഞ്ഞു; 'കൂടാതെ രണ്ടു നേരം ഭക്ഷണവും അരക്കുപ്പി ചാരായവും തരാം.'

'ശരി.' യാചകൻ മറുപടി പറഞ്ഞു. 'കുറച്ച് സിഗരറ്റുകൾ കൂടി വേണം.'

'നിങ്ങൾ കുറച്ചു ഹാഷ് ജോയിന്റ് ചോദിച്ചിരുന്നെങ്കിൽ ഞാൻ സമ്മതിക്കില്ലായിരുന്നു.' അവൾ ചിരിച്ചു.

അന്ധന്റെ കണ്ണുകൾ ഇരുട്ടിൽ തിളങ്ങുന്നത് പോലെ തോന്നി.

'നിങ്ങൾ പാരമ്പര്യമായി ഉദാരതയുള്ള ഒരു സ്ത്രീയാണ്. ഞാൻ ദൈവത്തിനോട് ആണയിടുന്നു, നിങ്ങളുടെ അനുകമ്പയ്ക്ക് അർഹനായതിൽ.' ചിരിക്കുമ്പോൾ അവന്റെ പല്ലുകൾ പുറത്തേക്ക് തള്ളിവന്നു. ആ നിമിഷം അവന്റെ ശരീരം പരിശോധിച്ചു നോക്കാൻ അവൾ ആഗ്രഹിച്ചു ആ അന്ധനാകട്ടെ ഇരുട്ടിൽ മുഴുകിയിരിക്കുന്നതായി ഭാവിച്ചു. എന്നിട്ട് ഒരു പ്രത്യേക ആംഗ്യം കാണിച്ചു. അവളെ സ്വന്തമാക്കാൻ വേണ്ടി കരുതിക്കൂട്ടി ഇത് ചെയ്തതാണോ അവൾക്ക് അതിൽ ഉറപ്പുണ്ടായിരുന്നില്ല എങ്കിലും അടുത്ത ആർട്ട് പ്രോജക്ട് ചെയ്യാൻ അവൾ തീരുമാനിച്ചു അവൻ

അവളുടെ വാഗ്ദാനം സ്വീകരിക്കുകയും ചെയ്തു. അങ്ങനെ ഒരു മാസത്തേക്കുള്ള സുഖങ്ങൾ മുഴുവനും ഉറപ്പു നൽകപ്പെട്ടിരിക്കുന്നു. ഭക്ഷണവും ശമ്പളവും ഉണ്ട്. സാധാരണയായി അടിപിടിയിൽ കലാശിക്കുന്ന ഭാര്യയോടൊപ്പം ഉള്ള വാക്കുകൾ വഴക്കുകൾ ഒന്നുമില്ല. ആകെ ഒരു സംശയം ഉണ്ടായിരുന്നത് അവളുടെ വാഗ്ദാനം എത്രത്തോളം വിലയുള്ളതാണ്? എന്താണ് അതിന്റെ പ്രത്യേകത എന്നതുമാത്രമാണ്.

ഭിക്ഷക്കാരനും മകനും തമ്മിൽ സംസാരിക്കാൻ തുടങ്ങി. പിതാവിന്റെ പല ചോദ്യങ്ങൾക്കും അവ്യക്തമായാണ് കുട്ടി ഉത്തരം പറഞ്ഞിരുന്നത്. അവനും സ്വയം ചില ചോദ്യങ്ങൾ ചോദിക്കുന്നുണ്ട്. പിതാവിന്റെ രണ്ടു കണ്ണുകൾ ആയിരുന്നു അവൻ; പക്ഷേ ഇപ്പോൾ അയാളുടെ കണ്ണുകൾക്ക് താഴെയുള്ള മറുകുകൾ ആകാൻ അവൻ കൊതിച്ചു.

പുരുഷത്വത്തെ സംബന്ധിക്കുന്ന ഒന്നും തന്നെ അവിടെയില്ല. കുട്ടിക്ക് അത് മനസ്സിലാകില്ലെന്നും അമ്മയോട് അവൻ അത് പറയില്ലെന്നും അന്ധനായ മനുഷ്യൻ ആഗ്രഹിച്ചു.

അന്ധൻ മകനോട് പറഞ്ഞു.

'മകനെ, നമുക്ക് ഒരു ദിവസം രണ്ടു നേരം ഭക്ഷണം കഴിക്കാം, നൂറു ദിനാർ വാങ്ങിയശേഷം നമുക്ക് 50 ദിനാറാണ് സമ്പാദിക്കാനായത് എന്ന് അമ്മയോട് പറയാം. നമുക്ക് ഒരു പാക്കറ്റ് സിഗരറ്റ് വാങ്ങിക്കാം, അതിൽ നിന്ന് ഉച്ചഭക്ഷണത്തിനുശേഷം, ഒരെണ്ണം മാത്രം നിനക്ക് വലിക്കാം. എന്തുപറയുന്നു? നമുക്ക് ഈ മാസം ആഘോഷിക്കാം. ചെകുത്താന്റെ സ്വഭാവക്കാരിയായ നിന്റെ അമ്മയോട് നമുക്കത് മറച്ചുവയ്ക്കുകയും ചെയ്യാം. നിനക്ക് നല്ല ഭക്ഷണവും ഓറഞ്ചും കഴിക്കണമെങ്കിൽ ഇതൊന്നും അവളോട് പറയണ്ട. ഇതാ, ഒരു സിഗരറ്റ് വലിക്കൂ. എന്നിട്ട് അധികം കറങ്ങി നടക്കേണ്ട.'

സമ്മതത്തോടെ പയ്യൻ മുരണ്ടു. എല്ലാം ഉടൻതന്നെ അറിഞ്ഞിരുന്നെങ്കിൽ എന്ന് അവൻ ആഗ്രഹിച്ചു.

തങ്ങളുടെ ജീവിതോപാധി തട്ടിയെടുക്കപ്പെടുമോ എന്ന് ഭയമുള്ള ഏതൊരു അന്ധനെയും പോലെ അയാൾ മകനുമായി എന്നും പറഞ്ഞുറപ്പിച്ച സമയത്തിന് മുൻപ് തന്നെ അവളുടെ വീട്ടിലേക്ക് വന്നു. ഇത് അവളെ അലോസരപ്പെടുത്താൻ തുടങ്ങി. അവളുടെ ദൈനംദിന ജോലികൾ തടസ്സപ്പെട്ടു. അത് ഒരു അരുവി പോലെ ഒഴുകാനാണ് അവൾ ആഗ്രഹിച്ചിരുന്നത്.

പയ്യന് ദിവസവും കിട്ടുന്ന ഓറഞ്ചിൽ ആയിരുന്നു ശ്രദ്ധ. ഒപ്പം 11:30നു ലഭിക്കുന്ന പ്രഭാത ഭക്ഷണത്തിലും. അവിടെ നിന്ന വലിയ മരം ഉച്ചസമ

യത്ത് അവനിലേക്ക് ക്ഷീണം കൊണ്ടുവന്നു. അവളെ അവൻ ശ്രദ്ധി ക്കുന്നുണ്ടായിരുന്നു; അവന്റെ കൗമാരമനസ്സ് അവളുടെ മധുരശബ്ദത്തെ യും. നനഞ്ഞ തന്റെ കിടക്കയിലേക്ക് താൻ വലിച്ചിഴച്ചു കൊണ്ടുവരുന്ന രീതിയിൽ അവളെ അവൻ സങ്കൽപ്പിച്ചു. അന്നു രാത്രി, ദുരിതം നിറ ഞ്ഞ ആ ക്യാമ്പിൽ അവളുടെ നഗ്നതയുടെ ചിത്രം അവനിലേക്ക് വന്നു.

ആകാംക്ഷ നിറഞ്ഞ ഈ ദിവസങ്ങൾക്ക് ശേഷം അച്ഛനും മകനും ഒരു സന്ധ്യയ്ക്ക് അവരുടെ വീട്ടിൽ ഒരുമിച്ചിരിക്കുകയായിരുന്നു. താൻ മറന്നുപോയ എന്തോ ഒന്നിനെ പറ്റി അറിയാൻ അച്ഛൻ ആഗ്രഹിച്ചു, ഒപ്പം തുറന്നുപറയാനും. മകനിൽ നിന്ന് പ്രതികരണം ഒന്നും ലഭിക്കാ തെയായപ്പോൾ അയാൾ ഇരുട്ടിൽ വിരലുകൾ കൊണ്ട് പരതാൻ തുട ങ്ങി. തന്റെ നിശബ്ദതയിൽ അയാൾക്ക് തൃപ്തിയുണ്ടായിരുന്നു. കൈ കൾ ഒരുമിച്ച് ചേരുമ്പോഴാണ് ഒരു സ്ത്രീയുമായി സല്ലപിക്കുന്നതിനെ ക്കുറിച്ച് അയാൾ മനസ്സിലാക്കിയിരുന്നത്. ആഗ്രഹം ഉണർന്നു. ദിവസ വും ഉണ്ടാകുന്ന വേദനകൾ എല്ലാം അകന്നു പോയി. അയൽക്കാരുടെ അപമാനിക്കലും. ദാരിദ്ര്യം കൊണ്ട് പൊറുതിമുട്ടിയിരുന്ന ആ സ്ഥലവാ സികൾക്ക് അന്നന്നത്തെ അപ്പം കണ്ടെത്തേണ്ടത് ആവശ്യമായിരുന്നു. ചെറിയ കാര്യങ്ങൾപോലും ജീവിതത്തിനു വലിയ ചലനം സമ്മാനിച്ചു.

രാത്രിയിലും അയാൾക്ക് ശിൽപിയുടെ ശബ്ദം മറക്കാൻ സാധിച്ചില്ല. ഭാര്യയോട് ഇണ ചേരുമ്പോഴും തന്റെ അന്ധതയ്ക്ക് ഉള്ളിൽ, അവളു ടെ രൂപം അയാൾ നിർമ്മിച്ചു. പുതിയ രൂപം ഫലം ചെയ്തു. അവന്റെ ഭാര്യ ചിരിക്കുകയും അവളുടെ മൃദുവായ കൈകൾ കൊണ്ട് അവന്റെ പുറവും കാലുകളും തടവുകയും ചെയ്തു. അവൻ പെട്ടെന്ന് തന്നെ ഉറ ക്കത്തിലേക്ക് വഴുതിവീണു.

തീർച്ചയായും, ദിനേന മകനോടൊപ്പമുള്ള അയാളുടെ സന്ദർശനം, ശില്പിയുടെ പദ്ധതികൾ എല്ലാം പൊളിച്ചിരുന്നു. പ്രത്യേകിച്ചൊന്നും ചെയ്യാനില്ലാത്ത സന്തോഷകരമായ അവളുടെ ജീവിതം നഷ്ടമായി. മക നെയും അച്ഛനെയും സാകൂതം നിരീക്ഷിച്ചുകൊണ്ട് അവൾ ജീവിത ത്തോട് പൊരുത്തപ്പെടാൻ ശ്രമിച്ചു.

ഒടുക്കം അവർ അവളുടെ ജീവിതത്തിന്റെ ഭാഗമായി.

പ്രായപൂർത്തിയാകുമ്പോൾ വേണ്ട കാര്യങ്ങളിലേയ്ക്ക് അവനെ സഹായിക്കുന്ന പോലെ ചില പദ്ധതികൾ അവൾ ആവിഷ്കരിക്കുന്നത് വരെ മകൻ അച്ഛനോട് അടുത്തുതന്നെ പെരുമാറി. ടെലിവിഷൻ ആണ് അതിനു കാരണം. സാധാരണഗതിയിൽ അവൾ ഡോക്യുമെന്ററികളാ ണ് കാണാറുള്ളത്. അവളുടെ നാടിനെ ഓർമ്മിപ്പിക്കുന്നവർ. ചിതറിപ്പോ

യ അവളുടെ പഴയ ഗ്രാമം. കുട്ടിയെ സംബന്ധിച്ച് ടെലിവിഷൻ മയക്കു മരുന്നിന് തുല്യമായിരുന്നു. ബ്ലാക്ക് ആൻഡ് വൈറ്റ് ചിത്രങ്ങൾ അവനു സന്തോഷവും ചിരിയും പകർന്നു. അവൻ ആകെ ഇളകി മറിഞ്ഞു.

അവന് സ്വകാര്യത കിട്ടാൻ വേണ്ടിയാണ് അവൾ അവനെ ഇത്രമാത്രം ശ്രദ്ധിക്കുന്നത് എന്ന് അന്ധൻ ആദ്യം വിചാരിച്ചു. മാത്രമല്ല കുട്ടിയുടെ സാന്നിധ്യം അവളെ സംബന്ധിച്ച് പ്രസക്തമല്ല. അയാൾ അവളോട് ഇതിനെപ്പറ്റി പറഞ്ഞു. എല്ലാ കാര്യങ്ങൾക്കും ഉത്തരം കിട്ടണമെന്ന പിടിവാശി ഉണ്ടായിരുന്നു അയാൾക്ക്.

'ഇതായിരുന്നില്ലല്ലോ നമ്മുടെ കരാർ' അയാൾ പറഞ്ഞു: 'അവൻ പയ്യനാണ് മീശ പോലും മുളച്ചിട്ടില്ല. എന്താണ് നിങ്ങളുടെ ആവശ്യം? എന്നിൽ നിന്ന് എന്തെങ്കിലും വേണമെങ്കിൽ ഞാൻ അതിന് തയ്യാറാണ്.'

ഒരു അന്ധന്റേതായ എല്ലാവിധ സംശയങ്ങളും അയാൾക്ക് ഉണ്ടായിരുന്നു. അയാൾ അവളുടെ ആർട്ട് പ്രോജക്റ്റിന്റെ ഭാഗം മാത്രമാണെന്നും അവളുടെ വ്യക്തിപരമായ കാര്യങ്ങളിൽ അയാൾ ശല്ല്യമാകരുത് എന്നും അയാളെ പറഞ്ഞു ബോധ്യപ്പെടുത്താൻ അവൾ ശ്രമിച്ചു. അയാളുടെ പ്രാഥമിക ആവശ്യങ്ങൾ ഉൾപ്പെടെ എല്ലാം ചെയ്തു കൊടുക്കാൻ അവൾ തയ്യാറായിരുന്നു.

അയാൾ വീണ്ടും ഉറക്കെ പറഞ്ഞു.

'പയ്യൻ വളരെ ചെറുതാണ് മീശ പോലും മുളച്ചിട്ടില്ല. ഞാൻ നിങ്ങളുടെ ആവശ്യങ്ങൾ നിവർത്തിച്ചു തരാൻ തയ്യാറാണ്. നമ്മുടെ മാതാപിതാക്കളെ ദൈവം അനുഗ്രഹിക്കട്ടെ.'

'ദയവുചെയ്ത് മനസ്സിലാക്കൂ, ആ പയ്യനെ വെറുതെ വിടൂ നമുക്ക് ജോലി ചെയ്യാം.'

'നിങ്ങൾ ആജ്ഞാപിക്കുന്നത് പോലെ. നിങ്ങൾക്ക് എപ്പോൾ വേണമെങ്കിലും. നിങ്ങൾ ഞങ്ങൾക്ക് മേൽ ദയ വർഷിച്ചവളാണല്ലോ.'

'ദയവുചെയ്ത് എന്നെ മനസ്സിലാക്കാൻ ശ്രമിക്കൂ. എനിക്ക് നിങ്ങളുടെ ഒരു ശില്പം ഉണ്ടാക്കിയാൽ മാത്രം മതി.'

'നിങ്ങൾ പറയുന്നതുപോലെ. എന്തായാലും എനിക്ക് കാര്യങ്ങൾ പിടികിട്ടുന്നില്ല; പയ്യനിൽ നിന്ന്.'

'ഞാൻ പറയുന്നത് കേൾക്കൂ. മകനെക്കുറിച്ച് പറഞ്ഞുകൊണ്ട് നിങ്ങൾ എന്നെ ഭ്രാന്ത് പിടിപ്പിക്കുകയാണ്. എനിക്ക് അവനെ ആവശ്യമില്ല. നിങ്ങളാണ് എന്റെ ആദ്യത്തെ ആവശ്യം. മനസ്സിലായോ?'

'ഉവ്വ് നിങ്ങൾ പറയുന്നതുപോലെ.'

'വരൂ, ഞാൻ നിങ്ങളുടെ രൂപം മെനയാൻ പോവുകയാണ്, ഒരക്ഷരം മിണ്ടരുത്.'

‘ശരി ദൈവം നിങ്ങൾക്ക് എല്ലാവിധ വിജയങ്ങളും തരട്ടെ.’

‘ദൈവമേ എനിക്ക് ക്ഷമ തരൂ, വായടച്ച് എന്റെ പുറകെ വരൂ.’

‘പയ്യനോ?’

‘അവൻ ടെലിവിഷൻ കാണട്ടെ. നിന്നെപ്പോലെ അവനും അന്ധനാവണമെന്നാണോ?’

‘ഞങ്ങളോട് ദയ കാണിക്കൂ, ഞങ്ങൾ നശിച്ച വർഗ്ഗമാണ്, യാചകർ.’

‘മതി ചിലച്ചത്, നമുക്ക് ജോലിയിൽ ശ്രദ്ധിക്കാം.’

തെറ്റ് ചെയ്തതിനു ശാസന കേട്ട ഒരു കുട്ടിയെപ്പോലെ അവൾക്ക് അവൻ കീഴടങ്ങി നിന്നു. മനുഷ്യകുലത്തെ സൃഷ്ടിച്ച ജീവിതത്തിന്റെ ക്രൂരതയോട് അവൻ ഉള്ളാലെ പൊരുതി കൊണ്ടിരുന്നു. ഇനിയുള്ള ദിവസങ്ങൾ സന്തോഷകരമാക്കാൻ പോകുന്ന ഒരു വെളിച്ചം സ്വീകരിക്കുകയാണ് താനെന്ന് അവന് തോന്നി. അവന് കലശലായ മൂത്രശങ്ക അനുഭവപ്പെട്ടു.

കല്ലിൽ നിന്ന് വ്യത്യാസമുള്ള ഒരു പദാർത്ഥം എന്ന നിലയ്ക്കാണ് യാചകന്റെ ശരീരം അവൾ ഉപയോഗിച്ചിരുന്നത്. ജീവനില്ലാത്ത തൊലി പോലെയായിരുന്നു അത്. അവൾ ഒരു സസ്യാഹാരിയും. മാർബിളിന്റെ ഉറപ്പ് അതിനില്ലായിരുന്നു, കല്ലിന്റെ പശിമയും. അവൾക്ക് പരിചിതമായ ഒരു രൂപമല്ല അതിന്റേത്. അതിന്റെ നിർമ്മാണ പ്രവർത്തനങ്ങളിൽ അവൾ ശ്രദ്ധ കൊടുത്തില്ല. മുൻപ് ചെയ്തിട്ടില്ലാത്ത എന്തോ ഒന്ന് ചെയ്യാൻ പോകുന്നപോലെ അവൾ ശരിയായ നിമിഷത്തിനായി കാത്തിരുന്നു. തീർത്തും വിരസമായ ആ രാത്രിയിൽ അഭയാർത്ഥിയായ ആ മനുഷ്യനെയും അയാളുടെ അഭയാർത്ഥി ജീവിതത്തെയും പരാജയപ്പെടുത്തേണ്ടതുണ്ടായിരുന്നു; തന്റെ കരവിരുതിൽ പൂർണ സംതൃപ്തി അടയാൻ.

ഭക്ഷണത്തിനായുള്ള നിരന്തരമായ ആവശ്യം കൊണ്ട് യാചകനും മകനും അവളെ പൊറുതിമുട്ടിച്ചു. തന്റെ അനുഷ്ഠാനങ്ങൾ ഗൃഹാതുരതയോടെ നിവർത്തിച്ചുകൊണ്ട് ഒറ്റക്കിരിക്കാൻ അവൾ ആഗ്രഹിച്ചു.

വാക്കുകൾ കൊണ്ടുള്ള നന്ദി പ്രകടനം മാത്രം മതിയാകുമായിരുന്നു, പക്ഷേ അന്ധനായ യാചകനും യാചകവൃത്തി തുടങ്ങാൻ പോകുന്ന മകനും അത് മതിയാകുമായിരുന്നില്ല. ഫ്രിഡ്ജ് തുറന്ന് അതിലുള്ള ഭക്ഷണമെല്ലാം കാലിയാക്കുകയാണ് അത് കേടായി പോകുന്നതിനേക്കാളും അവൾക്ക് നല്ലത്.

ഭക്ഷണം നാശമായി പോകുന്നതിനെക്കുറിച്ച് എന്തിനാണ് താൻ ചിന്തിച്ചത്? അവൾ നിശ്ചലം നിന്നു. മുഖത്തെ പേശികൾ വലിച്ചുമുറുക്കി അവൾ തന്റെ ഏകാന്തതയിലേക്ക് തിരിച്ചു പോയി; ഹൃദയത്തിന്

പല ആളുകളുടെ ഇടയിലും സ്ഥാനം ഉണ്ടാകില്ല എന്ന് മനസ്സിലാക്കിക്കൊണ്ട്.

യാചകന്റെ മകൻ വാതിൽപ്പടിയോട് ചേർന്ന് തന്നെ നിന്നു. ഈ വീട്ടിലേക്ക് വന്നതിൽ പിന്നെ അവൻ സന്തോഷവാനായിരുന്നു. അവനു ശില്പിയോടും വലിയ അടുപ്പമായിരുന്നു. മനസ്സിൽ ഉറച്ചുപോയ സ്ത്രീയുടെ ഒരു ശില്പം. അവൾ അമ്മയെപ്പോലെ ആയിരുന്നില്ല. അവളെ അനുനയിപ്പിക്കാൻ എന്താണ് ചെയ്യേണ്ടതെന്ന് അവന് അറിയുമായിരുന്നില്ല. അവളുടെ എല്ലാ ശില്പങ്ങളോടും അവൻ അടുപ്പം പുലർത്തി. നഷ്ടപ്പെട്ടവനെപ്പോലെ രാത്രി കഴിച്ചുകൂട്ടി. എല്ലാം എങ്ങനെ തിരിച്ചു പിടിക്കും? മാസങ്ങൾക്കു മുമ്പ് അവന് ലഭിച്ച ഓറഞ്ചുകളെ കുറിച്ചായി അവന്റെ ചിന്ത.

20 വർഷങ്ങളും 11 മാസങ്ങളും 17 ദിവസങ്ങളും കടന്നുപോയി. അഹ്ലാം അൽ മജീദി എന്ന് പുതുതായി പേരുള്ള തെരുവിലെ, ഒരു മൂലയിലെ അങ്കണത്തിൽ ഒരു ശില്പം സ്ഥാപിക്കപ്പെട്ടു. ഗവർണർ ആണ് അത് അനാച്ഛാദനം ചെയ്തത്.

ഞാൻ ജീവിതത്തിൽ ആദ്യമായി നഗ്നപാദനായി പുറത്തേക്ക് പോയി. ഞാൻ അവിടെ, അവൾ ഏറെ സ്നേഹിച്ചിരുന്ന ഓറഞ്ച് പൂക്കൾ നിക്ഷേപിച്ചു. ഞാനൊരു പൈപ്പ് കത്തിക്കുകയും എന്റെ കാശ്മീരി ഷാൾ കഴുത്തിന് ചുറ്റും പുതയ്ക്കുകയും ചെയ്തു. മഴ നിൽക്കാൻ ഞാൻ കാത്തു നിന്നില്ല. ഞാനവിടെയുണ്ട്; അവളുടെ ആത്മാവും. ആ പ്രത്യേക ദിവസം, ആ നഗരത്തിന് മഴ അത്യാവശ്യം ആയിരുന്നു. ഒന്നുമില്ലെങ്കിൽ എനിക്കുവേണ്ടിയെങ്കിലും മഴ പെയ്യേണ്ടതുണ്ട്.

ശില്പിയുടെ വീടിനുള്ളിലേക്ക് അന്ധനായ ഒരു യാചകനെയും കൊണ്ട് കടന്നുചെന്നയുടൻ തീർത്തും മാറിപ്പോയ, നിറച്ചും ചോദ്യങ്ങൾ ഉണ്ടായിരുന്ന ഒരു വ്യക്തി എന്ന നിലയിൽ!

ഞാൻ ആ ശില്പത്തിന്റെ ചുളിഞ്ഞ മുഖത്തിലൂടെ കയ്യോടിച്ചു. കട്ടിക്കണ്ണടയിൽ തൊട്ടു. ആനക്കൊമ്പിന്റെ വില മനസ്സിലാക്കി. പിന്നെ ആ ചുണ്ടുകളിൽ ഒരു ഉമ്മ വെച്ചു. അതിനു മറ്റർത്ഥങ്ങൾ ഒന്നുമില്ല. അവളുടെ വാർഷിക ദിനം ആഘോഷിക്കുക മാത്രമാണ്. ഏറെ പരിചയമുണ്ടായിരുന്ന ഒരു സ്ത്രീയുടെ സ്നേഹം. അവരുടെ അവസാനകാലങ്ങളിൽ അവർ എനിക്ക് ഒരുപാട് അറിവുകൾ പകർന്നു നൽകി.

ഈ കല്ലിൽ അവന്റെ കൈകൾ പ്രവർത്തിച്ചതിൽ അവനു വലിയ സംതൃപ്തി ഉണ്ടായിരുന്നു.

18

ബിലാൽ മൗണ്ടൻ

കഥ (അറബിക്) - നജാത് അൽ ഫാരിസ്

ഇംഗ്ലീഷ് പരിഭാഷ–അബ്ദുൾ ഹക്കിം അൽ സുബൈദി

വടക്കു കിഴക്കൻ പലസ്തീനിയൻ നഗരമായ നാബ്ലുസിൽ ആയിരുന്നു ദൈവീകമായ ഈ എടുപ്പ് സ്ഥിതി ചെയ്തിരുന്നത്. ഞങ്ങളുടെ കുട്ടിക്കാലം മുതൽ ഞങ്ങൾ അതിനെ ബിലാൽ മൗണ്ടൻ എന്നാണ് വിളിച്ചിരുന്നത്. ഞാൻ ആദ്യമായി പാലസ്തീന്റെ ഭൂപടം ശ്രദ്ധിച്ചു മനസ്സിലാക്കിയപ്പോൾ ആദ്യം തിരഞ്ഞ പേര് ഇതായിരുന്നു. മഹത്തായ ഒരു പർവ്വതം. അതിന്റെ നിഴലിൽ ഞങ്ങളുടെ ചെറു ഗ്രാമം, വാദി അൽ ബധാൻ നിദ്രയിലാണ്ടു. എല്ലാ പ്രഭാതങ്ങളിലെയും എന്റെ കാഴ്ച ആ മലയടിവാരവും ചിതറി നിൽക്കുന്ന സൈപ്രസ് മരങ്ങളും, പലതരം രഹസ്യങ്ങളും കഥകളും, ചിലപ്പോൾ കറുത്തതും ചിലപ്പോൾ വെള്ളിവിതാനിച്ചതുപോലെയുള്ള നരച്ചപാറകളുമായിരുന്നു. പ്രകൃതിയുടെ കൺപീലികൾ ഈ ദൃശ്യമെല്ലാം മറച്ചത് പോലെ. മഞ്ഞയും പച്ചയും നിറഞ്ഞ മുള്ളുകൾ മലയുടെ നെറ്റിത്തടത്തെ തഴുകി അതിന്റെ ഭംഗിയെ വർധിപ്പിച്ചിരുന്നു.

പ്രകൃതിയിൽ നിന്നും ലഭിക്കുന്ന എല്ലാ ഫലമൂലാദികളും അവിടെ ഉണ്ടായിരുന്നു. വിളഞ്ഞ ധാന്യങ്ങൾ, മുള്ളുകൾ നിറഞ്ഞ പഴവർഗ്ഗങ്ങൾ. ഒലിവും ഫിഗും. ചുറ്റുമായി ആൽമണ്ട് മരങ്ങൾ. ഇവയെല്ലാം അലങ്കരിച്ചു കൊണ്ട് തെളിച്ചമുള്ള റിബൺ പോലെ മനോഹരങ്ങളായ പൂക്കൾ. ചുവപ്പും വയലറ്റും മഞ്ഞയും നീലയും നിറത്തിൽ. അതെ, നീല നിറത്തിൽ.

എന്റെ അമ്മൂമ്മയോട് 'ബിലാൽ മൗണ്ടൻ' എന്ന പേരിനു പിന്നിലുള്ള രഹസ്യം ആരാഞ്ഞപ്പോൾ മറ്റെല്ലാ അമ്മൂമ്മമാരെയും പോലെ അവർ പറഞ്ഞു:

'ബിലാൽ ഇബിനു റബാഹ് അല്ലാഹു അദ്ദേഹത്തെ അനുഗ്രഹിക്കട്ടെ മുഹമ്മദ് നബിയുടെ സന്തതസഹചാരികളിൽ ഒരാളായ അദ്ദേഹം

ഈ മലയിലൂടെ കടന്നുപോയിരുന്നു അദ്ദേഹത്തിന് സമാധാനം ഉണ്ടാവട്ടെ മലയുടെ മുകളിൽ ഒരു ഗുഹയും 'ബിലാലിന്റെ ദേവാലയം' എന്ന പേരിൽ.

അന്നുമുതൽ മഹത്തായ ഈ കൊടുമുടിയോടുള്ള എന്റെ ഇഷ്ടം വർധിക്കാൻ തുടങ്ങി. എന്നെങ്കിലും അതിനു മുകളിലേക്ക് പോകണം എന്നുള്ളതായി എന്റെ ആഗ്രഹം. സൈപ്രസ് മരങ്ങളും, മുള്ളുകളും, പാറകളും, ഗുഹകളും ഒന്നും ഒരു പ്രശ്നമല്ല. ആസ്വദിക്കാൻ പറ്റുന്ന സുന്ദരമായ ഒരു യാത്രയായിരിക്കും അത് എന്നതാണ് പ്രധാനം.

ഞാൻ വളർന്നു. അതോടൊപ്പം ഈ സ്വപ്നം യാഥാർത്ഥ്യമാക്കണം എന്ന ആഗ്രഹവും. പക്ഷേ ഒരുപാട് ദിവസം നീണ്ടു നിന്നേക്കാവുന്ന മലകയറ്റം എന്ന ഈ സാഹസം ആര് അംഗീകരിച്ചു തരും?

എപ്പോഴെല്ലാം ഈ ആഗ്രഹത്തെക്കുറിച്ച് ഞാൻ എന്റെ പിതാവിനോട് പറഞ്ഞുവോ അപ്പോഴെല്ലാം ചിരിച്ചുകൊണ്ട് അദ്ദേഹം പറയും:

'നാനാവശങ്ങളിലും നമുക്ക് ഒരുപാട് പാറക്കൂട്ടങ്ങളും ചെറിയ കുന്നുകളും ഉണ്ടല്ലോ നിനക്ക് ഇഷ്ടമുള്ളിടത്തേക്ക് പൊയ്ക്കോളൂ.'

പക്ഷേ ചെറിയ കുന്നുകളിലേക്ക് പോകാൻ ഞാൻ ആഗ്രഹിച്ചില്ല. ബിലാൽ മൗണ്ടൻ മാത്രമായിരുന്നു മുള്ളുകൾ നിറഞ്ഞ രക്തരൂക്ഷിതമായ എന്റെ സ്വപ്നം. അനേകം പാമ്പുകളും അവയുടെ ചീറ്റലുകളും. അല്ലെങ്കിൽ ചെന്നായ്ക്കളും അവരുടെ ഓരിയിടലുകളും. വൃത്തികെട്ട തേളുകൾ. കഴുതപ്പുലികൾ. പേടിപ്പിക്കുന്ന ഇഴജന്തുക്കൾ. എന്താണ് ഇതെല്ലാം അർത്ഥമാക്കുന്നത് ? ഏറ്റവും പ്രധാനപ്പെട്ടത് ആ മലയുടെ മുകളിലേക്ക് പോവുക തന്നെ; ചരിത്രത്തിന്റെ മധുരമായ ഗന്ധം ശ്വസിച്ചുകൊണ്ട്.

വർഷങ്ങൾ കടന്നുപോയി. എന്റെ സ്വപ്നത്തെക്കുറിച്ച് എല്ലാവരും അറിഞ്ഞു. ചിലരെല്ലാം അവർക്കും മലമുകളിലേക്ക് പോകാൻ ആഗ്രഹമുണ്ടെന്ന് പറഞ്ഞു. ഗ്രീഷ്മകാലത്തെ ഒരു തെളിഞ്ഞ ദിവസം, കൃഷി വകുപ്പിൽ ഉദ്യോഗസ്ഥനായിരുന്ന എന്റെ ഒരു അമ്മാവൻ ഞങ്ങളെ കാണാൻ എത്തി. അദ്ദേഹം എന്നോട് പറഞ്ഞു:

'നിന്നോട് എനിക്ക് ഒരു നല്ല വർത്തമാനം പറയാനുണ്ട്. ഇന്ന് ബിലാൽ മൗണ്ടന്റെ മുകളിലേക്ക് ഞാൻ നിന്നോടൊപ്പം വരാം.'

ഞാനെന്റെ അരികിലിരിക്കുന്ന സാധനങ്ങളെ തൊട്ടും നക്കിയും നോക്കി, ഇത് സ്വപ്നമാണോ എന്നറിയാൻ. അല്ല, ഇത് സ്വപ്നസമുദ്രം അല്ല. യാഥാർത്ഥ്യമായ ലോകം തന്നെ. എനിക്ക് എന്റെ ചെവികളെ വിശ്വസിക്കാൻ കഴിഞ്ഞില്ല. ഞാൻ ഉറക്കെ അലറി:

'നമുക്ക് പാറക്കൂട്ടങ്ങളുടെ മുകളിലേക്ക് കയറാം, മരങ്ങളുടെ നിഴലുകളിലൂടെ ശരിക്കും ആമകളെപ്പോലെ.'

എന്റെ അമ്മാവൻ തുടർന്നു പറഞ്ഞു.

'നിൽക്കു നിൽക്കൂ നമുക്ക് കാറിൽ പോകാം.'

'ദൈവമേ കാറിലോ ? അവിടേക്ക് നല്ല പാതകൾ ഒന്നും ഇല്ലല്ലോ.'

അദ്ദേഹം പറഞ്ഞു.

'ഉണ്ട് എന്റെ പ്രിയപ്പെട്ടവനെ, അവിടേക്ക് ഒരു പാതയുണ്ട്. മലയുടെ പിന്നിൽ കൂടി. ഞാൻ ചെയ്യുന്ന ജോലിയുടെ സ്വാധീനം കൊണ്ട് ആ വഴിയിലൂടെ കടന്നുപോകാനുള്ള ഒരു പെർമിറ്റ് ഞാൻ സംഘടിപ്പിച്ചിട്ടുണ്ട്. അവിടുത്തെ കാട്ടിലെ മരങ്ങളെക്കുറിച്ച് അന്വേഷിക്കാനായി.'

എന്റെ ചില സ്വപ്നങ്ങൾ പൊലിഞ്ഞു പോയി. എന്നിരുന്നാലും ഒന്നുമില്ലാത്തതിനേക്കാൾ നല്ലതല്ലേ എന്തെങ്കിലും ഉള്ളത്! ഞാൻ അമ്മാവന്റെയും മറ്റുള്ളവരുടെയും കൂടെ പോകാൻ തയ്യാറായി.

ഞങ്ങൾ കാറിൽക്കയറി മലമുകളിലേക്ക് പോയി. ദൈവമേ എന്താണിത്?

അമ്മാവൻ പറഞ്ഞു: ഇസ്രായേലികൾ അധിവസിക്കുന്ന ഒരു ഇടമാണിത്. ഈ മലയുടെ പിൻവശത്തുള്ള ഭൂരിഭാഗം സ്ഥലവും.

ഞാൻ പറഞ്ഞു:

'ഇപ്പോൾ എനിക്ക് മനസ്സിലായി അവരാണ് ഈ പാത ഉണ്ടാക്കിയത്.'

എന്റെ സന്തോഷം മാഞ്ഞുപോയി. ആ യാത്ര പൂർത്തിയാക്കാൻ ഞാൻ ആഗ്രഹിച്ചില്ല. കൂടെയുണ്ടായിരുന്ന ദുർമുഖനും ആജാനുബാഹുവും ശക്തിയുള്ളവനുമായ എന്റെ കൂട്ടുകാരൻ പോലും. എന്റെ സ്വപ്നങ്ങൾ എല്ലാം താഴെ വീണു കണ്ണുനീർ വീണു ചിതറി. ഞാനെന്റെ ആത്മാവിനെ ആ മലമുകളിൽ തന്നെ മറവു ചെയ്തു. എന്റെ ശബ്ദത്തിന്റെ പരമാവധിയിൽ ഞാൻ ഉറക്കെ വിളിച്ചു പറഞ്ഞു:

'അല്ലയോ ബിലാലിന്റെ ദേവാലമേ, ഇതു നിന്നെ തൃപ്തിപ്പെടുത്തിയോ? ഇത് നിന്നെ തൃപ്തിപ്പെടുത്തിയോ ബിലാലിന്റെ ദേവാലയമേ.'

19

സർജറി

കഥ (അറബിക്) – നജീബ് സാദ് ബവസീർ

ഇംഗ്ലീഷ് പരിഭാഷ – നാദിയ ഖ്വൻദാന

സർജറി.

സന്തോഷപ്രദവും ഗാർഹികവുമായ ഒരു അന്തരീക്ഷം ആശുപത്രിയിലെ എല്ലാറ്റിനേയും പൊതിഞ്ഞിരുന്നു. ശസ്ത്രക്രിയ ചെയ്യാനായി പ്രവേശിപ്പിച്ചിരുന്ന സർജറി വാർഡിൽ ഒരുപക്ഷേ അയാളെ കൂടുതൽ ആകർഷിച്ചത് അതുതന്നെയാവാം. തിളങ്ങുന്ന ഇടനാഴികൾ. വൃത്തിയുള്ള ചുമരുകളും തറകളും. ശാന്തത. സുഖകരമായ എയർ കണ്ടീഷന്റെ തണുപ്പ്. ചികിത്സ തുടങ്ങുന്നതിന് മുമ്പ് തന്നെ ഇതെല്ലാം രോഗിയുടെ വിഷമങ്ങൾ ഒരു പരിധി വരെ ലഘൂകരിച്ചു. പ്രണയാർദ്രമായ മന്ദമാരുതൻ പോലെ, സ്വർഗ്ഗത്തിലെ മാലാഖമാരെപ്പോലെയുള്ള നഴ്സുമാർ വെളുത്ത യൂണിഫോമിൽ മൃദുവായി കടന്നുപോകുന്നു. എന്തിനേറെ പറയുന്നു, ആ സ്ഥലത്തിന്റെ ആസ്വാദ്യകരമായ ഗന്ധം ആകർഷണീയമായിരുന്നു.

ഈ അന്തരീക്ഷം അയാളെ വളരെ ആകർഷിച്ചു കഴിഞ്ഞിരുന്നു. അയാളുടെ ബാലിശമായ പേടിയെല്ലാം കുറയ്ക്കുന്നതിൽ അത് വിജയിച്ചു. മാനസികമായി തന്റെ പ്രിയ കുടുംബത്തിൽ നിന്ന് മാറിനിൽക്കാൻ അയാൾക്ക് ആകുമായിരുന്നില്ല. ഇന്ന്, ഈ നിമിഷം, രാത്രി അവരിൽ നിന്ന് അകന്നു നിന്നേ പറ്റൂ; ജീവിതത്തിൽ ആദ്യമായി. എല്ലാറ്റിനും ഉപരിയായി, തന്റെ പ്രശാന്ത സുന്ദരമായ ഗ്രാമം അയാൾക്ക് ഗൃഹാതുരത ഉണ്ടാക്കുംവിധം പ്രിയപ്പെട്ടതായിരുന്നു. ഊഷ്മളവും സന്തോഷപൂർണ്ണവുമായ അതിന്റെ സുവർണ്ണ ദിനരാത്രങ്ങൾ. പ്രിയപ്പെട്ട ആ ഇടം വിട്ടുപോകേണ്ടിവരുമെന്ന് അയാൾ ഒരിക്കലും ആലോചിച്ചിരുന്നില്ല. തന്റെ ഹൃദയത്തിൽ മറ്റൊരു സ്ഥലം പകരം വയ്ക്കാനും ഇല്ല.

ഇത് അയാളുടെ ആദ്യ യാത്രാനുഭവം ആയിരുന്നു. കടൽത്തീരത്തിനോട് ചേർന്നു കിടക്കുന്ന അകലെയുള്ള ഒരു ഗ്രാമത്തിൽ നിന്നാണ്

സുന്ദരവും ജനനിബിഡവുമായ ഈ പട്ടണത്തിലേക്ക് അയാൾ എത്തിയത്. തെരുവുകളും, കടകളും, വീടുകളും, മുഖങ്ങളുമെല്ലാം നിരവധി ചായക്കൂട്ടുകൾ നിറഞ്ഞ ഒരു പെയിൻറിങ് പോലെ കാണപ്പെട്ടു. എല്ലാറ്റിനും പുറമേ ആശുപത്രി ഒരു ഏദൻ തോട്ടം ആണെന്ന് അയാൾക്ക് തോന്നി.

'സുൽത്താൻ അവാദിനെ പോലെ തന്നെ.'

തന്റെ കിടക്കയിൽ പറ്റിച്ചേർന്ന് അയാൾ കിടക്കുന്നത് കണ്ട് അയാളുടെ പിതാവിന്റെ ഒരു സുഹൃത്ത് കളിയാക്കുന്നത് പോലെ പറഞ്ഞു. അയാളെ സഹായിക്കാനും ഏകാന്തതയിൽ നിന്ന് രക്ഷിക്കാനും ആണ് അദ്ദേഹം അത് പറഞ്ഞതെന്ന് വ്യക്തം. ആ ദയ അയാൾക്ക് ആവശ്യമായിരുന്നു.

ആരോഗ്യം അഭിവൃദ്ധിപ്പെടാൻ തുടങ്ങിയപ്പോൾ ഇടനാഴിയുടെ അറ്റം വരെ അയാൾ നടക്കാൻ തുടങ്ങി. ബാൽക്കണിയുടെ പുറത്ത് നല്ല പച്ചപ്പായിരുന്നു. ഇത്തരം സുന്ദര പ്രഭാതങ്ങളിൽ പ്രകൃതി ഭംഗി ആസ്വദിക്കാൻ ആയപ്പോൾ അയാൾക്ക് സുഖമാകുന്നതുപോലെയും ഉന്മേഷം കൈവരുന്നത് പോലെയും തോന്നി. പ്രപഞ്ചത്തെ ആലിംഗനം ചെയ്യാൻ അയാൾ കൊതിച്ചു.

അയാൾ വാർഡിൽ ചുറ്റി നടന്നു. സഹവാസികളായ രോഗികളോട് സംസാരിക്കാൻ തുടങ്ങി. ഭാവനയുടെ ചിറകിലേറി തീർത്തും സ്വതന്ത്രനായാണ് അയാൾ നടന്നിരുന്നത്. ഉമ്മയുടെയും, സ്വന്തം ഗ്രാമത്തിന്റെയും, അയൽവാസികളുടെയും ഓർമ്മകൾ വന്നു. അയാൾ ഒരു ഗാനം ഓർക്കുകയും അത് മൂളാൻ കൊതിക്കുകയും ചെയ്തു. ദേശസ്നേഹത്തിന്റെ വികാരങ്ങൾ അയാൾക്ക് നന്നായി അറിയാം. പ്രസിഡന്റ് ഗമാൽ അബ്ദുൽ നാസറിന്റെ ശബ്ദവും പ്രസംഗവും ജനങ്ങളുടെ മനസ്സിനെ തൊടുന്നതും സാന്ദ്രവും ആയിരുന്നു.

'സാമ്രാജ്യത്വം കടന്നുപോയേ മതിയാകൂ, അതിന്റെ വടി തോളിൽ വച്ചുകൊണ്ട്.'

പ്രസിഡന്റ് നാസറിന്റെ പ്രസിദ്ധമായ ഈ വാക്യം അയാൾ ഇഷ്ടപ്പെട്ടിരുന്നു. മര്യാദക്കാരനായ ഒരു വൃദ്ധൻ അവന്റെ വടി തോളിൽ വച്ചുകൊണ്ട് യാത്രക്ക് പുറപ്പെടുന്നത് അയാൾ ഭാവനയിൽ കണ്ടു. എന്നിരുന്നാലും ആ വടി കോളനിവാഴ്ചയിൽ എങ്ങനെയാണ് പ്രവർത്തിച്ചിരുന്നത് എന്ന് ആലോചിച്ച് അയാൾ അത്ഭുതപ്പെട്ടു. അത് അടിച്ചമർത്തപ്പെട്ടവരെ ഉപദ്രവിക്കാൻ ആണോ? കോളനിവൽക്കൃത നാടുകളിലെ പാടങ്ങളിൽ നിന്നും പുൽമേടുകളിൽ നിന്നും മോഷ്ടിച്ച കന്നുകാലികളെ മേയ്

ക്കാൻ വേണ്ടിയാണോ? ചിലപ്പോൾ അതിന് മറ്റെന്തെങ്കിലും ഉപയോഗ ങ്ങൾ ഉണ്ടാകാം!

എന്തൊക്കെയായാലും സാമ്രാജ്യത്വം വഴി മാറിയേ മതിയാകൂ. പ്രസി ഡന്റ് നാസറിന് അത് നിർബന്ധമായിരുന്നു. അത് ആ വടിയുടെ ഉപ ദ്രവം അനുഭവിക്കേണ്ടി വന്നിട്ടില്ലാത്ത ജനങ്ങളിൽ പോലും രാജ്യസ്നേ ഹത്തിന്റെ ആവേശം അലയടിപ്പിച്ചു.

ഒരു ദിവസം രാവിലെ അയാൾ കഠിനമായ വേദനയോടെയാണ് എണീ റ്റത്. അത് അയാളെ ഉത്കണ്ഠാകുലനാക്കി. മുൻ ദിവസങ്ങളിൽ അയാ ളുടെ നില തൃപ്തികരമായിരുന്നു. അയാൾ വളരെ നല്ല നിലയിലാണ് ഉണർന്നിരുന്നത്.

കൈകളിലേക്ക് നോക്കിയ അയാൾ അത്ഭുതപ്പെട്ടു. അവ വലുതും അവ്യക്തവുമായി തോന്നി. ചുറ്റും നോക്കിയപ്പോൾ താൻ തന്റെ സ്വകാ ര്യമുറിയിൽ അല്ലെന്നും നിറച്ചും കിടക്കകൾ നിറഞ്ഞ ഒരു വാർഡിൽ ആണെന്നും അയാൾ മനസ്സിലാക്കി. അത് അയാളിൽ പരിഭ്രാന്തി ഉണ്ടാ ക്കി. കുഞ്ഞുങ്ങളും, വൃദ്ധരും ഉൾപ്പെടെ ഒരുപാട് മുഖങ്ങൾ, കരുണാർ ദ്രമായവ.

എന്താണിത് സ്വപ്നമാണോ? അതോ ഒരു ട്രാൻസ്?

മേൽക്കൂരയിൽ നിന്നും, ആകാശത്തുനിന്നും നിർഗളിച്ച കടുത്ത വെളി ച്ചത്തിന്റെ നിർഝരിയിൽ അയാൾ നീന്തുകയായിരുന്നു. അത് അയാൾ ക്ക് പറഞ്ഞറിയിക്കാൻ പറ്റുമായിരുന്നില്ല. വെളിച്ചത്തിന് ചുറ്റും മൂടൽമ ഞ്ഞിൽ എന്നപോലെ ബാല്യകാല ഓർമ്മകൾ പൈശാചിക നൃത്തം ചവിട്ടി. അവയെ പിടിക്കാൻ അയാൾ മുന്നോട്ടു നീങ്ങി. പക്ഷേ പരാജയ പ്പെട്ടു. ഒരു പേടി സ്വപ്നത്തിന്റെ ശ്വാസംമുട്ടൽ അനുഭവപ്പെട്ടു.

മാൻകുട്ടികളെപ്പോലെ തുള്ളിച്ചാടി നടന്നിരുന്ന മെലിഞ്ഞ നഴ്സുമാ രോടോ, ചുറ്റുമുള്ള രോഗികളോടോ കാര്യം തിരക്കാനയാൾ ധൈര്യപ്പെ ട്ടില്ല. ആ വാർഡ് മുഴുവൻ ഒരു പ്രഹേളികയായി. ഉച്ചത്തിലുള്ള ശബ്ദ ങ്ങൾ. കിടക്കകൾക്ക് ചുറ്റും നടന്നിരുന്ന ഒരു പൂച്ചയുടെ വിളർത്ത കര ച്ചിൽ. വളരെ പ്രയാസപ്പെട്ട് അയാൾ വായ് തുറന്നു. ശസ്ത്രക്രിയ ചെയ് തിടത്ത് നല്ലവണ്ണം വേദനിക്കുന്നുണ്ട്. പക്ഷേ സ്ഥാനം മാറിയത് പോലെ തോന്നുന്നു. ഒന്നു നിവർന്നിരിക്കാൻ സഹായത്തിനായി നഴ്സിനോട് അയാൾ ആവശ്യപ്പെട്ടു. ശരീരം അനക്കാൻ വലിയ പ്രയാസമായിരുന്നു. ഒരു തലയണയുടെ സഹായത്തോടെ അയാൾ പുറകിലേക്ക് ചാരിയിരു ന്നു. അനസ്തേഷ്യയിൽ നിന്ന് ഉണർന്നതുപോലെ, തലച്ചോറിന്റെ മൂല കളിൽ നിന്ന് നേർത്ത പ്രകാശം അരിച്ചിറങ്ങുന്നു

ദൈവമേ, അയാൾ പൂർണ്ണ വളർച്ചയെത്തിയ ഒരു മനുഷ്യനായിരിക്കുന്നു. ശരീരം അത് വ്യക്തമാക്കി. ചുറ്റും എന്തോ പന്തികേടുള്ളത് നടക്കുന്നത് പോലെ അയാൾക്ക് അനുഭവപ്പെട്ടു. സംശയത്തോടെയും, ആകുലതയോടെയും ഉള്ള നോട്ടങ്ങൾ. തനിക്ക് ഭക്ഷണവും മരുന്നും കൊണ്ടുവരികയും കിടക്കവിരി മാറ്റി തരികയും ചെയ്തിരുന്ന ആൺ, പെൺ നഴ്സുമാർ.

അന്ന് രാത്രി അയാൾക്ക് ഉറങ്ങാൻ സാധിച്ചില്ല. ചിലർ അപ്പോഴും ഉണർന്നിരുന്ന് സംഭാഷണത്തിൽ ഏർപ്പെട്ടിരുന്നു. അവരുടെ ശബ്ദങ്ങളും റേഡിയോയുടെ ശബ്ദവും കൂടിക്കുഴഞ്ഞിരുന്നു. മുറിവേറ്റ ചില പലസ്തീൻ പോരാളികളെ ആ വാർഡിൽ പ്രവേശിപ്പിച്ചതായി അയാൾ മനസ്സിലാക്കി. അറബ് രാജ്യമായ ലെബനോനിന്റെ തലസ്ഥാനമായ ബെയ്റൂട്ടിൽ നിന്ന് പുറത്താക്കപ്പെട്ടവരാണ് അവർ. അയാൾ ഓർമ്മിച്ചു. എഴുത്തുകാരുടെ സ്വർഗ്ഗമായിരുന്നു ബെയ്റൂട്ട്. സംസ്കാരത്തിന്റെയും ആധുനികതയുടെയും സ്വാതന്ത്ര്യത്തെയും പ്രതിരൂപം.

ബാല്യകാലത്ത് കേൾക്കുകയോ അനുഭവിക്കുകയോ ചെയ്യാത്ത കാര്യങ്ങളെക്കുറിച്ച് പല ചിന്തകളും തെറ്റിദ്ധാരണകളും അവന്റെ ബോധത്തിൽ വന്നു. മനോമണ്ഡലത്തിൽ ഓരോന്നും തെളിഞ്ഞുകൊണ്ടിരുന്നു. ഒപ്പം റേഡിയോയിൽ അബ്ദുൽ നാസറിന്റെ മരണം, ഒക്ടോബർ യുദ്ധം, ലബനോൻ ആഭ്യന്തര കലാപം, പ്രസിഡന്റ് അൻവർ സാദത്തിന്റെ ജെറുസലേം സന്ദർശനം, കമ്മ്യൂണിസ്റ്റ് പാർട്ടിയുടെ തുടക്കം, ഗൾഫ് യുദ്ധം, തെക്കൻ ലബനോനിലേയ്ക്ക് ഇസ്രായേലിന്റെ കടന്നുവയറ്റം, ബെയ്റൂട്ടിൽ നിന്ന് പലസ്തീൻ ചെറുത്തുനിൽപ്പിന്റെ പിന്മാറ്റം... അങ്ങനെയങ്ങനെ...

ശരി, അപ്പോൾ പ്രസിഡന്റ് നാസർ മരിച്ചു പോയിരിക്കുന്നു. അദ്ദേഹം ദൂരേക്ക് യാത്രയായിരിക്കുന്നു. കഷ്ടം, പലസ്തീൻ വീണ്ടും ഒറ്റപ്പെടുകയാണല്ലോ!

തനിക്ക് എന്തുപറ്റി? താൻ കിടപ്പുരോഗിയായോ? എന്താണ് ഈ സ്ഥലം? ഏതാണെന്ന് ആർക്കും പറയാനാവില്ലേ? അയാൾക്കത് മനസ്സിലാകുന്നില്ല. താൻ ഈ ആശുപത്രിയിൽ ആണെന്നും ഒരു ശസ്ത്രക്രിയയ്ക്ക് വിധേയനായി എന്നും മാത്രമാണ് അയാൾക്ക് അറിയാവുന്നത്. ശുഭപ്രതീക്ഷയുണ്ടായിരുന്നു അയാൾക്ക്. ശസ്ത്രക്രിയ ചെയ്ത സ്ഥലം മാറിയിരിക്കുന്നു എന്നത് ശ്രദ്ധേയർഹിക്കേണ്ട ഒന്നല്ല. അതിനു പിന്നിലെ രഹസ്യം മനസ്സിലാക്കാൻ അയാൾ മെനക്കെട്ടില്ല. തൊലിക്കടിയിൽ ഇപ്പോൾ പരസ്പരവൈരുദ്ധ്യമുള്ള രണ്ടു കാര്യങ്ങളാണ് ഉള്ളത്. ബാല്യ

ത്തിന്റെയും വാർദ്ധക്യത്തിന്റെയും ഇടയിൽ വിരുദ്ധ ധ്രുവങ്ങളിലാണ് താനെന്ന് മനസ്സിലാക്കുന്നത് തന്നെ ധാരാളമായിരുന്നു. മുതിർന്ന മനുഷ്യനായിരിക്കുമ്പോഴും അയാൾക്ക് താനൊരു ബാലൻ ആണെന്ന് തോന്നി. എന്നാൽ അതേസമയം താൻ ഒരു ചെറിയ ബാലൻ ആയിരിക്കെ ഒരു മുതിർന്ന ആളായി എന്നും. എന്തൊക്കെയായാലും ഈ രണ്ട് അവസ്ഥയിലും തനിക്ക് ഒരു ശാസ്ത്രക്രിയ കഴിഞ്ഞിരിക്കുന്നു എന്നതിനെക്കുറിച്ച് അയാൾക്ക് ഉറപ്പുണ്ടായിരുന്നു. ഈ ബോധ്യം ഇത്രത്തോളം ആയപ്പോൾ അയാൾ തന്റെ ദേഹത്ത് തൊട്ടുനോക്കി. പുതിയ മുറിവിന്റെ സ്ഥാനം. എന്തോ ഒഴുകി ഇറങ്ങുന്നുണ്ട്. രക്തമാണ് എന്നതിൽ സംശയമില്ല. രക്തപ്രവാഹം ഒഴിവാക്കാൻ കൈപ്പത്തികൊണ്ട് അയാൾ അവിടം പൊത്തിപ്പിടിച്ചു. ശക്തിയായി കൈകൊണ്ട് അയാൾ അവിടെ അമർത്തി. കൂടുതൽ രക്തം കുതിച്ചുചാടി. രക്തം ഒഴുകുന്ന ഇടത്തേക്ക് അയാൾ തലയിണകളും ഷീറ്റുകളും വാരിക്കൂട്ടിയിട്ടു. വെളുത്ത വിരികൾ സാവധാനം ചുവക്കുകയും പിന്നീട് പൂർണമായി രക്തവർണമാവുകയും ചെയ്തു. തന്നിൽ നിറഞ്ഞുനിൽക്കുന്ന ഒരു തടാകത്തിൽ നിന്ന് ഉറവപൊട്ടി ഒഴുകുന്നത് പോലെയായിരുന്നു രക്തപ്രവാഹം. അതിപ്പോൾ മുകളിലേക്ക് കയറുകയാണ്. ചുവരുകളുടെയും മുകളിലേക്ക്. എല്ലായിടത്തും ഇരുട്ട്. രക്തം മേൽക്കൂരയിൽ എത്തിയിരിക്കുന്നു. അല്ലെങ്കിൽ ആകാശം വരെ. അതിനെ വലയം ചെയ്ത് പതിയെ താഴേക്കിറങ്ങി പ്രകാശ വലയത്തെ മുഴുവനായും വിഴുങ്ങി, സാവധാനം ചുരുങ്ങി, അപ്രത്യക്ഷമായി. ലോകാവസാനം എന്നപോലെ പൂർണമായ അന്ധകാരം പിടിമുറുക്കിയിരിക്കുന്നു.

തലേരാത്രിയിലെ പ്രളയത്തിൽ താൻ പൂർണമായും നിമഗ്നനായതുപോലെ പിറ്റേന്ന് അയാൾക്ക് തോന്നി. അത് ഒന്നിനെയും മാറ്റിവെച്ചില്ല. നിലയ്ക്കാത്ത രക്തപ്രവാഹം ഉണ്ടായിട്ടും അയാൾ രക്ഷപ്പെട്ടിരിക്കുന്നു. അത് അത്ഭുതം തന്നെ. രക്തത്തിന്റേതായ പേടിപ്പിക്കുന്ന നിറം തൊട്ടുനോക്കിയപ്പോൾ അയാൾക്ക് കാണാൻ സാധിച്ചില്ല. ആ നശിച്ച ദ്വാരത്തിൽ നിന്നും മറ്റു ദ്വാരങ്ങളിൽ നിന്നും ഇപ്പോൾ ഒഴുകി ഇറങ്ങുന്നത് വിയർപ്പ് ആയിരുന്നു. തണുത്ത വിയർപ്പിൽ നനഞ്ഞു കുതിർന്ന അയാൾക്ക് സുഖവും ആശ്വാസവും തോന്നി.

അർത്ഥംവച്ചു ചിരിച്ചുകൊണ്ട് ഉപ്പ അയാളെ നോക്കി. ഉപ്പയ്ക്ക് ഇതെല്ലാം അറിയാമോ?എല്ലാ കാര്യങ്ങളും ഗ്രഹിക്കുന്നവൻ ആയിരുന്നു അയാളുടെ ഉപ്പ. അതുകൊണ്ടുതന്നെ താൻ കണ്ടതിനെപ്പറ്റിയും കടന്നു പോയതിനെപ്പറ്റിയും വിശദീകരിക്കേണ്ട കാര്യമില്ല. അത് പറയാൻ അയാൾ

ക്ക് ധൈര്യവും ഉണ്ടായില്ല.

ഗ്രാമത്തിൽ തിരിച്ചെത്തിയ അയാൾ തേങ്ങിക്കരഞ്ഞുകൊണ്ട് ഉപ്പയുടെ മുറിയിൽ ശരണം പ്രാപിച്ചു. കരച്ചിലിനെക്കുറിച്ചുള്ള ആകുലതയോടെ മൃദുവായി ഉപ്പ അയാളുടെ തോളിൽ തട്ടി.

'ഞാൻ ഒരിടത്തും പോകുന്നില്ല... ഞാൻ ഒരിടത്തും പോകുന്നില്ല.'

അയാൾ ആവർത്തിക്കുകയും അനിയന്ത്രിതമായി വിലപിക്കുകയും ചെയ്തു.

20

ഹൃദയസ്തംഭനം

കഥ (അറബിക്)– നാസർ ബദ്വാൻ

ഇംഗ്ലീഷ് പരിഭാഷ – ഹമീദ് അൽ ക്വയ്ദ്

താൻ എത്രനേരം കണ്ണടച്ചെന്നോ, എത്ര സമയം കടന്നു പോയെന്നോ അവനു മനസ്സിലായില്ല. ഒരു പേടിസ്വപ്നമാണ് അവനെ ഉണർത്തിയത്. ഇതേ പേടിസ്വപ്നം അവൻ പത്ത് വർഷങ്ങൾക്കു മുൻപോ മറ്റോ കണ്ടിരുന്നു. അതേ വേദന. നെഞ്ചിൽ നിന്ന് തുടങ്ങി, വലുത് ഭുജത്തിലേക്ക്. നെഞ്ച് ഇത്തരം സൂചനകൾ നൽകിയിരുന്നുവെങ്കിലും അവനത് ശ്രദ്ധിച്ചിരുന്നില്ല. ഒരാഴ്ചയ്ക്ക് മുമ്പ് അവന് നെഞ്ചിന്റെ ഇടതു വശത്ത് വേദന തുടങ്ങുകയും പിന്നീട് അത് കുറയുകയും ചെയ്തു. കടുത്ത വേദനയായിരുന്നില്ല. പക്ഷേ അതൊരു ശല്യമായിരുന്നു. കൈ കൊണ്ട് അമർത്തിപ്പിടിച്ചു ചെറുതായൊന്ന് ഉഴിഞ്ഞുകൊണ്ട് അവൻ വേദനയെ കുറക്കാൻ ശ്രമിച്ചു. വാരിയെല്ലുകൾക്ക് മുകളിലായി സ്ഥിതിചെയ്യുന്ന ആർട്ടറിയിലൂടെ രക്തം ഒഴുകുന്നത് അവൻ അനുഭവിച്ചു.

അവൻ തന്നോട് തന്നെ പറഞ്ഞു:

'ഈ ആർട്ടറി അല്പം ഇടുങ്ങിയതായിട്ടുണ്ട്. ഞാൻ അത്യാവശ്യമായി കുറച്ച് നടത്തം ശീലമാക്കേണ്ടിയിരിക്കുന്നു. ഈ ലക്ഷണം അപ്രത്യക്ഷമാകാൻ അതേ മാർഗ്ഗമുള്ളൂ. ഇടയ്ക്കിടെ ഉണ്ടാകുന്ന ഈ തോളിന്റെ വേദന കുറയ്ക്കുന്നതിന് നീന്തലും തുടരേണ്ടിയിരിക്കുന്നു.'

ഒരു ഡോക്ടറെ കാണാതെതന്നെ ഇത്തരം കാര്യങ്ങളിൽ തീരുമാനമെടുക്കുന്നത് അവനു സാധാരണയായിരുന്നു. അവനും ഡോക്ടർക്കും ഇടയിലുള്ള വിശ്വാസക്കുറവായിരുന്നു പലപ്പോഴും ഇതിന് കാരണം. പ്രത്യേകിച്ചും ഹൃദയത്തിന്റെ കാര്യങ്ങൾ വരുമ്പോൾ. മരുന്നിന്റെ പ്രാധാന്യത്തെക്കുറിച്ച് അറിയാത്തതുകൊണ്ടൊന്നുമല്ല ഇത്, പക്ഷേ മുൻപുണ്ടായ ചില കാര്യങ്ങളെക്കുറിച്ച് അറിയുന്നതുകൊണ്ടും പറഞ്ഞു കേട്ടതു കൊണ്ടുമാണിത്. ഭാര്യയുടേത് തന്നെയാണ് പ്രധാനമായ ഒരു ഉദാഹരണം. ശ്വാസതടസ്സം കൊണ്ട് അവൾ വളരെ ബുദ്ധിമുട്ടിയിരുന്നു. ഒപ്പം

തോൾ മുതൽ വിരലുകൾ വരെ നീളുന്ന കടുത്ത വേദനയും. ഹൃദയ സംബന്ധിയായ പ്രശ്നങ്ങളാണ് എന്നാണ് ഡോക്ടർമാർ വിധിയെഴുതിയത്. പക്ഷേ ആറുമാസത്തെ വേദനയ്ക്കുശേഷം മനസ്സിലായി ഇത് ഹൃദയസംബന്ധിയായ ഒന്നല്ലെന്നും, ശ്വാസതടസവും, എത്രയെണ്ണം കയറി എന്ന് ഓർക്കാതെ പടികൾ കയറുമ്പോൾ ഉള്ള ക്ഷീണവും, ഏതോ അലർജിയുമായി ബന്ധപ്പെട്ട ഒന്നാണെന്നും. ഇത് മാനസികമായി അവൾക്ക് ഉത്കണ്ഠയുണ്ടാക്കുകയും അവളുടെ വലതു കൈയിലെ വേദനയായി പരിണമിച്ച് തോളിലേക്കും വിരൽത്തുമ്പുകളിലേക്കും വ്യാപിക്കുകയും ചെയ്തു. അലർജിക്കായി കൃത്യമായ ചികിത്സകൾ ചെയ്യാൻ തുടങ്ങിയപ്പോൾ അത് പൂർണമായും അവളെ വിട്ടകന്നു. ഇപ്പോൾ ഏകദേശം 20 വർഷത്തോളമായി അവൾക്ക് യാതൊരു കുഴപ്പവുമില്ല, മുൻപ് ഉള്ള രോഗലക്ഷണങ്ങളും ഇല്ല.

ഇക്കാരണങ്ങൾ കൊണ്ടെല്ലാം അവൻ ഉറച്ചു വിശ്വസിച്ചിരുന്നു, ഡോക്ടർമാരെ കാണുന്നതിൽ യാതൊരു കാര്യവും ഇല്ലെന്ന്. അവരുടെ പരിശോധനകൾ എല്ലാം കഴിഞ്ഞ്, ഇപ്പോഴും ഭാവിയിലും ഉണ്ടായേക്കാവുന്ന ആരോഗ്യപ്രശ്നങ്ങളുടെ ഒരു വലിയ ലിസ്റ്റ് ഡോക്ടർമാർ നൽകിയാൽ എന്താവും? അവന്റെ ശുഭാപ്തി വിശ്വാസത്തിന് എന്തു സംഭവിക്കും? ചുളിവുകൾ ഇല്ലാത്ത ശാന്തമായ മുഖവും നല്ല പ്രസാദവും ആരോഗ്യത്തോടെ തിളങ്ങുന്ന കണ്ണുകളുമായി സമചിത്തതയോടെ, വലിയവ ഒഴികെ, ചെറിയ ജീവിത പ്രശ്നങ്ങളിൽ ഒന്നും ഉലയാതെ ഇനിയും ഒരു 50 വർഷം അവനു ജീവിക്കാൻ സാധിക്കുമോ? ജീവിതം അതിന്റെ തനിസ്വരൂപത്തിൽ ഒരുപാട് പ്രാരാബ്ധങ്ങൾ നിറഞ്ഞതാണെന്ന് അവന് അറിയാമായിരുന്നു. നാം ബലഹീനതകളിലൂടെയാണ് ജീവിതത്തെ നേരിടുന്നതെങ്കിൽ അത് നമ്മുടെ ശരീരത്തിന് മേലെ ആധിപത്യം സ്ഥാപിക്കുകയും നമ്മെ തളർത്തുകയും ചെയ്യും. ഇക്കാര്യം അവനു വ്യക്തമായി അറിയാമായിരുന്നു. അതുകൊണ്ടുതന്നെ കാര്യങ്ങളെ വളരെ ലാഘവത്തോടെ കാണാനും സമയമെടുത്തുകൊണ്ട് അവ ചെയ്തുതീർക്കാനും അയാൾ ശ്രമിച്ചിരുന്നു. സമയം തന്നെയാണ് പ്രശ്നങ്ങൾ പരിഹരിക്കുന്ന ഘടകം എന്ന് അവൻ മനസ്സിലാക്കിയിരുന്നു. ആത്മാക്കളെ ശുദ്ധീകരിച്ച് വേദനയിൽ നിന്ന് വിമുക്തമാക്കുന്ന ഒരു പുഴ.

ഇപ്പോൾ അനുഭവിച്ചുകൊണ്ടിരിക്കുന്ന വേദനകൊണ്ടൊന്നുമല്ല അവൻ ഇക്കാര്യങ്ങളെപ്പറ്റി ചിന്തിച്ചത്. ഇപ്പോഴുള്ളത് ഒരുപക്ഷേ ഒരു പക്ഷാഘാതം ആകാം, അല്ലെങ്കിൽ അവർ പറയുന്നതുപോലെ Angina Pectoris. നെഞ്ചിനെ ആകെ വിഴുങ്ങിയ ആ തീ കൈകളിലൂടെയും

ഭുജങ്ങളിലൂടെയും വ്യാപിക്കുകയും ശ്വാസം എടുക്കാൻ ബുദ്ധിമുട്ടുണ്ടാക്കുകയും, അതുകൊണ്ടുതന്നെ ദീർഘശ്വാസം എടുക്കാൻ അവനെ നിർബന്ധിതനാക്കുകയും ചെയ്തു. വലതു കൈകൊണ്ട് അയാൾ വീണ്ടും നെഞ്ച് ഉഴിഞ്ഞു. ആമാശയത്തിൽ നിന്ന് തൊണ്ടയിലേക്ക് എന്തോ തികട്ടി വരുന്നതുപോലെ. ശരീരവും തലയും കുറച്ചുകൂടി ഉയർന്നതുപോലെ. അവൻ തന്നോട് തന്നെ പറഞ്ഞു:

'ഇത് ഉറപ്പായും പക്ഷാഘാതം തന്നെ; മരണം. എന്നാൽ എന്ത്? മരണം എത്തിയാൽ അതിനെ ആർക്കും തടയാൻ സാധിക്കുകയില്ല.'

അടുത്തു കിടന്നുറങ്ങുന്ന മകനെ വിളിച്ചുണർത്തിയാലോ എന്ന് അയാൾ ആലോചിച്ചു. പിന്നീട് പെട്ടെന്ന് തന്നെ മനസ്സ് മാറ്റുകയും ചെയ്തു. മകനെ വിളിച്ചുണർത്തുകയോ ആശുപത്രിയിലേക്ക് പോവുകയോ ചെയ്യാതെ ഈ സംഭവത്തെ വളരെ ലഘുവായി അഭിമുഖീകരിക്കാൻ അയാൾ തീരുമാനിച്ചു. മരണം അടുത്തെത്തിയെങ്കിൽ അതിനെ സ്വാഗതം ചെയ്യുക തന്നെ. അയാൾ രണ്ട് സാക്ഷ്യങ്ങൾ ഉരുവിടാൻ തുടങ്ങി

'അല്ലാഹു അല്ലാതെ മറ്റൊരു ദൈവമില്ലെന്ന് ഞാൻ സാക്ഷ്യപ്പെടുത്തുന്നു. അല്ലാഹുവിന്റെ ദൂതനാണ് മുഹമ്മദ് നബി എന്നും ഞാൻ സാക്ഷ്യപ്പെടുത്തുന്നു.'

ശ്വാസം ആഞ്ഞുവലിച്ചുകൊണ്ട് ഒന്നിലേറെ പ്രാവശ്യം അയാൾ ഇത് തുടർന്നു. വേദന കൂടിക്കൂടി വരികയാണ് അയാൾ തശാഹുദ് ഉരുവിടാൻ തുടങ്ങി. ശരീരം വിയർത്ത് വിയർപ്പ് കണങ്ങൾ നെഞ്ചിലൂടെയും വയറിലൂടെയും കഴുത്തിലൂടെയും തലയിലൂടെയും കൈകളിലൂടെയും ഒഴുകിയിറങ്ങി, തുള്ളികളായി വിരൽത്തുമ്പുകളിലേക്ക് എത്തി. ശരീരത്തെ ആകെ കുലുക്കിക്കൊണ്ട് ഇതാ ഒരു വൈദ്യുതാഘാതം ഉണ്ടാകുന്നു. അത് ശരീരത്തിൽ മുഴുവൻ സഞ്ചരിക്കുകയാണ്. അത് ശരീരത്തിൽ നിന്ന് പുറത്തേക്ക് കടക്കുന്നതുപോലെ അവന് തോന്നി.

മുൻപ് പ്രവചിച്ചത് പോലെ അവൻ മരണത്തെ പ്രതീക്ഷിക്കുന്നുണ്ട്. പക്ഷേ ഒരു അത്ഭുതംപോലെ ഇത്തവണ വേദന വേഗം കുറഞ്ഞു. അത് ശരീരത്തിൽ നിന്ന് വൈദ്യുതാഘാതത്തോടോപ്പം വിട്ടു പോയതുപോലെ അവനു തോന്നി. തന്റെ ആത്മാവ് കൈകാലുകളിൽ നിന്ന് വഴുതിപ്പോകുന്നപോലെ. പക്ഷേ വേദന അകന്നു പോയതായിരുന്നു അത്. നെഞ്ചിൽ വേദനയുടെ ചെറിയൊരു അടയാളം മാത്രം ശേഷിച്ചു. കയ്യിൽ നേരിയ ഒരു മരവിപ്പും.

പിന്നീട് എന്താണ് സംഭവിച്ചത് എന്ന് അവന് മനസ്സിലായില്ല. ശാന്ത

വും ഗാഢവുമായ ഉറക്കത്തിലേക്ക് വഴുതി വീണതായാണ് അവന് തോന്നിയത്. ഷുഹൂറിന് വേണ്ടി അലാറം ക്ലോക്ക് ശബ്ദിച്ചപ്പോഴാണ് അവൻ എണീറ്റത്. വളരെ പതുക്കെയും ചുറുചുറുക്കോടെയും അവൻ കിടക്കയിൽ നിന്ന് എണീറ്റു. അവന്റെ ഉടുപ്പുകളിൽ വിയർപ്പിന്റെ നനവ് ഉണ്ടായിരുന്നു. അത് വളരെ വ്യക്തമായിരുന്നതിനാൽ അത്ഭുതത്തോടെ അത് എന്താണെന്ന് അയാളുടെ മകൻ ചോദിച്ചു. വളരെ തണുത്ത ഒരു പ്രതികരണത്തോടെ അയാൾ പറഞ്ഞു

'ഇത് സാധാരണ വിയർപ്പാണ്, മറ്റൊന്നുമല്ല.'

ജോലിസ്ഥലത്തേക്കുള്ള യാത്രാമധ്യേ അയാൾ ചിന്തിക്കുവാൻ തുടങ്ങി. നല്ലതും ചീത്തയുമായ എത്രയോ കാര്യങ്ങൾ അയാൾ കണ്ടിരിക്കുന്നു. അയാൾ അത്ഭുതപ്പെട്ടു.

'ഇന്നലെ ഞാൻ മരിച്ചിരുന്നെങ്കിലോ? നാളെയോ മറ്റന്നാളോ മരിച്ചിരുന്നെങ്കിൽ.'

അവൻ തന്നോട് തന്നെ പറഞ്ഞു.

'ഇതുതന്നെയാണ് വിധി. നല്ലതും ചീത്തയും നിറഞ്ഞ പഴയ കാലങ്ങളെയൊന്നും ഇനി മാറ്റാൻ സാധിക്കുകയില്ല. പഴമയിലേക്ക് ഒരു തിരിച്ചുപോക്കും ഇല്ല. പേനകളിലെ മഷി വറ്റുകയും, വിധി അതിന്റെ കടലാസ്സുകൾ മടക്കുകയും ചെയ്തിരിക്കുന്നു.'

ഒരുപക്ഷേ ഇനിയൊരു 20 വർഷം ഇങ്ങനെയാണ് അവൻ എപ്പോഴും ചിന്തിക്കുക. ശബ്ദത്തിലും രൂപത്തിലും, വലതുകാലിലുള്ള ചെറിയ ഞൊണ്ടലിൽ പോലും ഉപ്പയോട് ഒരുപാട് സാമ്യങ്ങൾ അവന് ഉണ്ടായിരുന്നു. ഉപ്പയെപ്പോലെ തന്നെ കാരുണ്യവാനും ആയിരുന്നു അവൻ. ഇതേ കാരുണ്യമനോഭാവം ചിലപ്പോഴെല്ലാം അവനെ അലോസരപ്പെടുത്തിയിരുന്നുവെങ്കിലും. അവന്റെ ഉപ്പയ്ക്ക് ഇപ്പോൾ 82 വയസ്സായി. ഇക്കാരണങ്ങൾ കൊണ്ട് തന്നെ ഇനിയും 20 മുതൽ 25 വർഷം വരെ താൻ ജീവിച്ചിരുന്നേക്കാം എന്ന പ്രതീക്ഷ അവനുണ്ട്. പക്ഷേ ആർക്കാണ് ഇതിന് ഒരു ഉറപ്പു നൽകാൻ കഴിയുക? അടുത്ത ഒരു മിനിറ്റ് വരെ ജീവിച്ചിരിക്കും എന്നുള്ളതിൽ എന്താണ് ഉറപ്പ്? അതുമല്ലെങ്കിൽ അടുത്ത ഒരു സെക്കൻഡ്, അല്ലെങ്കിൽ കണ്ണിമ വെട്ടുന്ന സമയം! ഇങ്ങനെയാകുമ്പോൾ എന്തു ചെയ്യാൻ? അലാറം രണ്ട് തവണ മുഴങ്ങിയോ?

വിദൂരതയിലേക്ക് കണ്ണുകൾ പായിച്ചപ്പോൾ ഇനിയും ഒരു 25 വർഷം അയാളുടെ മുന്നിലേക്ക് ഓടിക്കയറി വന്നു. അയാൾ ചിരിക്കുകയും എല്ലാവിധ സാധ്യതകൾക്കുമായി വാതിലുകൾ മലർക്കെ തുറന്നിടുകയും ചെയ്തു.

21

കടന്നൽ

കഥ (അറബിക്) - നവാൽ ഹലാവ

ഇംഗ്ലീഷ് പരിഭാഷ - അബ്ദുൾ ഹക്കീം അൽ സുബൈദി

കൊടുംചൂട് കുറച്ചൊന്ന് അകന്നപ്പോൾ, പൂർണമായുള്ള വിശ്രമ സമയം ആസ്വദിക്കുകയായിരുന്നു ഹെലേന. പുലർച്ചെ ജോലികഴിഞ്ഞ് എത്തിയ ശേഷം, ഗാഢമായ ഉറക്കത്തിൽ നിന്ന് അവളുടെ ശരീരം പതുക്കെ ഉണരാൻ തുടങ്ങുകയായിരുന്നു. മക്കളോടൊപ്പം കുടുംബത്തെയും യാത്രയാക്കി കഴിഞ്ഞിരുന്ന, ആളൊഴിഞ്ഞ ഒരു സ്വിമ്മിങ് പൂളിലേക്ക് അവൾ പതുക്കെ ഇറങ്ങിക്കിടന്നു. ഇപ്പോൾ ആ പൂൾ അവളുടെ മാത്രമാണ് മറ്റാരുമായും പങ്കുവെക്കേണ്ടതില്ല. വെള്ളത്തിന്റെ മൃദുത്വവും ഇളംചൂടും അവൾ ആസ്വദിക്കാൻ തുടങ്ങി. ശൈത്യകാലത്തിന്റെ തുടക്കമായിരുന്നു അത്. ദുരിതം വിതയ്ക്കുന്ന കൊടുങ്കാറ്റുകൾ ഫ്ളോറിഡയെ ചൂഴ്ന്നിരിക്കുന്നു. ഒരു ദിവസം കടലിൽ മുങ്ങി മരിക്കാൻ പോകുന്ന അവളുടെ നഗരത്തെക്കുറിച്ചുള്ള പേടി അനുദിനം വർദ്ധിച്ചുവരുന്നു.

അടുത്ത രാത്രിയിലെ ജോലിക്ക് മുമ്പായി, പൂർണ്ണ വിശ്രമം കൊതിച്ചുകൊണ്ട് അവൾ നന്നായി നീന്തി. അവൾക്ക് ശാന്തത അനുഭവപ്പെട്ടു. മന്ദമാരുതൻ അവളുടെ മുഖത്തെ തഴുകി. സൂര്യൻ പതിയെ ഉയർന്നു വരുന്നുണ്ടായിരുന്നു. മേഘങ്ങൾക്ക് ഇടയിലൂടെ സ്വർണ്ണ രശ്മികൾ അവളുടെ ദേഹത്തെ പൊതിഞ്ഞു. മുഴുവൻ ഊർജ്ജവും മനസ്സും വീണ്ടെടുക്കാനായി ഒരു ചിത്രശലഭത്തെപ്പോലെ അവൾ നീന്തി.

പൂളിന് ചുറ്റുമുള്ള മരങ്ങളിലെ കൂടുകളിലേക്ക് ചേക്കേറുന്ന പക്ഷികളുടെ ചിലക്കലിനൊപ്പം സന്തോഷിച്ചുകൊണ്ട് അവൾ നീന്തിക്കൊണ്ടിരുന്നു. അവൾ കണ്ണുകൾ പൂട്ടി വെള്ളത്തിന്റെ ഇളം ചൂടിൽ പേശികളെ വിശ്രമിക്കാൻ അനുവദിച്ചു. പെട്ടെന്ന് അവൾ ഒരു ചാകാൻ പോകുന്ന ഒരു കടന്നലിന്റെ ശബ്ദം കേട്ടു അവൾ ചുറ്റിനും നോക്കി. ഒരു ചെറിയ കടന്നൽ മലർന്നു വീണുകിടക്കുകയായിരുന്നു; ശ്വസിക്കാൻ ബുദ്ധിമുട്ടുകയും, നിരാശയോടെ ചിറകുകൾ ആവർത്തിച്ചു വീശുകയും ചെയ്തുകൊണ്ട്. കടന്നലുകളെ വലിയ പേടിയായിരുന്നിട്ടും കടന്നൽക്കുത്ത്

അവൾക്ക് ഏറെ ബുദ്ധിമുട്ടുണ്ടാക്കും എന്ന ഡോക്ടർമാരുടെ മുന്നറിയിപ്പുകളെ അവഗണിച്ചുകൊണ്ടും അവൾ ആ കടന്നലിനടുത്തേയ്ക്ക് ചെന്നു. മുൻപ്, കടന്നലിന്റെ കുത്ത് കൊള്ളുകയാണെങ്കിൽ ഉപയോഗിക്കാനായി അവൾക്ക് എല്ലാ മാസവും ഡോക്ടർമാർ ഒരു ഇഞ്ചക്ഷൻ ശുപാർശ ചെയ്തിരുന്നു. ആദ്യത്തെ നാലു മാസത്തേക്ക് അവൾ വളരെ ശ്രദ്ധ പുലർത്തിയിരുന്നു. വർഷങ്ങൾ പിന്നിട്ടതോടെ അവൾ അത് ശ്രദ്ധിക്കാതെയായി.

എന്തായിരുന്നാലും അവൾ ആ കടന്നലിനെ രക്ഷിക്കാൻ ഓടിച്ചെന്നു, കഴിയുമെങ്കിൽ അതിനെ തൊടാതെ തന്നെ. അവൾ കൈകളിൽ വെള്ളം കോരിയെടുത്ത്, വൃത്താകൃതിയിലുള്ള ആ പൂളിന്റെ നേരിയ ചാലിലേക്ക് ശക്തിയായി തെറിപ്പിച്ചു. കുറച്ചുനേരത്തെ ശ്രമഫലമായി കടന്നൽ സാവധാനം രക്ഷപ്പെടുകയും ചെയ്തു. ദീർഘമായി നിശ്വസിച്ചു കൊണ്ട് അവൾ വീണ്ടും തന്റെ വിശ്രമത്തിലേക്ക് കടന്നു. കൈകാലുകൾ അവൾ നന്നായി അനക്കി. ആ ചാലിലൂടെ കടന്നൽ രക്ഷപ്പെടുന്നത് കണ്ട്, അതിനെ രക്ഷപ്പെടുത്തിയതിൽ അവൾ സന്തോഷിച്ചു. പക്ഷേ നശിച്ച ആ കടന്നൽ അല്പം കഴിഞ്ഞു തിരികെ വരുകയും അവളുടെ ദേഹത്ത് ഇരിക്കുകയും ചെയ്തു. അവൾ സംഭ്രമത്തോടെ അതിനെ ആട്ടിയകറ്റി. അവളിൽ നിന്ന് അതിനെ ദൂരേക്ക് പായിക്കാൻ ദേഹത്ത് ആകമാനം അവൾ വെള്ളം കോരി ഒഴിച്ചു. കടന്നൽ അപ്രത്യക്ഷമായി. ഹെലേന അവിടുന്ന് ഓടി രക്ഷപ്പെടാൻ തീരുമാനിച്ചു. അവൾ പുറത്തേക്ക് കാലെടുത്തു വെച്ചതും കടന്നൽ തിരികെയെത്തി, മിന്നൽ വേഗത്തിൽ അവളുടെ കഴുത്തിൽ കുത്താൻ തുടങ്ങി. ദൗത്യം പൂർത്തിയായ മട്ടിൽ പിന്നീട് അത് അപ്രത്യക്ഷമായി. അവളുടെ ശരീരം പെട്ടെന്ന് നീര് വച്ചു. ശരീരത്തിന്റെ ചെറുത്തുനിൽപ്പ് ദുർബലമാവുകയും കടന്നലിന്റെ വിഷം അവളുടെ രക്തത്തിലേക്ക് പ്രവേശിക്കുകയും ചെയ്തു. അവൾ ജോലി ചെയ്യുന്ന ആശുപത്രിയിലേക്ക് എത്തിയ ഉടനെ അധികൃതർ അവളെ രക്ഷപ്പെടുത്താനായി ഓടിയെത്തി. ശരീരം നീരുവയ്ക്കുന്നത് തടയാൻ അവൾക്ക് പറ്റിയിരുന്നില്ല. അവളുടെ ശ്വാസോച്ഛ്വാസം കനത്തതായി. വിഷം ശരീരത്തിൽ മുഴുവൻ പടർന്നതോടെ അവൾ വിധിക്ക് കീഴടങ്ങുകയായി, തീവ്രപരിചരണ വിഭാഗത്തിലെ ഡോക്ടർമാർ അവളെ രക്ഷിക്കാൻ കിണഞ്ഞു പരിശ്രമിച്ചെങ്കിലും!

അതിശക്തമായ ഒരു മഴയുടെ ശബ്ദം കേട്ടുകൊണ്ട് അവൾ കണ്ണുകൾ തുറന്നു; തന്റെ സുഖകരമായ മയക്കത്തിൽ നിന്ന്!

Florida - April 2014

22

അരമണിക്കൂർ നേരത്തെ വിരസത

കഥ (അറബിക്) – ഹംദാൻ സായിദ് ദമാഗ്

ഇംഗ്ലീഷ് പരിഭാഷ – നൈമ അൽ ഗംദി

തണുത്ത സിമന്റ് പടവുകളിൽ ഞാൻ കൂനിക്കൂടി ഇരിക്കുകയായിരുന്നു. ലണ്ടൻ ആകാശത്തെ ആക്രമിച്ചിരുന്ന, വേഗത്തിൽ നീങ്ങിപ്പോകുന്ന വെള്ളിമേഘങ്ങൾക്കിടയിലൂടെ സൂര്യരശ്മികൾ പുറത്തേക്ക് വരുന്നുണ്ടായിരുന്നു. എനിക്ക് വല്ലാത്ത വിരസത അനുഭവപ്പെട്ടു.

വിരസതയുടെ മൂർദ്ധന്യത്തിൽ എനിക്ക് പുകവലിക്കണമെന്ന് തോന്നി. ഞാൻ കോട്ടിന്റെ കീശകളിൽ പരതി; പുകവലിക്കുന്ന ഒരാളല്ലാതിരുന്നിട്ടും. നടപ്പാതയുടെ ചുമരുകളിൽ ചുവന്ന ഉറുമ്പിൻ കൂട്ടം ഉണ്ടാക്കിയ വളഞ്ഞുപുളഞ്ഞ വരകൾ കാണാൻ ഞാൻ ആഗ്രഹിച്ചു. ഉറുമ്പുകൾ പരിഭ്രാന്തമായി ഇടത്തേക്കും വലത്തേക്കും പാഞ്ഞുകൊണ്ടേയിരുന്നു; ചിലപ്പോൾ ഒന്നിനു മേലെ ഒന്ന് കയറിയിറങ്ങിയും. എന്റെ മുന്നിൽ ഉണ്ടായിരുന്ന paddington basin എന്ന കൃത്രിമ തടാകം പ്രതീക്ഷിച്ചതിലും കൂടുതൽ ഭംഗിയോടെ കാണപ്പെട്ടു.

വെള്ളത്തിൽ താറാവുകൾ ശാന്തമായി നീന്തുന്നുണ്ടായിരുന്നു. തടാകത്തിന് ചുറ്റിനും ആഢംബര കെട്ടിടങ്ങളുടെ നീണ്ട നിര. എനിക്ക് ഇപ്പോഴും വിരസത തന്നെ.

ഒരു ഗ്ലോബൽ ഇൻഷുറൻസ് കമ്പനിയുടെ പരസ്യത്തിൽ കണ്ട തത്വചിന്താപരമായ ഒരു വാക്യം ഞാൻ ഓർമിച്ചിരുന്നു. പക്ഷേ അത് ആരുടേതാണെന്ന് ഇപ്പോൾ ഞാൻ അത് ഓർക്കുന്നില്ല. 'ഹൃദയം തകർന്നവനും ഒറ്റയാനുമായി' ഞാൻ വടക്കുള്ള എന്റെ ചെറിയ പട്ടണത്തിലേക്ക് പോവുകയാണ്. അരമണിക്കൂർ അത്ര നീളമുള്ളതല്ല. എനിക്ക് എന്റെ സ്റ്റേഷനിലേക്ക് പോകേണ്ടതുണ്ട്. ഞാൻ ഉന്മേഷം കണ്ടെത്താൻ ശ്രമിച്ചു. എന്നാൽ മടിയോടെ ഈ കോൺക്രീറ്റ് പടവുകളിൽ ഇരിക്കാൻ തീരുമാനിച്ചു. മറഞ്ഞിരിക്കുന്ന ചില വഴിവിളക്കുകളുടെ വെളിച്ചം ഇഴ ചേർന്ന് കാണപ്പെടുന്നുണ്ട്. അത് എന്തിനാണെന്ന് എനിക്ക് മനസ്സിലായില്ല. ആകെ എനിക്ക് അറിയാവുന്നത് എന്റെ ഉള്ളിൽ നിന്ന് 'നിൽക്കൂ' എന്ന്

ആരോ എന്നോട് മന്ത്രിക്കുന്നതാണ്. തൊട്ടടുത്ത ഒരു കഫേയിൽ നിന്ന് വരുന്ന പുല്ലാംകുഴൽ നാദം ഞാൻ കേൾക്കാൻ ആഗ്രഹിക്കുന്നു. ഒരു പക്ഷേ അത് ജോർജി സാംഫിറോ അല്ലെങ്കിൽ മറ്റേതെങ്കിലും ഒരു സംഗീതജ്ഞനോ ആകാം. അത് കാര്യമാക്കേണ്ടതില്ല. സുന്ദരവും പരിചിതവുമായ ആ ഈണവുമായി ഞാൻ ഇഴുകിച്ചേർന്നിരിക്കുന്നു; അതു മതി. എന്നാൽ നിങ്ങൾ പ്രതീക്ഷിച്ചിരിക്കുന്നതുപോലെ ഇപ്പോഴും ഞാൻ വിരസതയനുഭവിക്കുന്നു.

എന്തുകൊണ്ടാണ് മടുപ്പുണ്ടാകുന്നതെന്ന് ഒരാൾക്ക് മനസ്സിലാകുന്നുണ്ടാകുമോ? അയാൾ അത് അനുഭവിക്കുന്നുണ്ടെന്ന് നിങ്ങൾ കാണുന്നുണ്ടോ? പക്ഷേ എനിക്ക് ശരിക്കും മടുത്തിരിക്കുന്നു. അതുകൊണ്ടു തന്നെ ഞാൻ എന്റെ തണുപ്പുകാലവസ്ത്രത്തിന്റെ പോക്കറ്റിൽ നിന്ന് സ്മാർട്ട്ഫോൺ പുറത്തെടുക്കുകയും വൃത്തികേടായ അതിന്റെ സ്ക്രീൻ കൈകൊണ്ട് തുപ്പൽ നനച്ചു തുടയ്ക്കുകയും ചെയ്തിട്ട്, പൂർണ്ണമായും അത് വൃത്തിയാക്കുന്നത് വരെ എന്റെ മുട്ടുകാലിനു മുകളിൽ ഉരുമ്മി. അതിൽ ഞാനെന്റെ ചൂണ്ടുവിരൽ ഓടിക്കുന്നതിനു മുമ്പ് 'എന്റെ തന്നെ ചന്തമേറിയ ഒരു ചിത്രം' ഡിജിറ്റൽ കീബോർഡിന്റെ പിന്നിൽ പ്രത്യക്ഷപ്പെട്ടു. ഞാൻ ബട്ടണുകളിൽ വെറുതെ വിരൽ അമർത്താൻ തുടങ്ങി. 5,2,5... എനിക്ക് പ്രത്യേകിച്ചു ഒന്നും ചെയ്യാനില്ലെന്ന് ഓർമ്മ വന്നതിനാൽ അത് ഞാൻ പൂർത്തിയാക്കിയില്ല. എന്റെ ഓർമ്മകൾ ചിതറപ്പെട്ടിരുന്നു. അവൾ എന്നെ വിട്ടു പോയി. എനിക്ക് പ്രത്യേകിച്ചൊന്നും ചെയ്യാനില്ല. പെട്ടെന്നായിരുന്നു അവളുടെ തിരോധാനം. എന്തുചെയ്യണമെന്ന് എനിക്കറിയില്ല. ഞാൻ ഭയന്നത് തന്നെ സംഭവിച്ചിരിക്കുന്നു. അതുകൊണ്ടു തന്നെ മടുപ്പ് അല്ലാതെ മറ്റൊന്നും ഇപ്പോൾ എനിക്കില്ല.

പെട്ടെന്ന് സമയം നിശ്ചലമായി; തണുത്തുറഞ്ഞു കഴിഞ്ഞിരുന്ന തടാകത്തിൽ താറാവുകളുടെ പ്രതിബിംബം കാണാതായതോടെയും, കഫേയിലെ പുല്ലാങ്കുഴൽ നാദം നിലച്ച് അവിടം നിശബ്ദമായതോടെയും, ഉറുമ്പിൻ കൂട്ടം ചലനമറ്റ് നിന്നതോടെയുമാണ് ഇതെനിക്ക് മനസ്സിലായത്. എത്രത്തോളമായി സമയം ഇങ്ങനെ നിശ്ചലമായിട്ടെന്ന് എനിക്ക് അറിയില്ല. എന്തായാലും സമയം നിലച്ചിരിക്കുന്നു.

ഈ വിരസതയൊഴികെ മറ്റെല്ലാം നിശ്ചലമായിരിക്കുന്നു.

എത്രത്തോളം വിരസനായിരുന്നു ഞാൻ! ഇതിനുമുമ്പ് ഇങ്ങനെയൊന്ന് ഉണ്ടായിട്ടില്ലെന്ന് ഞാൻ ഓർമ്മിച്ചു. അത് രസകരവും ആയിരുന്നു. സമയത്തിന്റെ വേഗത കുറഞ്ഞു. ഉറുമ്പിൻ കൂട്ടം വീണ്ടും അനങ്ങാൻ തുടങ്ങി. ചെവികളിലെ മുഴക്കം തലയോട്ടിയുടെ ഗുഹകളിൽ നുഴഞ്ഞു

കയറാൻ തുടങ്ങിയിരിക്കുന്നു. അരമണിക്കൂറിന് ശേഷം സ്റ്റേഷനിൽ എത്തുമെന്ന് നിശ്ചയിക്കപ്പെട്ടിരുന്ന തീവണ്ടിക്ക് സമയമായി എന്ന് ഓർത്തയുടൻ എനിക്ക് വയറ്റിൽ ശക്തമായ വേദന അനുഭവപ്പെട്ടു. ഇത് തീർച്ചയായും അരമണിക്കൂർ മുമ്പേ ആണ്; ഞാൻ വിഷണ്ണനായി ആ കോൺക്രീറ്റ് പടവുകളിൽ ഇരുന്ന സമയത്ത്.

ഞാൻ അൽപനേരത്തേക്ക് സമയം നോക്കാൻ മടിച്ചു. എന്റെ ഇടതു കൈ ഉയർന്ന് എന്റെ 'വാച്ച്' കാണുന്നതിൽ നിന്ന് എന്നെ തടഞ്ഞു. വാച്ചിന്റെ തുകൽ സ്ട്രാപ്പിന്റെ ഒരറ്റം മുറിഞ്ഞിരിക്കുന്നത് ഞാൻ അപ്പോഴാണ് ശ്രദ്ധിച്ചത്. പരിഭ്രാന്തമായ എന്റെ കാലുകൾ സ്റ്റേഷനെ ലക്ഷ്യമാക്കി നീങ്ങാൻ തുടങ്ങി

London Fall 2015

23

ചരക്ക്

കഥ (അറബിക്) – വലീദ് അൽ സയാദി

ഇംഗ്ലീഷ് പരിഭാഷ – ഡോ. ശിഹാബ് ഗാനെം

ആ അന്താരാഷ്ട്ര കോൾ വന്നത് പരിചയമില്ലാത്ത ഒരു നമ്പറിൽ നിന്നായിരുന്നു; അയാൾ അത് സ്വീകരിച്ചില്ല.

തന്റെ ബന്ധുക്കളോ പരിചയമുള്ളവരോ ആയ ആരെങ്കിലും പണം കടം ചോദിക്കുമോ എന്ന പേടിയിൽ ഇത് രണ്ടാം പ്രാവശ്യമാണ് അയാൾ ആ നമ്പർ ഒഴിവാക്കുന്നത്. അയാളുടെ രാജ്യം കടന്നുപോകുന്ന അരക്ഷിതാവസ്ഥയിൽ അങ്ങനെ ചിന്തിക്കുന്നത് സ്വാഭാവികം തന്നെ. 'സന്തോഷമുള്ള' രാജ്യം എന്ന വിശേഷണമുള്ള ആ രാജ്യത്തുള്ള സുന്ദരമായ എല്ലാറ്റിനെയും യുദ്ധം നശിപ്പിച്ചിരുന്നു. ഭൂമി അതിലെ സകലമാന യുവാക്കളെയും വിധവകളെയും അനാഥക്കുട്ടികളെയും വിഴുങ്ങിയിരിക്കുന്നു. പകർച്ചവ്യാധികളും രോഗങ്ങളും പടരുന്നു. മരുന്നിനു പോലും ആർക്കും പണമില്ലാത്ത അവസ്ഥ.

അയാൾക്ക് ഈ ഫോൺകോൾ ഒഴിവാക്കാൻ ഒട്ടും താല്പര്യം ഉണ്ടായിരുന്നില്ല. പക്ഷേ നിർവ്വാഹമില്ലായിരുന്നു. പ്രത്യേകിച്ചും തന്റെ കൈയിൽ ഉണ്ടായിരുന്ന അവസാന തുകയും ഒരു പഴയ അയൽവാസിയുടെ ശവസംസ്കാരത്തിനായി അയാൾ അയച്ചു കഴിഞ്ഞിരുന്ന അവസ്ഥയിൽ. ആ അയൽവാസിയാകട്ടെ, തന്റെ മക്കൾക്ക് താങ്ങാൻ ആകാത്ത ഭാരിച്ച പണച്ചെലവ് ഒഴിവാക്കാൻ ഇന്റെൻസിവ് കെയർ യൂണിറ്റിനു പകരം സ്വന്തം വീട്ടിലെ കിടക്കയിൽ കിടന്ന് മരിക്കാനാണ് ഇഷ്ടപ്പെട്ടിരുന്നത്.

അയാൾ ഓഫീസിൽ നിന്ന് വീട്ടിലേക്ക് മടങ്ങുമ്പോൾ വഴി ഗതാഗത കുരുക്കിൽ പെട്ടിരുന്നു. കാറുകളെല്ലാം മെല്ലെയാണ് നീങ്ങുന്നത്. മികച്ച യമനി സംഗീതമുള്ള ഒരു പെൻഡ്രൈവ് അയാൾ തിരഞ്ഞു. അതിന്റെ ഈണങ്ങൾ ഗതാഗതക്കുരുക്കിനെയും, പുറത്തെ ചൂടിനെയും മറക്കാൻ അയാളെ സഹായിക്കും. സംഗീതം ആസ്വദിച്ചുകൊണ്ടിരിക്കവേ, പഴയ

അതേ നമ്പറിൽ നിന്നു തന്നെ വീണ്ടും ഫോണിലേക്ക് ഒരു വിളി എത്തി. ഇത്തവണ അയാൾ ആ ആ വിളി നിരസിച്ചില്ല.എന്തെങ്കിലും അത്യാവശ്യം ആയിരിക്കുമെന്നും അല്ലെങ്കിൽ ബന്ധുക്കൾക്ക് എന്തെങ്കിലും അപകടം പിണഞ്ഞു കാണുമെന്നും അയാൾ കരുതി.

'ഹലോ

നമസ്കാരം.'

ആ സ്ത്രീശബ്ദം മൃദുവും മൂടിക്കെട്ടിയതും ആയിരുന്നു.

'എന്തൊക്കെയുണ്ട് വിശേഷങ്ങൾ മുനീർ?'

'ദൈവാനുഗ്രഹത്താൽ എനിക്ക് സുഖം തന്നെ.'

'ഞാനാണ് ജേർണലിസ്റ്റ് ഇബ്ടിസാം.'

എന്തൊരു അത്ഭുതം! പ്രിയപ്പെട്ട ഇബ്ടിസാം, നാളുകളായി ഞാൻ നിങ്ങളുടെ ശബ്ദം കേട്ടിട്ടേയില്ല. പക്ഷേ നിങ്ങൾ എഴുതുന്ന ലേഖനങ്ങൾ എല്ലാം വളരെ താല്പര്യത്തോടെ ഞാൻ പിന്തുടരാറുണ്ട്. നിങ്ങളെക്കുറിച്ച് എനിക്ക് വലിയ ആശങ്കയുണ്ടായിരുന്നു. നിങ്ങൾക്ക് സുഖമാണല്ലോ? നിങ്ങളുടെ ഫോണിലേക്ക് ഞാൻ പലതവണ വിളിച്ചതാണ്, പക്ഷേ അത് പ്രവർത്തനരഹിതമായിരുന്നു.

"എന്റെ കൈപ്പിടിയിൽ അല്ലാത്ത ചില കാര്യങ്ങൾ കൊണ്ട് ഞാൻ ഫോൺ ഉപേക്ഷിച്ചതാണ് പക്ഷേ അത് സാരമില്ല."

ഒരുപക്ഷേ വലുതും പേരുകേട്ടതുമായ ഒരു കുടുംബത്തിൽ പിറക്കാതിരിക്കുകയോ എന്റെ ഗോത്രത്തിന്റെ സംരക്ഷണം നേടാൻ ആകാതിരിക്കുകയോ ചെയ്തിരുന്നെങ്കിൽ എന്നേ ഞാൻ തീർന്നു പോയേനെ.

എന്തായാലും എന്റെ കുടുംബക്കാർക്ക് ഞാൻ ഒരുപാട് ഉപദ്രവം വരുത്തിവച്ചു എന്നുള്ള കാര്യം നിന്നിൽ നിന്നും മറച്ചുവയ്ക്കുന്നില്ല. പ്രത്യേകിച്ചും കുറച്ചുനാൾ മുൻപ് ഉണ്ടായ ഒരു വാഹനാപകടത്തെ തുടർന്ന്. അത് മനപ്പൂർവ്വം ഉള്ള ഒരു പ്രവർത്തി ആയിരുന്നു. എന്നെ ആശുപത്രിയിൽ പ്രവേശിപ്പിച്ചു. ആശുപത്രിയിൽ നിന്ന് പുറത്തുവന്നപ്പോൾ, ചീഞ്ഞഴുകിയ ഇപ്പോഴത്തെ അവസ്ഥകളെ തുറന്നു കാണിക്കാനുള്ള ശ്രമങ്ങൾ വീണ്ടും തുടരുമെന്നും അവക്കെതിരെ നിശബ്ദയായിരിക്കില്ല എന്നും നമ്മൾ ജീവിക്കുന്ന ഇക്കാലത്തെ കയ്ക്കുന്ന യാഥാർത്ഥ്യങ്ങളെ പുറത്തുകൊണ്ടുവരുമെന്നും ഞാൻ ശപഥം ചെയ്തു. ഇതുകൊണ്ടാണ് പ്രസിദ്ധീകരണങ്ങളിൽ നിന്നും പത്രങ്ങളിൽ നിന്നും എന്റെ ലേഖനങ്ങൾക്ക് നിരോധനം ഉണ്ടായത്. മറ്റു അറബ് രാജ്യങ്ങളിലെ വർത്തമാനപത്രങ്ങളിലാണ് ഞാൻ എന്റെ ലേഖനങ്ങൾ ഇപ്പോൾ പ്രസിദ്ധീകരിക്കുന്നത്. മറ്റൊരു വിദേശ രാജ്യത്ത്, ഒരു പുസ്തകത്തിലും എന്റെ ലേഖനങ്ങൾ പ്രസി

ദ്ധീകരിക്കപ്പെട്ടിട്ടുണ്ട്. അവ ഇപ്പോൾ നിങ്ങൾ ജീവിക്കുന്ന രാജ്യത്തെ പുസ്തകോത്സവത്തിൽ ലഭ്യമായിരിക്കും. മറ്റന്നാൾ എന്റെ ഒരു സുഹൃത്ത് സനായിലേക്ക് വരുന്നുണ്ട് അവരുടെ കൈവശം ഈ പുസ്തകത്തിന്റെ കുറച്ചു പ്രതികൾ വാങ്ങി കൊടുത്തയച്ചാൽ നന്നായിരിക്കും. അവർ നിങ്ങളെ വിളിക്കുന്നതിന് മുമ്പ് നിങ്ങളുടെ സമ്മതം ചോദിക്കാനാണ് ഞാൻ ഫോൺ ചെയ്തത്. ആ പുസ്തകങ്ങൾ നിങ്ങളിൽ നിന്ന് സ്വീകരിക്കാൻ, അത് നിങ്ങൾക്ക് സമ്മതമാണെങ്കിൽ.

നിങ്ങൾ സുരക്ഷിതയായി ഇരിക്കുന്നതിന് ആദ്യമേ ദൈവത്തിന് നന്ദി പറയട്ടെ. രണ്ടാമതായി നിങ്ങളുടെ പുതിയ പുസ്തകത്തിന് എല്ലാവിധ ആശംസകളും. ഞാൻ ഉറപ്പായും അതിന്റെ പ്രതികൾ വാങ്ങി നിങ്ങൾക്ക് എത്തിച്ചു തരാം. ദൈവം സഹായിച്ചാൽ വീണ്ടും ബന്ധപ്പെടാം.

അയാൾ കാറിൽ കയറി പുസ്തകോത്സവം നടക്കുന്ന സ്ഥലത്തേക്ക് പോയി. peace begins from within എന്ന അവരുടെ പുസ്തകത്തിന്റെ ചില പ്രതികൾ വാങ്ങി. ഒപ്പം പലതവണ വായിച്ചു കഴിഞ്ഞിരുന്ന, plague എന്ന അൽബർ കാമുവിൻെറ ഒരു നോവലും. പ്രത്യേകിച്ചും യുദ്ധം പൊട്ടിപ്പുറപ്പെടുകയും എല്ലാറ്റിനെയും നശിപ്പിക്കുകയും രാജ്യത്ത് നാശവും സമത്വമില്ലായ്മയും അഴിമതിയും ഒരു പ്ലേഗ് പോലെ വ്യാപിക്കുകയും ചെയ്യുന്ന കഥ അനാവരണം ചെയ്യുന്ന പുസ്തകം. നിസാർ കബാനിയുടെ 'തുഫുലാത്ത് നഹദ്' (the childhood of a breast) എന്ന കവിതാസമാഹാരവും അയാൾ അവൾക്കായി വാങ്ങി. അവരുടെ പ്രണയകാലത്ത് ഈ പുസ്തകത്തിന്റെ ഒരു പ്രതി അയാൾ അവൾക്ക് സമ്മാനിച്ചിരുന്നു. അയാളുടെ ആദ്യ പ്രണയം അവൾ ആയിരുന്നു. അവർ കല്യാണം കഴിക്കുന്നതിന് മനസ്സമ്മതം നടത്തിയവരും ആണവർ. അയാൾക്ക് വിദേശത്തേക്ക് യാത്ര ചെയ്യേണ്ടി വന്നപ്പോൾ അവൾ അതിനെ പൂർണ്ണമായും എതിർത്തു. ചെറുപ്പക്കാരുടെ മനസ്സ് രാജ്യത്തിന് ആവശ്യമാണെന്നായിരുന്നു അവളുടെ പക്ഷം. മുറിവേറ്റ സ്വന്തം രാജ്യത്തിനോടുള്ള കർത്തവ്യത്തിൽ നിന്ന് രക്ഷപ്പെട്ടു പോകുന്നതാണ് വിദേശയാത്ര എന്ന് അവൾ വിശ്വസിച്ചു.

ഒരു മന്ത്രാലയത്തിലെ പ്രധാനപ്പെട്ട ഒരു തസ്തിക അലങ്കരിച്ചിരുന്ന ആളായിരുന്നു മുനീർ. അയാൾ രാഷ്ട്രീയപാർട്ടികളിലോ മതവിഭാഗങ്ങളിലോ അംഗമായിരുന്നില്ല. ഡെപ്യൂട്ടി ഡയറക്ടറുടെ കസേര സ്വീകരിക്കാൻ ഇരുന്നതാണ് അയാൾ. എന്നാൽ ഭരണകക്ഷിയുടെ അംഗത്വം സ്വീകരിക്കാതെ ആ സ്ഥാനം അയാൾക്ക് ലഭിക്കുമായിരുന്നില്ല. പാർട്ടി കമ്മിറ്റിയുടെ സ്ഥിരം അംഗമാകുന്നതിനുള്ള ക്ഷണവും അയാൾക്ക് ലഭി

ച്ചിരുന്നു. ഇങ്ങനെ ഒരു സ്ഥാനം സ്വീകരിച്ചാൽ തന്റേതായ ഒരുപാട് ആശയങ്ങളും തത്വങ്ങളും ബലി കഴിക്കേണ്ടി വരും എന്ന് മുനീർ മനസ്സിലാക്കി. ഇരട്ടത്താപ്പും അഴിമതിയും അനധികൃതമായ ക്രയവിക്രയങ്ങളും നിരസിക്കാൻ പഠിച്ചുകൊണ്ടാണ് അയാൾ വളർന്നുവന്നത്. രാജ്യം വിടുക എന്നത് മാത്രമായിരുന്നു ഒരേയൊരു പോംവഴി

അവർ തമ്മിലുള്ള വിവാഹനിശ്ചയം മാറ്റിവെച്ചു. അവരുടെ സ്നേഹബന്ധം ആഴത്തിലുള്ള സൗഹൃദത്തിനു വഴിമാറി.

അടുത്ത രണ്ടുമൂന്നു ദിവസങ്ങളിൽ ഇബ്ടിസാമിന്റെ കൂട്ടുകാർ ആരും വിളിച്ചില്ല. അവളുടെ കൂട്ടുകാരി മറ്റൊരു സമയത്തേക്ക് യാത്ര മാറ്റിവെച്ചിട്ടുണ്ടാവും എന്ന് അയാൾ കരുതി.

ദിവസങ്ങൾ കടന്നുപോയി. അയാൾ പോകുന്നിടത്തേക്ക് എല്ലാം പുസ്തകങ്ങളും കൂടെപ്പോയി. ആരും അയാളെ ബന്ധപ്പെട്ടില്ല. അത് അവളുടെ പുസ്തകം ആഴത്തിൽ വായിക്കാൻ അയാൾക്ക് സമയം നൽകി. അവളെ നഷ്ടപ്പെട്ടത് മുതൽ അനുഭവിക്കാൻ സാധിക്കാത്ത അവളുടെ ധൈര്യത്തിലും നിശ്ചയദാർഢ്യത്തിലും അയാൾക്ക് അല്പം അസൂയ തോന്നി.

ഇബ്ടിസാം വിളിച്ചപ്പോൾ, കൂട്ടുകാരിക്ക് എന്തുപറ്റിയെന്ന് അയാൾ ആരാഞ്ഞു. അവളുടെ ലഗേജിൽ പുസ്തകത്തിന്റെ ഒരു കോപ്പി പോലും വയ്ക്കാൻ സ്ഥലം ഇല്ലാത്തതുകൊണ്ടാണ് ഇത് സംഭവിച്ചത് എന്ന് വേദനയുടെ സ്വരത്തിൽ അവൾ പറഞ്ഞു.

ഇനി യാത്രചെയ്യുന്ന പരിചയമുള്ള ആദ്യത്തെ കൂട്ടുകാരൻ കൈവശം ആ പുസ്തകം കൊടുത്തയക്കാം എന്ന് അയാൾ അവൾക്ക് വാഗ്ദാനം നൽകി. പ്രത്യേകിച്ചും എഴുത്തുകുത്തുകൾ എല്ലാം നിരോധിക്കപ്പെട്ട സാഹചര്യത്തിൽ. അവൾ അയാളോട് നന്ദി പറയുകയും തനിക്കായി വാങ്ങിയ മറ്റു പുസ്തകങ്ങൾ അവളെ സന്തോഷിപ്പിച്ചതായി പറയുകയും ചെയ്തു.

ഒരാഴ്ച കൂടി കടന്നുപോയി. മുനീർ ഒരു യാത്രക്കാരന് വേണ്ടി തിരയുകയായിരുന്നു. അത് വളരെ ലഘുവായ ഒരു പ്രവർത്തി ആയിരിക്കും എന്നാണ് അയാൾ വിചാരിച്ചിരുന്നത്. പക്ഷേ അത് ബുദ്ധിമുട്ട് നിറഞ്ഞതായിരുന്നു. ആദനിലെയ്ക്ക് ഒഴികെ വിമാനങ്ങൾ ഒന്നും ഉണ്ടായിരുന്നില്ല. പിന്നെയുള്ള ഒരു മാർഗ്ഗം സനയിലേക്ക് കരമാർഗം സഞ്ചരിക്കുകയാണ്.

ഒരു യാത്രികന് എപ്പോഴും കൂടെ കരുതേണ്ടത് അയാളുടെ പാസ്പോർട്ടും മെഡിക്കൽ രേഖകളും ആണ്. ഒരു പ്രത്യേക കുടുംബ

ത്തിലോ ഗോത്രത്തിലോ ഉൾപ്പെടുന്ന ആളാണ് എന്ന് മനസ്സിലാക്കാൻ ഉതകുന്ന പാസ്പോർട്ടോ മറ്റു രേഖകളോ കയ്യിൽ വയ്ക്കുന്നത് പോലും അപകടത്തിന് കാരണമായേക്കാം. അത് എതിർ പാർട്ടികളിൽ നിന്ന് ഒരുപാട് ബുദ്ധിമുട്ടുകൾ ഉണ്ടാക്കും. തനിക്ക് യാതൊരു പങ്കുമില്ലാത്ത കുറ്റകൃത്യങ്ങൾ ആരോപിക്കപ്പെടും. പോരാതെ അയാൾക്ക് ആ രാജ്യത്ത് ഒരു കുടുംബം ഉണ്ടെന്നും മനസ്സിലാകും. യുദ്ധത്തിനു ശേഷമുള്ള സാമ്പത്തിക ഭദ്രത ആ രാജ്യത്തിന് നഷ്ടപ്പെട്ടതും അക്രമങ്ങൾ പൊട്ടിപ്പുറപ്പെടുന്നതും ഇതിന് കാരണമാണ്. ഒരു ബുദ്ധിജീവിയുടെ, രാഷ്ട്രീയമായ സംഭവവികാസങ്ങൾ വിവരിക്കുന്ന ഒരു പുസ്തകം കൂടെ കരുതുന്ന ഒരാൾക്ക് എന്തും സംഭവിക്കാം.

എയർപോർട്ടിലെ അതിശക്തമായ പരിശോധനകളിൽക്കിടയിൽ നിന്ന് ഈ പുസ്തകത്തെ കടത്തിക്കൊണ്ടുപോയാൽ തന്നെ, സനയിലേക്കുള്ള യാത്രയിലെ എണ്ണമറ്റ ചെക്ക്പോയിന്റുകളിലെ പരിശോധനകളിൽ നിന്ന് എങ്ങനെ രക്ഷപ്പെടും? സംഘങ്ങളുടെയും കൊള്ളക്കാരുടെയും പിടിച്ചുപറി പറയുകയും വേണ്ട. സ്വന്തം നിലനിൽപ്പിനെക്കുറിച്ച് ആകുലത ഉണ്ടാവുകയല്ലേ ഒരു യാത്രക്കാരന് ആദ്യമേ വേണ്ടത്?

ഇബ്ടിസാമിന് പുസ്തകം കൊടുത്തയക്കാനുള്ള അവസാനത്തെ ശ്രമമെന്ന നിലയിൽ അയാൾ ഒരു കൂട്ടുകാരനുമായി ബന്ധപ്പെട്ടു. കരമാർഗം യമനിലേക്ക് സാധനങ്ങൾ കൊണ്ടുപോകുന്ന ഒരു കച്ചവടക്കാരൻ ആയിരുന്നു അയാൾ. ഏതെങ്കിലും ഒരു പെട്ടിയിൽ നിക്ഷേപിച്ച് ഈ പുസ്തകങ്ങൾ കൂടി കൊണ്ടുപോകാമോ എന്ന് അയാൾ യാചിച്ചു. അടുത്തയാഴ്ച സനയിലേക്ക് പോകുന്ന ഒരു വാഹനത്തിൽ കയറ്റി ഈ പുസ്തകങ്ങൾ കടത്താമെന്ന് അയാൾ ഉറപ്പു നൽകി. ഈ ഉപകാരം താൻ ഒരിക്കലും മറക്കില്ല എന്ന് മുനീർ നന്ദിയോടെ പറഞ്ഞു.

ഇബ്ടിസാമിന് ഈ വാർത്ത വലിയ സന്തോഷം ഉണ്ടാക്കി. അവൾ ആകാംക്ഷയോടെ കാത്തിരിപ്പ് തുടങ്ങി.

ഏകദേശം 10 ദിവസം കഴിഞ്ഞപ്പോൾ ആ കച്ചവടക്കാരൻ മുനീറിനെ വിളിക്കുകയും കൊടുത്തയച്ച പുസ്തകങ്ങൾ അതിർത്തിയും പല ചെക് പോയിന്റുകളും കടന്ന് പോയെന്നും എന്നാൽ സനയുടെ അരികിലുള്ള ഒരു ചെക്ക് പോയിന്റിൽ വച്ച് പുസ്തകങ്ങൾ അവിടുത്തെ ആളുകൾ പിടിച്ചെടുത്തെന്നും അറിയിച്ചു. അധികം വിവരമോ വിദ്യാഭ്യാസമോ ഇല്ലാത്ത ചെക്ക് പോയിന്റിലെ ഒരു സൂപ്പർവൈസർ പുസ്തകങ്ങൾ കണ്ടു. അയാളുടെ കണ്ണുകൾ തുറിക്കുകയും അയാൾ ഉമിനീർ ഇറക്കുകയും ചെയ്തു. പുസ്തകങ്ങൾ തിരിച്ചും മറിച്ചും നോക്കി, ഒരു വാക്ക്

പോലും മനസ്സിലാക്കാത്തതിൽ രോഷംകൊണ്ടു.

വാഹനം മുഴുവൻ വീണ്ടും അരിച്ചുപെറുക്കാൻ അയാൾ ഉത്തരവിട്ടു. അതിനുള്ളിൽ മരുന്നുകളോ അനധികൃതമായ വസ്തുക്കളോ ആയിരിക്കുമെന്ന് അയാൾ ധരിച്ചു. ആ ട്രക്കിൽ ഉണ്ടായിരുന്ന സാധനങ്ങൾ അത്രയും അവർ പിടിച്ചുവച്ചു. വാഹനം ഓടിച്ചിരുന്നയാൾ ഒരു വലിയ തുക കൈക്കൂലി ആയി കൊടുക്കേണ്ടി വന്നു, അതെല്ലാം വിട്ടു കിട്ടാൻ. ഒടുക്കം ട്രക്കിന് അതിന്റെ വഴിക്ക് പോകാൻ അനുവാദം കിട്ടി; പുസ്തകങ്ങൾ എല്ലാം ഡ്രൈവർ സ്വന്തം കൈകൊണ്ട് തീയിട്ടു നശിപ്പിച്ചതിന് ശേഷം മാത്രം.

Michigan , February 15, 2020

24

വേരുകൾ

കഥ (അറബിക്) – ഡോ. യൂസിഫ് അൽ ഹസൻ

ഇംഗ്ളീഷ് പരിഭാഷ – ഹമീദ് അൽ ക്വയ്ദ്

വർഷങ്ങൾ കഴിഞ്ഞു പോയി. ഖമീസ് നഗരത്തിലെ പഴയ ചന്ത സന്ദർശിച്ചിട്ടില്ല. അയാൾ കാറിൽ നിന്ന് ഇറങ്ങി നടക്കുകയും ആ സ്ഥലത്തിന് വന്നിരിക്കുന്ന മാറ്റങ്ങൾ ശ്രദ്ധിക്കുകയും ചെയ്തു. അവിടുത്തെ ജനബാഹുല്യം കണ്ട് അയാൾ തരിച്ചു നിന്നു. അത്ഭുതത്തോടെ, ഒരുപാട് കാറുകൾക്കിടയിലൂടെ അലഞ്ഞു തിരിയുന്ന വലിയ ജനക്കൂട്ടത്തെയും, വിവിധ വിഭാഗക്കാരെയും കണ്ടു. ആളുകളുടെ മുഖച്ഛായ എല്ലാം മാറിയല്ലോ. അയാൾ ഒരു ഇറാനിയൻ ബേക്കറിയുടെ മുൻപിൽ നിൽക്കുകയും പൊതിയുടെ തുറന്ന വായിൽ നിന്ന് ഉയരുന്ന ആവിയോടെ അവിടെനിന്ന് റൊട്ടി വാങ്ങിച്ചുകൊണ്ട് പോയിരുന്നതിനെപ്പറ്റി ഓർക്കുകയും ചെയ്തു. മണൽ കൂമ്പാരങ്ങൾ മുറിച്ചു കടന്നു കൊണ്ട്, ഉപ്പയുടെ വീട്ടിലെത്തുന്നതിന് മുമ്പ് തന്നെ റൊട്ടി തിന്നാൻ ആയിരുന്നു അയാൾക്ക് ഇഷ്ടം.

സിന്ധിൽ നിന്നും വരുന്ന ഇന്ത്യൻ കച്ചവടക്കാർക്ക് മീനും ചെറുനാരങ്ങയും ഈത്തപ്പഴങ്ങളും വിൽക്കാനായി, ചെറിയ കടയിലെ മണ്ണുകൊണ്ടുള്ള തിണ്ണയിൽ ഇരിക്കാറുള്ള, മൃദുവായ കറുത്ത മുഖമുള്ള തന്റെ ഉപ്പയെ അയാൾ ഓർത്തു. ഈന്തപ്പനയോലകൾ കൊണ്ട് നിർമ്മിച്ച ആ ചെറിയ കട, സൂര്യാസ്തമയത്തിനുശേഷം സന്ദർശിക്കാൻ താനും തന്റെ സഹോദരൻ ഫൈറൂസും എത്രമാത്രം ഇഷ്ടപ്പെട്ടിരുന്നുവെന്നും എന്ന് അയാൾ ഓർമ്മിച്ചു. പ്രഭാതത്തിലോ സന്ധ്യാസമയങ്ങളിലോ അയാൾ കടൽത്തീരത്ത് വെളിക്കിറങ്ങാൻ ഇരിക്കാറുണ്ടായിരുന്നു. അവിടെ വെച്ചാണ്, അയാൾക്കുള്ള ഒരേയൊരു വസ്ത്രം, മാസത്തിലൊരിക്കൽ കഴുകാൻ സാധിച്ചിരുന്നത്. ഈത്തപ്പഴങ്ങളും മീനും മാത്രമായിരുന്നു അയാളുടെ ദിനേനയുള്ള ഭക്ഷണം.

ഉപ്പയിൽ നിന്നും അയൽവാസിയായ മുത്താവയിൽ നിന്നും ഖുർആൻ

പാരായണം ചെയ്യാൻ അയാൾ പഠിച്ചു. കാലക്രമേണ അയാൾ അറബിക് ഭാഷ സ്വന്തമാക്കി. പക്ഷേ ഉപ്പയിൽ നിന്ന് കേട്ടിരുന്ന അപരിചിതമായ ശബ്ദങ്ങൾ മറന്നു പോയിരിക്കുന്നു. അവ ചില അറബിക് ശബ്ദങ്ങൾ ആണെന്നും ആഫ്രിക്കൻ സ്വാഹിലി ഭാഷയുമായി ബന്ധപ്പെട്ടവയാണെന്നും അയാൾ ഓർത്തെടുത്തു. തന്റെ ഉമ്മയുടെ രൂപം ഓർക്കുവാൻ അയാൾ ശ്രമിച്ചു. പക്ഷേ വ്യക്തമായ ഒരു രൂപമേ അയാൾക്ക് കിട്ടിയുള്ളൂ; ചിലപ്പോൾ ഉമ്മ ഒരു ഇന്ത്യക്കാരിയെ പോലെ മെലിഞ്ഞ ഒരു സ്ത്രീയായിരിക്കുമെന്നും അല്ലെങ്കിൽ തന്റെ കുഞ്ഞിനെയും പുറത്തേറ്റി നടക്കുന്ന ഒരു ആഫ്രിക്കൻ സ്ത്രീയേപ്പോലെ ആയിരിക്കുമെന്നും.

അയാൾ ഒരു കഫെയിലെ മരക്കസേരയിൽ ഇരുന്നിട്ട്, പാലു ചേർത്ത് ഒരു ചായ തരാൻ ആവശ്യപ്പെട്ടു. ഇന്ത്യൻ സംഗീതം ആ ചന്തയിലെ കടകളിൽ നിറഞ്ഞിരുന്നു. വലിയ വലിയ കെട്ടിടങ്ങൾ, തെളിഞ്ഞ വെളിച്ചം, സുന്ദരിമാരായ പെൺകുട്ടികളുടെ മുഖമുള്ള വലിയ പരസ്യപ്പലകകൾ... എല്ലാം അപ്പുറത്ത് കാണാനുണ്ടായിരുന്നു. ടെലിവിഷനുകളും, മൊബൈൽ ഫോണുകളും, സിനിമകളും, റഫ്രിജറേറ്ററും, വാഷിംഗ് മെഷീനുകളും എല്ലാം പരസ്യപ്പലകകളിൽ നിറഞ്ഞുനിന്നു...

അയാൾ ഉപ്പയെക്കുറിച്ച് വീണ്ടും ഓർത്തു. 40 കൊല്ലം മുമ്പാണ് അദ്ദേഹം മരണപ്പെട്ടത്. സലിം ബിൻ ഹമീദിന്റെ വീട്ടിൽ ഒരു വേലക്കാരനായിട്ടായിരുന്നു അദ്ദേഹത്തിൻറെ ജീവിതം. അതിഥികൾക്കായി കാപ്പി ഉണ്ടാക്കുന്ന വിദ്യ അദ്ദേഹം വേഗം പഠിച്ചു. സലീമിന്റെ മക്കളോടൊപ്പം അവരിൽ ഒരാളായാണ് ആ 13 വയസ്സുകാരൻ വളർന്നത്. ചികിത്സാർത്ഥം ഇന്ത്യയിലേക്ക് പോകുമ്പോൾ സഹായത്തിനായി അദ്ദേഹം കൂടെ പോയിരുന്നു. സലിം അദ്ദേഹത്തിന് ഒരു പാസ്പോർട്ട് സംഘടിപ്പിച്ചു കൊടുക്കുകയും, അതിൽ പിന്നെ ഖമീസ് ബിൻ സലീം എന്ന് അദ്ദേഹത്തിന് പേരു കിട്ടുകയും ചെയ്തു.

വിവാഹം കഴിഞ്ഞു. ആൺകുട്ടികളും പെൺകുട്ടികളുമായി അയാൾക്ക് 10 മക്കൾ ഉണ്ടായി. അവർ സ്കൂൾ വിദ്യാഭ്യാസം നേടിയിരുന്നു. നല്ല ഒരു ജീവിതം നയിക്കുന്നതിന് അവർ കഠിനാധ്വാനം ചെയ്യുകയാണ് ഇപ്പോൾ.

ഉപ്പ മരിക്കുന്നതിനുമുമ്പ് തങ്ങളുടെ കുടുംബത്തിന്റെ ഉത്ഭവത്തെക്കുറിച്ച് അയാൾ ചോദിച്ചിരുന്നു. ഒരു പശുവിനെ മോഷ്ടിച്ചതിനെത്തുടർന്ന് ഒരു ദിവസം ഒരു പുഴയിൽ മുങ്ങി മരിച്ച നിലയിലാണ് തൻറെ ഉപ്പയെ കണ്ടെത്തിയത് എന്ന് ഖമീസ് പറഞ്ഞു. അദ്ദേഹത്തിന്റെ മക്കളെല്ലാം സിഞ്ച് എന്ന സ്ഥലത്ത് ചിതറിപ്പോയി. മറ്റുള്ളവർ സാൻസിബാറി

ലും മബോട്ടി ദ്വീപിലും എത്തി. മീൻപിടുത്തത്തിനുള്ള വഞ്ചികളിൽ കയറി താൻ എങ്ങനെയാണ് കോർഫക്കാനിൽ എത്തിയതെന്നും അദ്ദേഹം പറഞ്ഞു.

ഉപ്പയിൽ നിന്ന് അയാൾ ഒരുപാട് കഥകൾ കേട്ടിട്ടുണ്ട്. അതെല്ലാം പതുക്കെപ്പതുക്കെ മറവിയിലേക്ക് മായുകയാണ്; ഇപ്പോൾ ഈ നഗരത്തിനെക്കുറിച്ചുള്ള രഹസ്യങ്ങൾ എല്ലാം മൂടിവച്ചുകൊണ്ട്. മൺചുമരുകളും കടൽക്കരയിലെ മണലും കൊണ്ട് പടുത്തുയർത്തിയ ഈ നഗരം.

*****

ഖമീസിന്റെ മക്കൾക്ക് തങ്ങളുടെ വല്യുപ്പയുടെ പേര് സലിം എന്നു മാത്രമേ മനസ്സിലായിരുന്നുള്ളൂ. അതിൻറെ വേരുകൾ ചികയാൻ അവർ ആഗ്രഹിച്ചില്ല. ഖമീസ് ഈ ലോകം വിടുമ്പോൾ ചരിത്രം ഇനിയും ആവർത്തിക്കും.

●

www.ingramcontent.com/pod-product-compliance
Lightning Source LLC
LaVergne TN
LVHW092052051026
849517LV00013B/2386
* 9 7 8 9 3 9 4 4 7 2 2 2 8 *